AF880342

சாதியின் பெயரால்

இளங்கோவன் ராஜசேகரன்

இதழியலாளர், கட்டுரையாளர். இந்தியன் எக்ஸ்பிரஸ், தி இந்து, ஃபிரண்ட்லைன் ஆகிய இதழ்களில் 40 ஆண்டுகாலம் பணியாற்றியவர். இவருடைய கள ஆய்வுகளும் பதிவுகளும் தமிழக அரசியல், சமூகத் தளங்களில் பேரதிர்வுகளை ஏற்படுத்தியுள்ளன. தலித் மக்கள், பழங்குடிகள், ஒடுக்கப்பட்டோர் ஆகியோரின் உரிமை மீறல்களைத் தனிக்கவனம் கொடுத்து ஆராய்ந்து வருகிறார்.

சாதியின் பெயரால்

ஆணவக்கொலைகளின் பதிவு

இளங்கோவன் ராஜசேகரன்

தமிழில் : மருதன், நிவேதிதா லூயிஸ்

கிழக்கு

சாதியின் பெயரால்: ஆணவக்கொலைகளின் பதிவு
Saathiyin Peyaral: Aanava Kolaigalin Pathivu
Ilangovan Rajasekaran ©

Kizhakku Edition: December 2023
224 Pages
Printed in India.

ISBN : 978-81-967919-1-9
Kizhakku - 1350

Kizhakku Pathippagam
177/103, First Floor, Ambal's Building, Lloyds Road,
Royapettah, Chennai - 600 014. Ph: +91-44-4200-9603
Email : support@nhm.in Website : www.nhm.in

kizhakkupathippagam kizhakku_nhm

Author's email id: rinpoet@gmail.com

Kizhakku Pathippagam is an imprint of New Horizon Media Private Limited

நான் பட்டமேற்படிப்பு படித்துக்கொண்டிருக்கையில்
சமூகப் பிரச்சினைகள்மீது, குறிப்பாகத் தலித்துகளுக்கு
எதிரான கொடுமைகள்மீது என் கவனத்தைத் திருப்பியவர்
பெரம்பலூரைச் சேர்ந்த சகோதரர் அறிவுடை நம்பி.
இந்நூலை அவருக்கு அன்போடும் நன்றியோடும் சமர்ப்பிக்கிறேன்.

உள்ளே

சொல்வது தெளிந்துசொல்

எல்லாவற்றையும் நெருங்கிச் சென்று ஆராயவேண்டும். எல்லா வற்றிலிருந்தும் விலகி நின்று எழுதவேண்டும். முரண்போல் தோற்றமளித்தாலும் இதுவே இதழியில் துறையின் தங்க விதியாகக் காலம் காலமாகப் போற்றப்பட்டு வருகிறது. ஓர் இதழியலாளருக்கு எந்த அரசியலும், எந்தச் சார்பு நிலையும் இருக்கக் கூடாது. உண்மையைச் சொல்வது தவிர வேறு எந்தக் குறிக்கோளும் இருக்கக் கூடாது. கண்டதைக் கண்டதுபோல், கேட்டதைக் கேட்டதுபோல் பதிவு செய்யவேண்டுமே தவிர சரி, தவறுக்குள் போகக் கூடாது. எந்தச் செய்தியும் செய்தியாக மட்டுமே வெளிப்படவேண்டும். சட்டமன்றம், நிர்வாகம், நீதித்துறை மூன்றையும்போல் ஜனநாயகத்தின் நான்காவது தூணும் நடுநிலை காக்கவேண்டும். தங்க விதி உணர்த்தும் செய்தி இதுதான்.

இந்தத் தங்க விதியின் அடிப்படையில்தான் இன்று ஊடகம் இயங்கிக்கொண்டிருக்கிறதா? கொலம்பியா பல்கலைக் கழகத்திலிருந்து வெளிவரும் இதழொன்று சமீபத்தில் இக்கேள்வியை எழுப்பி விவாதித்தபோது, புலிட்ஸர் விருது வென்ற வாஷிங்டன் போஸ்ட் இதழாளர் வெஸ்லி லாவரி தன் பார்வையைப் பகிர்ந்துகொண்டார். ஓர் ஊடக நிறுவனத்தில் இதழியலாளரின் இடம் என்ன? எது செய்தி, எது செய்தியல்ல என்பதை யார் முடிவு செய்கிறார்கள்? எந்த நிகழ்வை, யார் எழுதவேண்டும் என்பதை யார் தீர்மானிக்கிறார்கள்?

தீர்மானிக்கும் இடத்திலிருப்போர் யார்? அவர்கள் சார்பற்ற வர்களா? அவர்களுக்கு அரசியல் நிலைப்பாடு இல்லையா? சரி, தவறு கடந்து நடுநிலையோடு சிந்திப்பவர்களா அவர்கள்? இல்லை என்பதுதான் உங்கள் பதில் என்றால் இதழியலாளர் மட்டும் ஏன் சார்புகளற்று இருக்கவேண்டும் என்று எதிர் பார்க்கிறீர்கள்?

•

இளங்கோவன் ராஜசேகரன் நாற்பதாண்டுகளுக்கும் மேலாக இதழியல் துறையில் இயங்கி வருபவர். அத்துறையின் வரலாற்றில் ஏற்கெனவே அவர் பெயர் நிலைபெற்றுவிட்டது. நானல்ல, என் பணிதான் பேச வேண்டும் என்னும் அரிய வகை பள்ளியைச் சேர்ந்தவர். உண்மையின்மீது, உயர்ந்த விழுமியங் களின்மீது பற்றுறுதி கொண்டவர். இந்த நாற்பதாண்டுகளில் இதழியல் துறை இன்று பெருமளவு திரிந்துவிட்டது என்றாலும் இவர் மாறவில்லை. 'முதல்முதலாக இத்துறையில் காலடி எடுத்து வைத்தபோது நான் வரித்துக்கொண்ட அடிப்படை அறம்தான் இன்றுவரை என்னை இயக்கிக்கொண்டிருக்கிறது' என்கிறார் இளங்கோவன். பாரதியின் சொற்களில் சொல்வதானால், 'எழுதுகோல் தெய்வம், இந்த எழுத்தும் தெய்வம்' என்பதுதான் அவர் அறம்.

வருடிக்கொடுக்கும் எழுத்தல்ல அவருடையது. துயர்மிகுந்த வரிகளையே தினம், தினம் எழுதிக்கொண்டிருக்கிறார். வலியும் வாதையும் வன்முறையும் அவர் படைப்புகளெங்கும் நிறைந்திருக்கின்றன. என்ன செய்வது, நான் வாழும் உலகையும் அதில் வாழும் மனிதர்களையும் இப்படி மட்டுமே பதிவு செய்யமுடிகிறது என்கிறார் இளங்கோவன். சமூகத்தின் அகம், புறம் இரண்டிலும் வேர்பிடித்திருக்கும் இருளின் கதையைத்தான் இன்றுவரை எழுதிக்கொண்டிருக்கிறார். எழுத, எழுத வளர்ந்துகொண்டே போகிறது இருளும். ஏற்றத்தாழ்வு, ஒடுக்குமுறை, ஆணாதிக்கம், பகை, பிற்போக்குத்தனம், சாதியம், மதவாதம், மனித உரிமை மீறல், அரசியல் சீரழிவு, கலவரம், மரணம் என்று அனைத்தையும் அருகிலிருந்து பார்த்திருக்கிறார்.

சமூகத்தைப் புரட்டிப்போட்ட, அரசியல் களத்தில் ஆழமான அதிர்வுகளை ஏற்படுத்திய பல கொடுமைகளை முதல்முதலில் வெளிச்சத்துக்குக் கொண்டுவந்தவர் இளங்கோவன். கொடியங்குளம், நடுநாலுமூலைக்கிணறு, பாப்பாப்பட்டி,

கீரிப்பட்டி ஆகிய பெயர்களை இன்று உச்சரித்தாலும் நம் இதயம் சில கணங்கள் துடிக்க மறப்பதற்கு இவர் முக்கியக் காரணம். இனம், மரபு, பண்பாடு, சமூகநீதி என்று தொடங்கி இங்கே கட்டமைக்கப்பட்டிருக்கும் புனிதக் கதையாடல்களை, 'இதுதான் ஐயா, பொன்னகரம்' என்று தோலுரித்துக் காட்டுகிறார்.

•

நூற்றுக்கணக்கான கட்டுரைகளை எழுதியிருந்தபோதிலும் இளங்கோவனின் படைப்பொன்று நூலாக்கம் பெறுவது இதுவே முதல் முறை. நம் காலத்தின் சமூகக் கொடுமைகளுள் ஒன்றான ஆணவக்கொலையை உள்ளார்ந்து புரிந்துகொள்ள உதவும் முதன்மையானதோர் ஆவணத்தை அவர் உருவாக்கிக் கொடுத்திருக்கிறார்.

இளவரசன், சங்கர், கோகுல்ராஜ் என்று தொடங்கி இந்நூலில் இடம்பெறுபவர்கள் நமக்குப் பரிச்சயமானவர்கள். இவர்களுடைய கதைகளைப் பரபரப்புச் செய்திகளாக நாம் ஏற்கெனவே வாசித்திருப்போம்; இப்படி ஆகிவிட்டதே என்று அனுதாபத்தோடு கடந்தும் சென்றிருப்போம். கொலையுண்டவர் யார், கொன்றவர் யார், கொலைக்கான காரணம் என்ன, குற்றம் எவ்வாறு கண்டுபிடிக்கப்பட்டது, அதன்பின் என்னானது எனும் நேர்க்கோட்டில்தான் பெரும்பாலும் எல்லா ஊடகங்களும் ஆணவக்கொலைகளின் கதையை விவரித்திருக்கும். இந்நூலும் இந்த வழக்கத்தை ஓரெல்லைவரை பின்பற்றி, ஆணவக் கொலைகளின் கதையை விரிவாகவும் உணர்வுபூர்வமாகவும் முன்வைக்கிறது என்றாலும் அத்துடன் நிறுத்திக்கொள்ளாமல் ஓர் ஆணவக்கொலை ஏன் நிகழ்கிறது என்னும் ஆதாரக் கேள்வியை எழுப்பி பல திசைகளில் ஒரே நேரத்தில் பயணித்து, புத்தொளிப் பாய்ச்சுகிறது.

இந்நூலில் தனித்துவமாகப் புலப்படும் முதல் அம்சம் சாதி குறித்த விசாரணை. சாதி அமைப்பு என்பது ஒன்றைத்தன்மை கொண்டதல்ல; காலத்துக்கு ஏற்ப, சூழலுக்கு ஏற்ப உருமாறும் இயல்பு கொண்டது என்பதை ஏடுகள் கடந்து, கள அனுபவங்களிலிருந்து உணர்ந்தவர் இளங்கோவன். தமிழகத்தின் நீள அகலங்களையும் மூலை முடுக்குகளையும் எண்ணற்ற முறை அலைந்து, திரிந்தவர் என்பதால் ஆணவக்கொலைகள் நடைபெறும் இடங்களையும் அவற்றின் நுட்பமான இயல்புகளையும் அவரால் விவரிக்கமுடிகிறது. 'சாதி எவ்வளவு

நுணுக்கமாக இயங்குகிறது, அதன் வேர் எவ்வளவு ஆழத்தில் படிந்திருக்கிறது, அதன் கிளை எங்கெல்லாம் நீண்டு பரவியிருக்கிறது என்பதை நேரடியாகவே கண்டேன். ஏடுகளில் கிடைக்காத வெளிச்சத்தைக் களத்தில் மட்டுமே தரிசிக்கமுடியும்' என்று குறிப்பிடும் இளங்கோவன், ஆணவக்கொலை நிகழ்ந்த ஒவ்வொரு பகுதியிலும் சாதியப் பெருமிதம் எந்த அளவுக்கு ஊடுருவியிருக்கிறது என்பதையும் ஏன் என்பதையும் தனிக்கவனம் கொடுத்து விவாதிக்கிறார். அவரைப் பொருத்தவரை ஆணவக்கொலைகளின் கதை என்பது மனிதர்களின் கதை மட்டுமல்ல, அவர்கள் வசிக்கும் இடங்களின் கதையும்தான். இந்த 21ஆம் நூற்றாண்டிலும் சாதியம் எவ்வாறு தன்னைத் தகவமைத்துக்கொண்டு செழிக்கிறது என்பதை நூல் நெடுகிலும் விவரித்துக் கொண்டு செல்கிறார் இளங்கோவன்.

இரண்டாவது, பொருளாதார நிலை குறித்த புரிதல். கொலையுண்டவர், கொன்றவர் இருவரின் பொருளாதாரப் பின்னணியையும் கணக்கில் எடுத்துக்கொண்டு ஆராய்வதன்மூலம் ஆணவக்கொலை என்பது சாதியத்தையும் கடந்தது என்பதை நிறுவுகிறார் இளங்கோவன். கலப்பு மணம் புரியும் தலித்துகள்மீது இடைநிலைச் சாதியினர் கொள்ளும் கோபத்துக்குச் சாதிய உணர்வு மட்டும் காரணமல்ல; பின்தங்கியிருக்க வேண்டியவர்களின் வாழ்நிலை மேலெழுந்து வந்ததால் ஏற்பட்ட பொறாமையும் காரணம் என்பதை இளவரசன் எதிர்கொண்ட கலவரத்தைக் கொண்டு விளக்குகிறார். சாதியா, வர்க்கமா எனும் கேள்விக்கே இடமில்லை. இரண்டுமே தமிழ்நாட்டின், இந்தியாவின் பிரிக்க முடியாத இரு சிக்கல்கள் என்பதுதான் இளங்கோவனின் பார்வை.

மூன்றாவது, சாதியமைப்புக்கும் அரசியலுக்குமான உறவு. சிறிய சாதிச் சங்கங்கள் தொடங்கி திராவிடப் பெருங்கட்சிகள்வரை எல்லோரும் சுயலாபத்துக்காகச் சாதியமைப்பை எவ்வாறு பலப்படுத்திக்கொண்டே போகிறார்கள் என்பதைக் கூர்மையான விமரிசனத்துக்கு உட்படுத்துகிறார். சாதிச் சங்கங்கள் தோன்றிச் செழித்துக்கொண்டிருப்பதையும் பிற்போக்கான கருத்துகள் சமூகத்தில் பரவி பலம் பெறுவதையும் ஏன் இடதுசாரி இயக்கங்களால் தடுக்கவோ எதிர்கொள்ளவோ முடியவில்லை எனும் கேள்வியையும் இளங்கோவன் எழுப்புகிறார்.

நான்காவது, தலித் அரசியல் குறித்த நடுநிலையான பார்வை. ஆணவக்கொலையால் அதிகம் பாதிக்கப்பட்டோர் தலித்துகள்தாம்

என்பதைத் தகுந்த தரவுகளோடு முன்வைக்கிறார். வீடு முதல் வழிபாட்டிடம்வரை; காவல்துறை முதல் அரசுவரை நாம் உருவாக்கி வைத்திருக்கும் எல்லா அமைப்புகளிலும் தலித் வெறுப்பு மனநிலை பரவியிருப்பதைக் கவனப்படுத்துகிறார். அதே நேரம், தலித் அரசியலின் போதாமைகளையும் சமரசங்களையும் சுட்டிக்காட்ட அவர் தயங்கவில்லை. தலித் மக்களிடமும் சாதிய உயர்வு இருப்பதையும் அவர்களும் ஆணவக் கொலையில் ஈடுபடுவதையும் கவலையோடு குறிப்பிடுகிறார்.

ஐந்தாவது, சுயவிமரிசனம். ஆணவக்கொலைகளை ஊடகம் கையாண்ட விதத்தை அதே துறையிலிருந்துகொண்டு கடுமையாகச் சாடியிருக்கிறார் இளங்கோவன். ஒரு நல்ல இதழியலாளராக இருப்பதற்கு முன்நிபந்தனை ஒரு நல்ல மனிதனாக இருப்பதுதான் என்பதை வலியுறுத்துகிறார். தனது துறையை மட்டுமல்ல தன்னையுமே சுயவிமரிசனம் செய்துகொள்ளும் துணிவு அவரிடம் இருக்கிறது.

ஆறாவது, பெண்களின் நிலை குறித்த தீர்க்கமான பார்வை. சாதியமும் ஆணாதிக்கமும் போட்டிப்போட்டுக்கொண்டு பெண்களைச் சுரண்டுவதையும் அவர்களுடைய அடிப்படை உரிமைகளைத் தொடர்ந்து பறிப்பதையும் இளங்கோவன் மீண்டும், மீண்டும் விவாதிக்கிறார். சுதந்திரமான தனி உயிராக அல்லாமல் குடும்பத்தின் உடைமையாகவும் சமூகத்தின் உடைமையாகவும் ஒரு பெண் சுருக்கப்படுவதை வலுவாக எதிர்க்கிறார்.

களத்திலிருந்தும் பாதிக்கப்பட்டவர்களின் உறவினர்களிடமிருந்து சேகரித்த முதன்மைத் தரவுகள், நீதிமன்றத் தீர்ப்புகள், ஆவணங்கள், வெள்ளை அறிக்கைகள், ஊடகச் செய்திகள், ஆய்வுக்கட்டுரைகள் என்று பலவற்றை அடிப்படையாகக் கொண்டு இந்நூலை எழுதியிருக்கிறார்.

•

வரலாற்றின் முதல் வரைவை இதழியலாளர்களே உருவாக்கு கிறார்கள் என்று சொல்லப்படுவதுண்டு. அதன்படி, சாதியத்தின் வரலாற்றை அல்லது தமிழகத்தின் சமூக அரசியல் வரலாற்றை எழுத முன்வருபவர்களுக்குப் பயன்படும் முதல் வரைவாக இப்பிரதி அமையக்கூடும். ஃபிரண்ட்லைன் இதழில் இளங்கோவன் ராஜசேகரன் எழுதிய பல்வேறு கட்டுரைகளிலிருந்து இந்நூல்

தோன்றியிருக்கிறது. எழுதப்பட்ட பிறகு நிகழ்ந்தவை பொருத்தமான இடங்களில் எழுதிச் சேர்க்கப்பட்டுள்ளன. அதேபோல் ஆங்கிலக் கட்டுரைகளில் இடம்பெறாத சில தகவல்களும் குறிப்புகளும்கூடப் புதிதாக இதில் இடம் பெற்றிருப்பதைக் காணலாம்.

இதனைத் தமிழாக்கும் பணியில் என்னையும் ஈடுபடுத்தியதற்கு இளங்கோவன் ராஜசேகரனுக்கு முதலில் நன்றி சொல்ல வேண்டும். நிறைய கற்றுக்கொள்ள முடிந்தது. இளங்கோவனை பலமுறை 'ஃபிரண்ட்லைன்' அலுவலகத்தில் சந்தித்ததும் பலமணி நேரம் உரையாடியதும் மறக்கமுடியாத அனுபவங்கள். இதழியல், நடப்பு அரசியல், சாதியம் தொடர்பான சில முக்கியமான பிரச்னைகளைப் புரிந்துகொள்ள அவருடைய உரையாடல் எனக்கு உதவியிருக்கிறது. எப்படித் தொடங்குவது, எங்கிருந்து தொடங்குவது என்று நான் குழம்பிக்கிடந்தபோது பல கட்டுரைகளைத் தொடக்கத்தில் மொழிபெயர்த்து உதவிய நிவேதிதா லூயிஸுக்கு நன்றி.

●

இத்தனை அடர் இருளைக் கண்ட பிறகும் இளங்கோவன் தனது நம்பிக்கையைக் கைவிடத் தயாராக இல்லை. மாற்றம் நிகழ்ந்துதான் தீரவேண்டும். அதை நிகழ்த்துவது நம் அனைவரின் பணி என்கிறார்.

உங்கள் பணியில் நீங்கள் எந்த அளவுக்குச் சார்பற்றவராக இருக்கிறீர்கள் என்று ஒருமுறை அவரிடம் கேட்டபோது மேலே வெஸ்லி லாவரி அளித்த விடையைத்தான் அவரும் எனக்கு அளித்தார். 'நான் எல்லாத் தரப்புகளோடும் உரையாடுகிறேன். எல்லாக் கோணங்களிலிருந்தும் பரிசீலிக்கிறேன். இயன்றவரை எல்லோருடைய குரல்களையும் கொண்டு வரவே விரும்புகிறேன். எல்லாம் முடிந்த பிறகு இறுதியில் யார் பக்கம் நிற்பாய் என்று நீங்கள் கேட்டால், பாதிக்கப்பட்டவர் பக்கம்தான் என்பதே என்னுடைய பதிலாக இருக்கும்.'

மருதன்

அறிமுகம்

இந்தப் புத்தகம் எப்படி உருவானது என்பதைச் சொல்வதற்கு முன்னால் ஒரு பத்திரிகையாளனாக நான் உருவான பின்னணியைச் சுருக்கமாகவேனும் பகிர்ந்துகொள்வது பொருத்தமாக இருக்கும் என்று நினைக்கிறேன்.

நாற்பதாண்டுகளுக்கும் மேலாக இதழியல் துறையில் இயங்கி வருகிறேன். சென்னைப் பல்கலைக்கழகத்தில் ஆங்கில இலக்கியத்தில் முதுகலைப் பட்டம் பெற்று, **1979**ஆம் ஆண்டு இந்தியன் எக்ஸ்பிரஸில் விளையாட்டுத் துறை நிருபனாக என் பயணத்தைத் தொடங்கினேன். அங்கிருந்து கலை, திரைப்படம் என்று நகர்ந்து, சமூகத்தில் பெரும் தாக்கத்தை ஏற்படுத்திய அரசியல் நிகழ்வுகளையும் திராவிட நிலத்தின் வரலாற்றை மாற்றியெழுதிய சமூக நிகழ்வுகளையும் உன்னிப்பாகக் கவனித்து, பதிவு செய்யத் தொடங்கினேன்.

எக்ஸ்பிரஸில் பத்தாண்டுகள் பல ஜாம்பவான்களோடு பழகுவதற்கும் இணைந்து பணியாற்றுவதற்கும் வாய்ப்புக் கிடைத்தது. மவுண்ட் ரோட்டிலும் மூர் மார்க்கெட்டிலும் பழைய, அரிய நூல்களை வேட்டையாடுவதற்காக என்.எஸ். ராமசுவாமி சுற்றும்போது நானும் அவருடன் எப்போதேனும் இணைந்து கொள்வதுண்டு. ரெஸிடெண்ட் எடிட்டராக இருந்த சையத் நக்வி, விளையாட்டுத் துறை ஆசிரியர் சி.எஸ்.ஏ. சுவாமி (ஓட்டப் பயணத்தில் நிபுணர். ஹிட்லரின் ஜெர்மனியில் நடைபெற்ற ஒலிம்பிக்ஸ் மராத்தானில் கலந்துகொண்டவர்), ராஜன் பாலா (என்

மொழியைக் கூர்மையாக்கியவர். பிரபலங்களில் உலகை எனக்கு அறிமுகப்படுத்தியவர்) போன்றவர்களோடு பழகிய நினைவுகள் மறக்கமுடியாதவை.

அதன்பின், தி இந்துவில் சீனியர் ரிபோர்ட்டராக 1993ஆம் ஆண்டு தூத்துக்குடியில் இணைந்தேன். அப்போது முதல்வராக இருந்தவர் ஜெ. ஜெயலலிதா. துறைமுக நகரையும் உள்பகுதிகளையும் தொழில்மயமாக்கும் முயற்சிகளுக்கு செய்தித்தாள் நிர்வாகத்தின் ஒத்துழைப்பை அவர் நாடியிருந்ததாகச் சொல்லப்பட்ட நிலையில் முதல் 'ஸ்டாஃப் கரஸ்பான்டண்டாக' என்னை அங்கே நியமித்தார்கள். மதுரையில் நியமிக்கப்போவதாக எனக்கு வாக்குறுதி அளித்திருந்த நிலையில் ஒப்பீட்டளவில் சிறிய இடமான தூத்துக்குடிக்குச் செல்லுமாறு என்னைக் கேட்டுக் கொண்டதில எனக்கு வருத்தம்தான். என்றாலும், வேறு வழியின்றி குடும்பத்தோடு தூத்துக்குடிக்குக் குடிபெயர்ந்தேன்.

என் வாழ்வையும் எதிர்காலத்தையும் தீர்மானிக்கும் இடமாக தூத்துக்குடி அமையும் என்று நான் அப்போது நினைத்துக்கூடப் பார்க்கவில்லை. நான் அங்கே தங்கியிருந்த நான்காண்டுகள் மிகப் பெரும் திறப்புகளை எனக்கு ஏற்படுத்தின. என் சமூக, அரசியல் பார்வையை அகலமாகிக்கொள்ளும் களமாக தூத்துக்குடி அமைந்தது. சுற்றுச்சூழல், கடல் சூழலியல், மீனவர் வாழ்வியல், உப்பளத் தொழில் சார்ந்த பிரச்சினைகள், மாசுபடுத்தும் ஆலைகள், சாதி மோதல்கள், வகுப்புவாத சண்டைகள், கலவரங்கள், வன்முறை, மரணம், அழிவு அனைத்தையும் காணமுடிந்தது; அனைத்திலிருந்தும் கற்றுக்கொள்ளமுடிந்தது. சாதி எவ்வளவு நுணுக்கமாக இயங்குகிறது, அதன் வேர் எவ்வளவு ஆழத்தில் படிந்திருக்கிறது, அதன் கிளை எங்கெல்லாம் நீண்டு பரவியிருக்கிறது என்பதை நேரடியாகவே கண்டேன். ஏடுகளில் கிடைக்காத வெளிச்சத்தைக் களத்தில் மட்டுமே தரிசிக்கமுடியும் என்னும் உண்மையை நான் ஆத்மார்த்தமாக உணர்ந்துகொண்டது அங்கேதான்.

பொருளாதாரத்திலும் சமூகத்திலும் நியோலிபரல் கொள்கை அதிரடி மாற்றங்களை ஏற்படுத்திக்கொண்டிருந்த காலம் அது. அனைத்துத் துறைகளிலும், கிட்டத்தட்ட அனைவருடைய வாழ்க்கைமுறைகளிலும் பலவிதமான அடிப்படையான மாற்றங்கள் நிகழ்ந்துகொண்டிருந்தன. இந்தப் பின்னணியில் நான் எழுதிய செய்திக்கட்டுரைகள் பூகம்பங்களாக மாறின.

கொடியங்குளத்தில் நடைபெற்ற காவல்துறை அத்துமீறலை வெளியில் கொண்டுவந்தது தூத்துக்குடியில் தலித் மக்கள் திரண்டெழுந்து போராடுவதற்குத் தூண்டுகோலாக அமைந்தது. நடுநாலுமூலைக்கிணறு தலித் வன்முறைகளை முதலில் வெளியுலகுக்குச் சொன்ன பத்திரிகையாளன் நான். தென் தமிழ்நாட்டில் பத்தாண்டுகாலம் நீடித்த சாதி மோதல்களில் நானூறுக்கும் அதிகமானவர்கள் இறந்துபோயினர், கோடிக் கணக்கான மதிப்புள்ள சொத்துகள் அழிக்கப்பட்டன. இக்கொடுமைகளைத் தொடர்ச்சியாகப் பதிவு செய்தேன்.

சட்ட விரோதமான கடற்கரை மணல் கொள்ளையை 1996ஆம் ஆண்டு முதன் முதலில் அம்பலப்படுத்தினேன். தூத்துக்குடி, திருநெல்வேலி பகுதிகளில் இன்றும் கொள்ளை தொடர்வது உண்மையிலேயே வேதனைக்குரியது. மணல் கொள்ளை போக, மன்னார் வளைகுடாவில் சூழலியல் எப்படியெல்லாம் பாதிப்படைகிறது என்பதைச் சிரத்தையோடு பதிவு செய்தேன். தூத்துக்குடியில் ஸ்டெர்லைட் ஆலையால் ஏற்பட்ட சுற்றுச்சூழல் சீர்கேடுகள் குறித்து 1994 முதல் தொடர்ந்து பல கட்டுரைகள் எழுதினேன். சமூக விரோதிகளிடமிருந்து மிரட்டல்கள் குவிந்தபோது மதுரைக்கு இடமாற்றம் செய்யப்பட்டேன்.

அங்கும் நான் வரித்துக்கொண்டது அதே பணியைத்தான். தலித் மக்கள்மீதான வன்முறை, மனித உரிமை மீறல்கள் ஆகியவற்றில் கவனம் செலுத்தும் வாய்ப்பு அமைந்தது. ரிசர்வ் தொகுதிகளான பாப்பாப்பட்டி, கீரிப்பட்டி கிராமங்களில் பஞ்சாயத்துத் தலைவர் பதவியில் போட்டியிட தலித்துகளால் வேட்பு மனுகூடத் தாக்கல் செய்ய இயலாத நிலை நீடிப்பதை வெளிச்சத்துக்குக் கொண்டு வந்தேன். அதைத் தொடர்ந்து, குடியரசுத் தலைவர் தனது உரையில் இப்பிரச்சினையைக் குறிப்பிட்டார். மேலவளவு கிராமத்தில் தலித் ஊராட்சித் தலைவரும் மேலும் ஐந்து தலித்துகளும் கொல்லப் பட்டது குறித்து நான் எழுதிய கட்டுரைகளுக்காக சுவிட்சர்லாந்திலிருந்து விருது (CESCI) கிடைத்தது. கொடைக்கானலிலுள்ள குண்டுபட்டி கிராமத்தில் தலித்துகள்மீது காவல்துறை நடத்திய தாக்குதல்களை வெளிச்சத்துக்குக் கொண்டுவந்தேன்.

2003இல் சேலத்துக்கு இடம்பெயர்ந்தபோது அங்கும் இதே போன்ற வெளிச்சத்துக்கு வராத நிகழ்வுகளையே பின்தொடர்ந்தேன். கோயில்களில் தலித்துகள் நுழைய அனுமதி

இல்லாத நிலை, தீண்டாமைச் சுவர்கள், பள்ளி சத்துணவுக் கூடங்களில் தலித் பெண்கள் மீதான பாகுபாடு, தலித் பெண் உள்ளாட்சித் தலைவர்களின் இடர்கள், சேலம் மாவட்டத்திலும் சுற்றுவட்டார கிராமங்களிலும் நீடித்த இரட்டைக் குவளை முறை என்று பலவற்றைக் குறித்து எழுதினேன். எடுத்துக்காட்டுக்கு, சேலத்திலுள்ள கங்கவள்ளி வட்டத்தில் கிழக்கு ராஜபாளையம் கிராமத்தில் அமைந்திருக்கும் புராதன சிவன் கோயிலில் தலித்துகள் வழிபடுவதற்குக் காலம் காலமாக அனுமதி மறுக்கப்பட்டு வந்தது. இந்த அநீதியை நான் சுட்டிக்காட்டியதைத் தொடர்ந்து அரசு தலையிட்டு தலித்துகளைத் திரட்டி கோயில் நுழைவைச் சாத்தியமாக்கியது. அதேபோல்,கோயில் நிலமும் சொத்தும் ஏலம் விடப்படும்போது தலித்துகள் அதில் பங்கேற்க அனுமதிக்கப்படுவதில்லை என்பதையும் தரவுகளோடு பதிவு செய்திருந்தேன். அதன்பிறகே முதல் முறையாக தலித் மக்கள் இந்த ஏலங்களில் பங்கேற்கத் தொடங்கினார்கள்.

நாமக்கல்லில் எய்ட்ஸ் நேயால் மரணடைந்த லாரி ஓட்டுநர்களின் மனைவிகள் பட்ட துயரங்களை அதிகாரிகளோ மருத்துவத் துறையோ கண்டுகொள்ளாமல் போனதைக் கவனப்படுத்தினேன். அதன் விளைவாக எய்ட்ஸால் பாதிக்கப்பட்டவர்களுக்கான இலவச மருத்துவ உதவியை மத்திய அரசு அறிவித்தது. நான் வெளிச்சத்துக்குக் கொண்டுவந்த உண்மைகளின் அடிப்படையில் மூன்று விசாரணை ஆணையங்களை அரசு அமைத்திருக்கிறது.

தி இந்துவில் 24 ஆண்டுகள் பணியாற்றிய பிறகு ஃபிரண்ட்லைன் இதழில் இணைந்தேன். நிதானமாகப் பணியாற்றவும் நீண்ட கட்டுரைகளை எழுதவும் இங்கே வாய்ப்புக் கிடைத்தது. சமூகப் பொறுப்போடு, நடுநிலையோடு, துணிச்சலாகப் பல செய்திக் கட்டுரைகளை எழுத முடிந்தது. கிரானைட், மணல் என்று இயற்கை வளங்கள் கொள்ளை போவது குறித்து நான் எழுதிய முகப்புக் கட்டுரைக்கு பால கைலாசம் நினைவு விருது அளிக்கப்பட்டது. ஜஸ்டிஸ் சிவராஜ் பட்டீல் விருது கிடைத்தது.

•

கடந்த நாற்பதாண்டுகளாகத் தமிழக தலித் பிரச்சினைகளைப் பல்வேறு கோணங்களிலிருந்து பதிவு செய்து வருகிறேன். அதன் ஒரு பகுதியாக ஆணவக்கொலைகளைத் தனிக்கவனம் செலுத்தி ஆராயத் தொடங்கினேன். ஆணவக்கொலைகள் நடைபெற்ற

இடங்களில் விரிவாக, நிறைய பயணங்கள் மேற்கொண்டேன். பாதிக்கப்பட்டவர்களின் உறவினர்களோடும் நண்பர்களோடும் உரையாடும் வாய்ப்பு அமைந்தது. வழக்கில் சாட்சியம் அளித்தவர்கள், அரசியல் செயற்பாட்டாளர்கள், வழக்கறிஞர்கள் என்று தொடங்கி பலரோடு பேசினேன்.

ஆணவக்கொலைகள் குறித்த தனித்துவமான பார்வையொன்று கிடைத்தது. கண்ணுக்குப் புலப்படாத வகையில் சாதி நுணுக்கமாகத் தமிழ் மண்ணில் பரவியிருப்பதை உணர்ந்தேன். சமூகத்தோடு, குறிப்பாக அரசியல் அமைப்புகளோடு சாதி கொண்டிருந்த சிக்கலான உறவைப் புரிந்துகொள்ளமுடிந்தது. சாதியைக் கேட்பாட்டு ரீதியில் அணுகுவதற்கும் கள யதார்த்தத்தைக் கொண்டு அணுகுவதற்கும் இடையிலான வேறுபாட்டையும் அறிந்துகொள்ள முடிந்தது. இந்த அனுபவங்களின் அடிப்படையில் என் எழுத்தை ஒழுங்குபடுத்திக் கொண்டேன்.

ஆணவக்கொலைகளைப் பலரும் பல விதங்களில் எழுதி விட்டார்கள், காட்சிப்படுத்திவிட்டார்கள். கோட்பாட்டு ரீதியிலான பார்வைகளும் முன்வைக்கப்பட்டுள்ளன. இந்நிலையில் இதே பொருளில் ஒரு புதிய புத்தகம் தேவையா என்னும் கேள்வி உங்களுக்கு எழலாம். தேவை என்று நான் நம்புகிறேன். ஆணவக்கொலைதான் இந்நூலின் மையம் என்றாலும் இது மரணத்தின் புத்தகமல்ல. வாழ்வின் புத்தகமும்தான். ஓர் ஆணவக்கொலை எப்படி நிகழ்கிறது என்பதோடு முடிந்து விடாமல் ஏன் நிகழ்கிறது என்னும் கேள்வியையும் எழுப்பி வாழ்வின் அத்தனைப் பக்கங்களையும், சமூகத்தின் அத்தனைத் துறைகளையும் ஆராய்கிறது. நமக்கும் சக மனிதர்களுக்கும் இடையிலான முரணை, நம் லட்சியத்துக்கும் நடைமுறைக்கும் இடையிலான முரணை, நாம் ஒவ்வொருவரும் அணிந்து கொண்டிருக்கும் முகமூடிக்கும் அதன் பின்னால் ஒளிந்து கொண்டிருக்கும் நம் நிஜ முகத்துக்கும் இடையிலான முரணை இந்நூல் கவனப்படுத்துகிறது. சமூக நீதியின் நிலமாக முன்னிறுத்தப்படும் இதே தமிழ்நாட்டில்தான் சாதி எனும் அரக்கனும் உயிர்த்திருக்கிறது. வெறுமனே உயிர்த்திருந்தால் போதாதென்று காதலர்களைக் கொன்றுப் புசித்துக் கொழித்துக் கொண்டும் இருக்கிறது. இந்தப் பெருமுரணை, அபாயத்தை இயன்றவரை அழுத்தமாக இந்நூலில் உணர்த்த விரும்புகிறேன்.

எங்கோ, யாருக்கோ நடைபெற்ற கொடூரமாக ஆணவக் கொலையை எடுத்துக்கொள்ளமுடியாது. கொலையுண்டவர்கள் நமக்கு அந்நியர்களாக இருந்தாலும் கொலையாளியான சாதியை நாம் அனைவரும் அறிவோம். இக்கட்டுரைகளை நான் எழுதிக்கொண்டிருந்தபோது ஒவ்வொரு முறையும் இந்தக் கொலையாளியை மிக அருகிலிருந்து கண்டு திடுக்கிட்டுப் போனேன். பெற்றோரே தங்கள் குழந்தைகளைக் கொல்லும் அளவுக்குச் சாதி வெறி ஒரு நோய் போல் மனிதர்களைப் பீடித்திருந்தது என் இதயத்தில் ஆறாத வடுவை ஏற்படுத்தியது. அந்த வடு இந்நூல் முழுக்கப் பரவியிருப்பதை வாசிப்பவர்கள் உணரலாம்.

என் எழுத்துகளின் திரட்சி மட்டுமல்ல, என் அனுபவங்களின் திரட்சி என்றும் இந்நூலை அழைக்கமுடியும். இதிலுள்ள பெரும்பாலான கட்டுரைகள் ஃபிரண்ட்லைன், தி இந்து ஆகியவற்றில் ஆங்கிலத்தில் வெளிவந்தவை. தமிழில் இதை நான் கொண்டுவருவதற்கான காரணத்தையும் சொல்லியாகவேண்டும். நேரடி அனுபவங்களின் அடிப்படையில் ஆணவக்கொலைகள் குறித்த நூல் இதுவரை தமிழில் சொல்லப்படவில்லை. புலனாய்வு இதழ்களிலும் சமூக ஊடகங்களிலும் வெளிவந்த பல பதிவுகள் உண்மைக்குப் புறம்பானவையாகவும் சாதி சார்புகள் கொண்டவை யாகவும் இருப்பதைக் கவனித்தேன். வெளிப்படையாகவும் மறைந்துகொண்டும் சாதி அரசியல் குழுக்கள் செல்வாக்கோடு வலம் வரும் ஓரிடமாகச் சமூக வலைத்தளம் இருப்பதையும் பார்க்கிறேன். இந்தப் பின்னணியில் தெளிவான, மிகையற்ற, நேரடி நூல் ஒன்று இப்பொருள் குறித்து வெளிவருவதற்கான தேவை உள்ளது என்று நம்புகிறேன்.

ஆங்கிலத்திலிருந்து தமிழுக்கு வந்திருப்பதால் இதை ஒரு மொழிபெயர்ப்பு நூல் என்று அழைக்கமுடியும் என்றாலும் அந்த வரையறையைக் கடந்து புதிய தகவல்களையும் விவாதங்களையும் சேர்த்து, புதிய வடிவமும் கொடுத்திருக்கிறேன்.

எழுத, எழுத பல புதிய வாசல்கள் திறந்து கொண்டே இருந்தது. முன்பு கண்ட காட்சிகள் பல இப்போது புதிய கோணங்களில் வெளிப்பட்டன. குறுகிய காலம்தான் என்றாலும் இளவரசனோடு நெருக்கமாகப் பழகமுடிந்தது. தன் மரணத்துக்கு முந்தைய நாள் தி.நகர் விடுதியில்தான் இளவரசன் தங்கியிருந்தார். மனைவி அவரைவிட்டுப் பிரிந்து சென்றதும் அன்றுதான். இது உளவியல்

ரீதியாக என்னைப் பாதித்தது. நினைக்கும்போதெல்லாம் இப்போதும் அந்த வலியை என்னால் உணரமுடிகிறது. தனது மனைவியோடு மெரினா கடற்கரையில் எடுத்த மொபைல் படத்தை என்னோடுதான் இளவரசன் பகிர்ந்துகொண்டிருந்தார். அதை பிரண்ட்லைனில் வெளியிட்டதைத் தொடர்ந்து அப்படம் வைரலாக எங்கும் பரவியது.

ஆணவக்கொலைகளை நெருக்கமாக ஆராயத் தொடங்கியது அதன்பிறகுதான். உடுமலைப்பேட்டை சங்கரின் படுகொலையைத் தொடர்ந்து அவர் மனைவி கௌசல்யா மனம் திறந்து என்னோடு பகிர்ந்துகொண்ட நினைவுகள் ஆணவப்படுகொலை பற்றிய வேறொரு பரிமாணத்தை எனக்கு அளித்தது. அதேபோல் திருச்செங்கோடு கோகுல்ராஜ் கொலையை விரிவாகப் பதிவு செய்தேன். அவர் தாயின் அலறல் சத்தம் இன்னமும் என் காதுகளில் ஒலித்துக்கொண்டிருக்கிறது.

●

ஃபிரண்ட்லைனின் அசாத்தியமான பணிச்சூழலைக் குறிப்பிட்டுச் சொல்லியாகவேண்டும். சுதந்திரமும் ஜனநாயகமும் சமத்துவமும் உயிர்த்திருக்கும் அற்புதமான ஓரிடமாகவே அது எப்போதும் எனக்கு இருந்திருக்கிறது. இப்போதும் அவ்வாறே இருக்கிறது. ஃபிரண்ட்லைனில் எனது கட்டுரைகள் தொடர்ச்சியாக வெளிவருவதற்கு காரணமாக இருந்த அன்றைய ஆசிரியர் ஆர். விஜயசங்கருக்கு அன்பும் நன்றியும். கட்டுரைகளை மொழி பெயர்ப்பதற்கும் சில புகைப்படங்களைப் பயன்படுத்திக் கொள்வதற்கும் விஜயசங்கர் எனக்கு அனுமதி அளித்தார். அவருக்கும் இந்து நூலகத்துக்கும் தனியே இதற்கு நன்றி சொல்லவேண்டும். இந்து நிறுவனத்துக்கும் நன்றி சொல்ல கடமைப்பட்டிருக்கிறேன். சமூக பொறுப்புள்ள ஓர் ஊடக நிறுவனமாகத் திகழ்வதால்தான் என்னைப் போன்றவர்கள் அச்சமின்றி எழுதிக்கொண்டிருக்கிறோம், இயங்கிக் கொண்டிருக்கிறோம். அதற்குப் பெருமளவு காரணமாக இருந்த திரு. என் ராமுக்கு நன்றி.

செழுமையான, உணர்வுபூர்வமான நடையில் மொழியாக்கம் செய்திருக்கும் நண்பர் மருதனுக்கு எனது நன்றியும் அன்பும். ஆரம்பப்பகுதிகளை மொழிபெயர்த்த நிவேதிதா லூயிஸுக்கு நன்றி. பாதிக்கப்பட்டவர்களின் குடும்பத்தினர், களச் செயற் பாட்டாளர்கள், அவர்களுடைய நிறுவனத்தினர் என்று பலர்

வெவ்வேறு சந்தர்ப்பங்களில் உதவிக்கரம் நீட்டியுள்ளனர். ஆணவப்படுகொலையின் உளவியலைப் புரிந்துகொள்ள உதவிய இவர்கள் அனைவரையும் நினைவுகூர்வதும் அவர்களுக்கு நன்றி கூறுவதும் என் கடமை. எங்கள் பெயரை குறிப்பிடவேண்டாம் என்று சொல்லி பல முக்கியமான தகவல்களை என்னிடம் சிலர் பகிர்ந்துகொண்டிருக்கிறார்கள். அவர்களை நன்றியோடு நினைத்துப் பார்த்துக்கொள்கிறேன்.

எனக்குத் தேவைப்பட்ட பல முக்கியமான புள்ளிவிவரங்களையும் சில தனித்துவமான வழக்குகள் குறித்த பார்வையையும் பகிர்ந்துகொண்ட எவிடென்ஸ் கதிருக்கு நன்றி. எனது திட்டத்தை முன்வைத்தபோது ஆர்வத்தோடு ஏற்றுக்கொண்ட பதிப்பாளர் பத்ரி சேஷாத்ரிக்கும் இந்நூலைச் சிறப்பாகக் கொண்டு வந்திருக்கும் கிழக்கு பதிப்பகத்துக்கும் எனது நன்றி.

இவ்வளவு பெரிய பணியை அறுபதுகளில் இருக்கும் நான் துணிவோடு மேற்கொண்டிருக்கிறேன் என்றால் அதற்கு என் குடும்பமும் நண்பர்களும்தான் காரணம். அவர்களுடைய ஆதரவும் அன்பும் இல்லாமல் போயிருந்தால் இந்நூல் எழுதப்பட்டிருக்காது. சக இதழாளரும் குடும்ப நண்பருமான ஏ.ஆர். மெய்யம்மை அளித்த ஊக்கத்தை என்றும் நினைவில் வைத்திருப்பேன். கரோனா தொற்று என் உடலையும் உள்ளத்தையும் அச்சுறுத்திக் கொண்டிருந்தபோது என் மனைவி, மகள், மருமகன், பேத்தி தனிஷ்கா கணேஷ்குமார் அனைவரும் என் கரம் பற்றி என்னோடு நின்றனர். முழுக்க எழுதி முடிப்பதற்கான வலுவைத் தந்தவர்கள் அவர்கள். அவர்கள் என்மீது வைத்திருக்கும் நம்பிக்கைக்கும் அன்புக்கும் நன்றி.

ஹைதராபாத்தில் இருக்கும் டாடா சமூகவியல் மையத்தில் பணியாற்றும் சௌஜன்யா தமலபகுலா எழுதிய ஒரு முக்கியமான ஆய்வுக்கட்டுரையை பொருத்தம் கருதி இந்நூலோடு இணைத்திருக்கிறேன். கலப்பு மணத்தை மையப்படுத்தி அவர் எழுதியிருக்கும் இக்கட்டுரை சாதி குறித்த நம் பார்வையை மேலும் விரிவாக்கும் என்று நம்புகிறேன். மொழிபெயர்க்க அனுமதி அளித்த சௌஜன்யாவுக்கு நன்றி.

'கிழக்கு டுடே' இதழில் தொடராக இந்நூல் வெளிவந்தபோது உடனுக்குடன் வாசித்து கருத்துகளைப் பகிர்ந்துகொண்ட சமூக வலைத்தள நண்பர்களுக்கு எனது நன்றி.

இந்நூலின் ஆன்மா என்பது உண்மை மட்டும்தான். நான் கண்டறிந்த உண்மையை மிகையின்றி, திரிபுகளின்றி உள்ளது உள்ளபடி பதிவு செய்திருக்கிறேன். ஒரு பத்திரிகையாளன் செய்ய வேண்டியது இதைத்தான் என்று நம்புகிறேன். சாதியமைப்பு குறித்த சமூகத்தின் புரிதலை அதிகப்படுத்த இந்நூல் ஏதேனும் ஒரு வகையில், சிறிய அளவில் உதவுமானால் என் பணி நிறைவுற்றதாகக் கருதுவேன். என் பத்திரிகைப் பணியைத் தொடங்கியபோது இருந்த அதே உத்வேகத்தோடு, அப்போது ஏற்றுக்கொண்ட விழுமியங்களை அதே போல் உயர்த்திப் பிடித்தபடி என் பயணத்தைத் தொடர்கிறேன். கல்வி கரையில கற்பவர் நாள் சில.

இளங்கோவன் ராஜசேகரன்

சென்னை

கௌசல்யா – சங்கர்

‘காதல் கல்யாணமா செய்கிறாய்?’

எப்போது வேண்டுமானாலும் உடைந்துவிடலாம் என்று எண்ணக்கூடிய தோற்றம். மெல்லிய குரலில்தான் பேசுகிறார். ஆனால் அவரிடமிருந்து புறப்பட்டு வரும் சொற்களின் வலிமையும் அந்த வலிமைக்குப் பின்னால் புதைந்து கிடக்கும் வலிகளும் அவர் ஆளுமையைப் பன்மடங்கு உயர்த்துகின்றன. ‘தமிழ்நாடு மிகத் தீவிரமாக ஒரு போரை முன்னெடுக்க வேண்டியிருக்கிறது’ என்கிறார் கௌசல்யா. ‘நம்மையெல்லாம் சீரழித்துக்கொண்டிருக்கும் சாதி ஒழியவேண்டும். சாதியில்லாத சமூகம் அமையவேண்டும்.’

உருவமற்றது, தொட்டுணரமுடியாதது என்றெல்லாம் வர்ணிக்கப் படும் சாதியின் கோர முகத்தை மிக அருகிலிருந்து கண்டவர் அவர். சாதி என்னவெல்லாம் செய்யும் என்பதை அனுபவப்பூர்வமாக அறிந்தவரும்கூட. அவர் வாழ்நாளில் மறக்கமுடியாத ஒரு தினம் *13 மார்ச் 2016.*

தேசிய அளவில் மட்டுமல்ல சர்வதேச அளவிலும் பின்னலாடை தொழிலுக்குப் பெயர் பெற்ற நகரம் திருப்பூர். திருப்பூர் மாவட்டத்தின் மேற்குப் பகுதியில் அமைந்துள்ளது உடுமலைப் பேட்டை. அம்மாவட்டத்திலேயே மிகப் பெரிய நகராட்சி இதுவே. *13* மார்ச் அன்று தனது கணவர் சங்கருடன் பேருந்து நிலையத்தில் நுழைவதற்காக எதிரில் காத்திருந்தார் கௌசல்யா. திடீரென்று சுற்றி வளைத்த ஒரு கும்பல் இருவரையும்

மூர்க்கத்தனமாகத் தாக்கத் தொடங்கியது. ரத்த வெள்ளத்தில் தரையில் சாய்ந்த சங்கர் அங்கேயே இறந்துபோனார். நீலச் சட்டையும் ஜீன்ஸ் பேண்டும் நிலைக்குத்திய கண்களுமாகக் கிடந்தது அவர் உடல். வெட்டுக் காயங்களோடு நினைவிழந்து விழுந்த கௌசல்யாவைச் சிலர் தூக்கிச்சென்று மருத்துவ மனையில் சேர்த்தனர். பட்டப்பகலில், சுட்டெரிக்கும் வெய்யிலில், பரப்பரப்பான மக்கள் கூட்டத்துக்கு மத்தியில் எல்லாமே நடந்து முடிந்துவிட்டது.

காதலும் வன்முறையும்

சங்கர் செய்த குற்றம் சாதி மாறிக் காதலித்தது. 21 வயது சங்கர் பள்ளர் சாதியைச் சேர்ந்த ஒரு தலித். உடுமலைப்பேட்டைக்கு அருகிலுள்ள குமரிலிங்கம் எனும் கிராமத்தைச் சேர்ந்தவர். மெக்கானிகல் பொறியியல் படிப்பு படித்தவர். அவருடைய தவறு 19 வயது கல்லூரி மாணவி கௌசல்யாமீது காதல் வயப்பட்டதுதான். கௌசல்யா திண்டுக்கல் மாவட்டத்திலுள்ள பழனியைச் சேர்ந்தவர். மணியக்காரர் சாதியைச் சேர்ந்தவர். ஓபிசி எனப்படும் பிற பிற்படுத்தப்பட்டப் பிரிவுகளில் ஒன்றான அகமுடையார் சமூகத்தைச் சேர்ந்தவர். சாதிய அடுக்கில் கௌசல்யா மேல்நிலையிலும் சங்கர் கீழ்நிலையிலும் இருந்ததுதான் பிரச்னைக்கான வேர்.

11 ஜூலை 2015 அன்று இருவரும் கௌசல்யாவின் ஊரான பழனியிலுள்ள ஒரு கோயிலில் திருமணம் செய்துகொண்டனர். தங்கள் காதல் திருமணமாக மலர்ந்ததில் இருவருக்கும் மகிழ்ச்சிதான் என்றாலும் தேவதைக் கதைகளில் வருவதுபோல் மகிழ்ச்சியாக இருவரும் சேர்ந்து வாழ்வது கடினம் என்பதை இருவருமே உணர்ந்திருந்தனர். சாதியின் எல்லைக்கோட்டைக் கடந்து காதலிப்பது குற்றமென்றால் திருமணம் செய்துகொள்வது கொடுங்குற்றம் என்பதை இருவரும் உணர்ந்திருந்தனர்.

மாலை மாற்றிக்கொண்ட கையோடு இருவரும் 20 கிமீ தள்ளியுள்ள மடத்துக்குளம் காவல் நிலையத்தில் சரணடைந்து, ‘எங்களுக்குப் பாதுகாப்பு அளியுங்கள்’ என்று எழுத்துப்பூர்வமாகக் கோரிக்கை விடுத்தனர். திருமணம் என்பது ஒரு பாதுகாப்பு வளையமல்ல என்பதை இருவரும் உணர்ந்திருந்தனர் என்பதால்தான் காவல் துறையிடம் சென்று உதவி கேட்கவேண்டும் என்று அவர்களுக்குத் தோன்றியிருக்கிறது.

நடந்து முடிந்துவிட்டது. இனி எதுவும் செய்வதற்கில்லை. இருவரும் எக்கேடாவது கெட்டுத் தொலையட்டும் என்று கௌசல்யாவின் பெற்றோர் இருந்திருக்கலாம்தான். ஆனால் இயலவில்லை. கௌசல்யாவின் திருமணத்தை ஒரு களங்கமாகவே அவர்கள் கண்டிருக்கிறார்கள். அந்தக் களங்கத்தைத் தன் மகளே துடைத்து அழித்துச் சுத்தம் செய்யவேண்டும் என்றும் கருதியிருக்கின்றனர்.

'என் அம்மா, பாட்டி, இரு அத்தைகள் அனைவரும் காவல் நிலையத்துக்கு வந்தனர். பட்டியல் சாதியைச் சேர்ந்த சங்கரோடு சேர்ந்து வாழ்வதென்பது சாத்தியமே இல்லை. நீ செய்துகொண்ட திருமணம் செல்லவே செல்லாது. எங்களோடு வந்துவிடு என்று அழைத்தனர். நான் சங்கரோடுதான் வாழ்வேன். உன்னோடு வரமாட்டேன் என்று அவர்களுக்குச் சொன்னேன்' என்கிறார் கௌசல்யா. அப்படியானால் எங்கள் உடைமைகள் எல்லா வற்றையும் திருப்பிக்கொடு என்று கௌசல்யாவிடம் அவர் அம்மா கோபத்தோடு கேட்க, அணிந்திருந்த நகைகள் அனைத்தையும் கழற்றி ஒப்படைத்திருக்கிறார் கௌசல்யா. 'அம்மா என் செருப்பை எடுத்து அதை வாயில் வைத்துக் கடித்து வீசியெறிந்தார்' என்று அன்றைய நிகழ்வின் பயங்கரத்தைப் பின்னர் நீதிமன்றத்தில் பதிவு செய்தார் கௌசல்யா.

குமரிலிங்கத்தில் சங்கர் குடியிருந்த ஒற்றை அறை கொண்ட ஓட்டு வீட்டுக்குக் குடிபெயர்ந்த கௌசல்யா தன் வாழ்வின் புதிய பக்கமொன்றைத் திருப்பினார். ஆனால் கௌசல்யாவின் பெற்றோர் மறக்கவோ மன்னிக்கவோ தயாராக இல்லை. தன் மகளின் 'பெருங்குற்றத்தை' அமைதியாகக் கடந்து செல்ல அவர்களால் முடியவில்லை. கௌசல்யாவைத் தொடர்ந்து அவர்கள் அச்சுறுத்தி வந்தனர்.

இன்னொரு பக்கம் கல்வியா, குடும்ப வாழ்வா எனும் தவிர்க்கவியலாத கேள்வியையும் கௌசல்யா எதிர்கொள்ள வேண்டியிருந்தது. சங்கராவது தொடர்ந்து படிக்கட்டும் என்று தனது கல்லூரிப் படிப்பைக் கைவிட்டார். சங்கர் அங்கிருந்து 28 கிமீ தள்ளி பொள்ளாச்சியில் அமைந்துள்ள ஒரு தனியார் கல்லூரியில் பொறியியல் படிப்புப் படித்துக்கொண்டிருந்தார். முன்னதாக, 2003ஆம் ஆண்டு பாலிடெக்னிக் படிப்பை அவர் முடித்திருந்தார்.

விரைவில் ஒரு பொறியியலாளராக வெளியில் வந்தார் சங்கர். அவர் குடும்பத்தின் முதல் பட்டதாரி. அந்த வகையில் ஒரு

முன்னுதாரணமாக அவர் குடும்பத்துக்கு வெளியிலும் பார்க்கப் பட்டிருக்கிறார். இதை அவர் சகோதரர் விக்னேஸ்வரனும் உறுதி செய்கிறார். ‘சங்கர் மெக்கானிக்கல் எஞ்சினியராகத் தேர்ச்சி பெற்ற செய்தி கேட்டதும் ஒட்டுமொத்த கிராமமும் கொண்டாடி மகிழ்ந்தது. எங்கள் கிராமத்திலேயே முதல் முறையாக பொறியியல் பட்டம் பெற்றது சங்கர்தான்.’

‘சங்கரின் படிப்புக்காக எங்கள் அப்பா 4 லட்சம் ரூபாய் கடன் வாங்கியிருந்தார். வங்கியிலிருந்து ஒரு லட்சம்தான் கிடைத்தது. மிச்ச பணத்தை அவர் வட்டிக்குதான் வாங்கியிருந்தார்’ என்கிறார் விக்னேஸ்வரன். சங்கர் கொல்லப்பட்டபோது உடுமலைப் பேட்டையில் பி.எஸ்ஸி கணிணியியல் படித்து வந்தார் விக்னேஸ்வரன்.

படிப்பு முடிந்த கையோடு கேம்பஸ் இண்டர்வியூவில் வேலை கிடைத்தது. ஏப்ரல் மாத வாக்கில் கௌசல்யாவோடு சென்னைக்குக் குடிபெயரலாம் என்று சங்கர் முடிவு செய்திருந்தார்.

‘அவர்கள் (பெண்ணின் குடும்பத்தினர்) இந்த அளவுக்குச் செல்வார்கள் என்று நான் எதிர்பார்க்கவில்லை’ என்கிறார் சங்கரின் மறைந்த தந்தை வேலுச்சாமி. அவர் ஒரு கூலித் தொழிலாளர். தலையில் சுமையை ஏற்றி இறக்கும் கடினமான வேலை செய்துவந்தவர். படித்து முடித்து நல்ல வேலையிலும் அமர்ந்திருக்கும் சங்கரை நினைத்து அவர் எவ்வளவு பெருமிதம் கொண்டிருப்பார் என்று நாம் யூகித்துக்கொள்ளலாம். ‘சங்கருக்குச் சென்னையில் வேலை கிடைத்ததை அறிந்ததும் இனி அவர்கள் அங்கே பாதுகாப்பாக இருப்பார்கள் என்றுதான் நினைத்தோம். இனி எல்லாம் இயல்பானதாக மாறிவிடும் என்றும் நம்பினோம்.’

கௌசல்யா தன் கல்லூரிப் படிப்பைத் தனக்காக இடைநிறுத்திக் கொண்டது சங்கருக்குத் தெரியும். இது என் முறை. கௌசல்யாவின் கனவை நிறைவேற்றவேண்டியது தன் கடமை என்பதை சங்கர் உணர்ந்திருந்தார். ‘கௌசல்யா சென்னையில் படிப்பைத் தொடரவேண்டும் என்று என் மகன் விரும்பினான்’ என்கிறார் வேலுச்சாமி.

விட்ட இடத்திலிருந்து வாழ்வைத் தொடர்ந்துவிடலாம் என்றுதான் எல்லோரும் நினைத்திருக்கிறார்கள். கனவும் கண்டு வந்திருக்கிறார்கள். அந்தக் கனவுகளோடுதான் சங்கரும் கௌசல்யாவும் உடுமலைப்பேட்டைக்கு மார்ச் 13 அன்று

வந்திருக்கிறார்கள். கடைத்தெருவுக்குச் சென்று தங்களுக்கு வேண்டிய பொருள்களை வாங்கிக்கொண்டு செல்வதுதான் திட்டம். திட்டமிட்டபடியே எல்லாவற்றையும் வாங்கி முடித்தனர். சங்கருக்கு எடுத்த ஒரு புது சட்டையும் பையில் இருந்தது.

மதியம் சரியாக 2.15 மணிக்கு இருவரும் உடுமலைப்பேட்டை பேருந்து நிலையம் நோக்கிச் சென்றுகொண்டிருந்தனர். பழனி பிரதானச் சாலையின் தெற்குப் பகுதி வழியாகச் சாலையைக் கடப்பதற்காக இருவரும் காத்திருந்தனர். மொத்தம் ஐந்து பேர் தங்களுக்குள் பேசி வைத்துக்கொண்டு, திட்டமிட்டு அவர்களைப் பின்தொடர்ந்திருக்கிறார்கள். அவர்களை எங்கே எதிர்கொள்ள வேண்டும், எதிர்கொள்ளும்போது என்ன செய்யவேண்டும் என்பதையும்கூட முன்கூட்டியே பேசி வைத்திருந்தனர். தாக்குவதற்கும் வெட்டிச் சாய்ப்பதற்கான ஆயுதங்கள் அவர்களிடம் தயாராக இருந்தன.

கண்மூடி திறப்பதற்குள் ஐந்து பேர் கொண்ட கும்பல் இருவரையும் வழிமறித்துத் தாக்குதலைத் தொடங்கிவிட்டது. சில கணங்கள் தான். நீண்ட அரிவாளால் சங்கரின் தலையை வெட்டியிருக் கிறார்கள். வெட்டுப்பட்டு விழுந்த சங்கர் பிடித்துத் தள்ளப் பட்டிருக்கிறார். கீழே விழும்போது அவர்களில் ஒருவன் ஆத்திரம் பொங்கப் பின்வருமாறு திட்டியிருக்கிறான். 'எங்க ஜாதி புள்ளைய மேரேஜ் பண்ணுவாயாடாய்' என்று ஆரம்பித்து மோசமான வசையில் முடிந்திருக்கிறது. சங்கரின் சாதியின் பெயரைத் தெள்ளத்தெளிவாகச் சுட்டிக்காட்டி அவமானப்படுத்தும் வசைச்சொற்கள் அவை. 'என்னடா பள்ளப்பயலுக்கு காதல் திருமணம் ஒரு கேடா, செத்துத்தொலைடா!'

இந்தக் கொலை எதற்காக என்பதில் எந்த ஐயமும் எவருக்கும் ஏற்பட்டுவிடக்கூடாது என்னும் உறுதி அந்தச் சொற்களில் வெளிப்பட்டது. அவர்களைப் பொருத்தவரை கொலையல்ல அது. தண்டனை. மரண தண்டனை விதிக்கப்படும்போது எதற்காக தண்டனை என்பது குற்றவாளிக்குத் தெளிவாகச் சொல்லப் படுகிறது அல்லவா? அந்த வழக்கமே இங்கும் பின்பற்றப் பட்டிருக்கிறது. 'உனக்கென்று ஓரிடம் ஒதுக்கப்பட்டிருக்கிறது. அந்த இடத்தில்தான் நீயும் உங்களைப் போன்றவர்களும் புழங்கிக்கொள்ளவேண்டும். அதன் எல்லையை நீ கடந்திருக்கிறாய். 'எங்க ஜாதி' எல்லைக்குள் நீ அத்துமீறி

பிரவேசித்திருக்கிறாய். அதன்மூலம் எங்கள் மாண்பு கெட்டுப் போய்விட்டது. உன் காதலும் திருமணமும் எங்களை அசுத்தப் படுத்திவிட்டது. எனவே நீ இறக்கவேண்டும்.'

பொங்கி வெடிக்கும் வன்மத்தோடு சங்கரின் வலது கரத்திலும் கழுத்திலும் மாற்றி மாற்றி வெட்டியிருக்கிறார்கள். கௌசல்யாவையும் அதே வன்மத்தோடு தாக்கப்பட்டிருக்கிறார். 'இத்தோடு செத்துத்தொலைடி' என்று நீளமான கத்தியால் அவர் தலையின் வலது பக்கமும் இடது கை விரல்களிலும் வெட்டியிருக்கிறார்கள். கௌசல்யா இழைத்த குற்றம் என்ன என்பதும் அங்கேயே அறிவிக்கப்படுகிறது. துடித்து விழுந்த கௌசல்யாவைப் பார்த்து ஒருவன் கத்தியிருக்கிறான். 'காதல் கல்யாணமா செய்கிறாய்?'

இது சாதிக்காக, சாதியின் பெயரால் நிகழ்த்தப்பட்டிருக்கும் வன்முறை என்பதை இதைவிடவும் பட்டவர்த்தனமாக அறிவிக்கமுடியுமா?

‘சாதியின் பேரமைதி’

ஐவரில் ஒருவர் கௌசல்யாவுக்குச் சொந்தக்காரர் என்பது பின்னர் தெரியவந்துள்ளது. சங்கரை விரட்டி, விரட்டி சரமாரியாகக் கத்தியால் குத்தியிருக்கிறார். சங்கரைக் காப்பாற்ற முனைந்த கௌசல்யாவையும் தாக்கியிருக்கிறார். சங்கரைக் கொன்றுவிட்டு, கௌசல்யாவையும் தாக்கிவிட்டு ஐந்து பேரும் வந்த வழியே புறப்பட்டுச் சென்றிருக்கிறார்கள். சுற்றிலும் நல்ல கூட்டம். இருந்தும் அவர்கள் வந்தபோதும் சரி, தாக்கும்போதும் சரி, தாக்கிவிட்டு இரு சக்கர வாகனங்களில் தப்பியோடும்போதும் சரி; ஒருவரும் அவர்களைத் தடுத்ததுபோல் தெரியவில்லை.

ரத்த வெள்ளத்தில் கிடந்த இருவரையும் உடுமலைப்பேட்டை மருத்துவமனைக்கு முதலில் தூக்கிக்கொண்டு சென்றனர். பிறகு இருவரும் கோயம்புத்தூர் அரசு மருத்துவமனைக்குக் கொண்டு செல்லப்பட்டனர். ஆனால் சங்கர் முன்பே இறந்துவிட்டதாக மருத்துவர்கள் தெரிவித்தனர். கௌசல்யாவுக்குத் தலையில் 18 தையல் போட்டிருக்கிறார்கள்.

அருகிலிருந்த ஒரு கடையில் பொருத்தப்பட்டிருந்த சிசிடிவி காமிராவில் இந்தப் பதைபதைக்கச் செய்யும் சம்பவம் முழுக்கப் பதிவாகியுள்ளது. எப்படியோ இது வெளியில் கசிந்து, சமூக வலைத்தளம் முழுக்க நெருப்பு போல் பற்றிப் பரவ ஆரம்பித்துவிட்டது. சமீப காலங்களில் மிகுந்த பரபரப்போடு பரப்பப்பட்ட காணொளிக் காட்சிகளில் ஒன்றாக இது அநேகமாக இருக்கக்கூடும். சிவில் சமூகம் இதைக் கண்டு அதிர்ச்சியில் உறைந்துபோனது.

ஐந்து பேரும் காவல் துறையினரால் கைது செய்யப்பட்டனர். கௌசல்யாவின் தந்தை சின்னசாமி மாஜிஸ்ட்ரேட் நீதிமன்றத்தின் சரணடைந்தார். சின்னசாமி ஒரு ரியல் எஸ்டேட் புரோக்கர், வட்டிக்குக் கடன் கொடுக்கும் தொழிலும் செய்து வந்தவர்.

சாதியும் சாதி மீறலும்

'எங்கள் கிராமத்தில் 1500 பள்ளர் குடும்பங்கள் வசித்து வருகின்றன' என்கிறார் வேலுச்சாமி.

கிராமங்களில் பொதுவாக, குறிப்பிட்ட சாதி வட்டத்துக்குள்தான் திருமணங்கள் நடைபெறும் என்றாலும் சாதி விட்டு சாதி மணம் செய்துகொள்ளும் வழக்கமும் அவ்வப்போது நடைபெற்றுக் கொண்டுதான் இருந்திருக்கிறது. பெரும்பாலும் பெற்றோரின் சம்மதம் பெறாமல்தான் கலப்பு மணங்கள் நடைபெறுவது வழக்கம்.

குமரிலிங்கம் பல கலப்பு மணங்களைக் கண்டிருக்கிறது. பள்ளர், அருந்ததியர், வன்னியர் ஆகியோருக்கு இடையில் திருமணங்கள் நடந்திருக்கின்றன. சாதி கடந்து மட்டுமல்ல மதம் கடந்தும் மண உறவுகள் மலர்ந்திருக்கின்றன.

பள்ளர்களுக்கும் முஸ்லிம்களுக்கும் இடையில் குமரிலிங்கத்தில் திருமணங்கள் நடைபெற்றிருக்கின்றன. கலப்பு மணம் புரிந்து கொண்டவர்கள் பெரிதாக எந்த இடையூறும் இன்றி சுமூகமாகத்தான் வாழ்ந்து வருகிறார்கள்.

உடுமலைப்பேட்டையைச் சேர்ந்த ஒரு தலித் செயற்பாட்டாளரும் இதை ஒப்புக்கொள்கிறார். 'கிட்டத்தட்ட 40 குடும்பங்களில் ஒன்றோ இரண்டோ கலப்புத் திருமணங்கள் நடைபெற்றிருக் கின்றன.' அவர்களைப் போலவே சங்கரும் கௌசல்யாவும் ஏன் வாழ்ந்திருக்கமுடியாது? ஏனென்றால், 'முதல் முறையாக முக்குலத்தோரில் ஒரு பிரிவைச் சேர்ந்த ஒரு பெண் ஒரு தலித்தை மணம் செய்துகொண்டிருக்கிறார்' என்கிறார் அந்தச் செயற்பாட்டாளர். தேவர், அகமுடையார், கள்ளர் ஆகியோர் முக்குலத்தோர் என்று தமிழகத்தில் அழைக்கப்படுகின்றனர். அவர்களுக்குள் திருமண உறவு என்பது அரிதானது.

என் மகன் வேட்டையாடப்பட்டிருக்கிறான். பட்டப்பகலில் கொல்லப்பட்டிருக்கிறான். நூற்றுக்கணக்கானோர் நிறைந் திருக்கும் இடத்தில் எப்படி அது நடந்திருக்கமுடியும்? ஒரேயொரு

காவலர் கூடவா இருந்திருக்க மாட்டார்?' என்று மனம் உடைந்து போகிறார் வேலுச்சாமி.

அபாயகரமான அமைதி

வன்முறைத் தாக்குதல் நடக்கும்போது யாரும் கண்டுகொள்ள வில்லை என்பது முதல் அதிர்ச்சி என்றால் நடந்த பிறகு அரசியல் களத்தில் நிலவும் அமைதி அடுத்த அதிர்ச்சி. அப்போது ஆட்சியிலிருந்த அஇஅதிமுக மட்டுமல்ல, திமுகவும்கூடப் போதுமான எதிர்வினை புரியவில்லை என்பது மக்களை அதிர்ச்சியடைய வைத்தது.

மே 16 தேர்தல் நெருங்கி வந்துகொண்டிருந்ததால் தலித் அமைப்புகள், சிபிஎம், சிபிஐ, மதிமுக, காங்கிரஸ் உள்ளிட்ட அனைத்துக் கட்சிகளும் எவ்வளவு கவனமாக முடியுமோ அவ்வளவு கவனமாக இதைக் கையாண்டனர். ஒன்று அமைதியாக இருந்தனர் அல்லது அரை அமைதியோடு கடந்து சென்றனர். சங்கர் கொலை குறித்து வெளிவந்த சில அறிக்கைகளும்கூட சுற்றி வளைத்தே அமைந்திருந்தன.

அஇஅதிமுக ஏப்ரல் 2016 வரை எதுவுமே பேசவில்லை. திமுகவோ இதை ஒரு சட்ட ஒழுங்கு பிரச்சினையாக மட்டும் பார்த்தது. நடந்திருப்பது சாதியின் பெயரால் நிகழ்த்தப்பட்டிருக்கும் வன்முறை, சாதித் தூய்மை, சாதியப் பெருமிதம் ஆகியவற்றை உயர்த்திப் பிடித்து நடத்தப்பட்டிருக்கும் அப்பட்டமான படு கொலை என்று சொல்ல ஏனோ ஒருவருக்கும் மனம் வரவில்லை.

சம்பவம் நடந்த மறுதினம் வெளியிட்ட அறிக்கையில், எல்லாக் கொலைகளும் கண்டிக்கத்தக்கவையே என்றார் திமுக பொருளாளர் மு.க. ஸ்டாலின். தனது செய்தி அறிக்கையில் கேள்வி பதில் பாணியில் பதிலளிக்கும்போது இக்கொலையைக் கண்டித்திருந்தார் திமுக தலைவர் மு. கருணாநிதி. இருவருமே 'கலப்பு மணம்' என்னும் பதத்தைப் பயன்படுத்தவில்லை.

ஈ.வி.கே.எஸ். இளங்கோவன் கறாரான தொனியில் கொலைக்குக் கண்டனம் தெரிவித்திருந்தார். சில பாஜக தலைவர்கள் நிலைமையின் தீவிரத்தைக் குறைக்கும் விதமாக, பெண்கள் குடும்பங்களை மதித்து நடந்துகொள்ளவேண்டும் என்று அறிவுறுத்தியிருந்தார்கள். சாதியின் பெயரால் நடத்தப் பட்டிருக்கும் இந்தக் கொலையை ஒப்புக்கொள்வது இந்து

ஒற்றுமை என்னும் அவர்கள் லட்சியக் கனவுக்கு எதிரானதாக மாறிவிடும் அல்லவா?

ஆளும் அதிமுகவோடு அணிசேர்ந்திருந்த சில தலித் அமைப்புகளும் இது குறித்துப் பேசுவது சங்கடமானதாகவே இருந்திருக்கும் போலும். தூத்துக்குடியைச் சேர்ந்த மக்கள் உரிமை பாதுகாப்பு மையத்தின் வழக்கறிஞர் ஒருவர், ஆணவக் கொலையில் ஈடுபடும் பிற்படுத்தப்பட்டவர்களுக்கும் (பிசி) பிற பிற்படுத்தப்பட்டவர்களுக்கும் (ஓபிசி) இடஒதுக்கீடு கிடையாது என்று அறிவிக்கவேண்டும் என்று அரசுக்குக் கோரிக்கை விடுத்திருந்தார். இந்தியத் தண்டனைச் சட்டப் பிரிவு 153ஏ, தமிழ்நாடு திறந்தவெளி இடங்கள் பாதுகாப்புச் சட்டம், பிரிவு 3 ஆகியவற்றின் கீழ் இடஒதுக்கீடு விலக்கிக்கொள்ளப்பட வேண்டும் என்பது இவர் கோரிக்கை. இப்படியொரு கோரிக்கையை முன்வைத்ததற்காகவே அவர்மீது தமிழக அரசு வழக்குகள் பதிவு செய்யும் அளவுக்குச் சென்றது. பிசி, ஓபிசி பிரிவினரின் வாக்கு வங்கியின் முக்கியத்துவத்தை அதிமுக உணர்ந்திருந்ததையே இது காட்டுகிறது. அதிமுக மட்டுமல்ல, அனைத்துக் கட்சிகளின் நோக்கமும் இதுதான்.

பாட்டாளி மக்கள் கட்சித் தலைவர் டாக்டர் ராமதாஸிடம் இது பற்றிக் கருத்து சேகரிக்க பத்திரிகையாளர்கள் முயன்றிருக்கின்றனர். ஊடகம் வலியுறுத்தவேண்டிய அனைத்து மாநில, தேசிய பிரச்சினைகள் குறித்தும் நான் தொடர்ந்து கருத்து சொல்லிக்கொண்டுதான் இருக்கிறேன் என்று சொல்லி முடித்துக்கொண்டுவிட்டார். நடந்திருப்பது பொருட்படுத்தத்தக்க அளவுக்குப் பெரிய விஷயமல்ல என்பதே அவர் சொல்லாமல் விட்ட செய்தி என்பதை உணர்ந்து எதிர்ப்புகள் கிளம்பியதைத் தொடர்ந்து, உடுமலைப் பேட்டைப் படுகொலையைக் கண்டிப்பதாக ஓர் அறிக்கை அதன்பின் அவரிடமிருந்து வெளிவந்தது.

அனைத்து இடைநிலைச் சாதியினரையும் ஒரே குடையின்கீழ் ஒருங்கிணைப்பதன்மூலம் சாதி இந்துக்களின் ஓட்டுகளைக் கவர்வதே டாக்டர் ராமதாஸின் திட்டம் என்று குற்றம்சாட்டுகிறார் புதிய தமிழகத்தின் தலைவர் டாக்டர் கிருஷ்ணசாமி. 'சாதியின் பெயரால் மேற்குப் பகுதிகளில் நிகழ்த்தப்படும் வன்முறைச் செயல்களுக்கு அவரைத்தான் பொறுப்பாளியாக்கவேண்டும்'.

குமரிலிங்கம் கிராமத்துக்குச் சென்று சங்கரின் குடும்பத்துக்கு ஆறுதல் சொல்லியிருக்கிறார் டாக்டர் கிருஷ்ணசாமி. விடுதலைச்

சிறுத்தைகள் கட்சியின் மூத்தத் தலைவர் வன்னி அரசு சங்கரின் குடும்பத்தினரை நேரில் சந்தித்து 1 லட்ச ரூபாய் அளித்திருக்கிறார். கௌசல்யாவின் கல்விச் செலவை ஏற்க விசிகவும் அனைத்திந்தியக் காப்பீட்டுப் பணியாளர்கள் கூட்டமைப்பும் முன்வந்தன.

பாதிக்கப்பட்ட குடும்பத்துக்கு ஆறுதல் சொல்ல உதவிக்கரங்கள் நீண்டன என்பது உண்மைதான். ஆனால் அரசியல் களத்திலிருந்த வர்கள் தங்கள் அதிகாரத்தைக் கொண்டு இதற்கு மேலும் செய்திருக்கமுடியும் என்பதும் உண்மை. நடந்திருப்பது சாதியின் பெயரால் நடத்தப்பட்டிருக்கும் ஆணவக் கொலை என்பதை எல்லாக் கட்சிகளுமே தெள்ளத்தெளிவாகச் சுட்டிக்காட்டியிருக்க முடியும். என்ன குற்றம் நடந்திருக்கிறதோ அதன் பெயரைத் தயக்கமின்றிச் சொல்லியே அதனைக் கண்டித்திருக்கவும் முடியும்.

கொன்றவர் தொடங்கி கொல்லப்பட்டவர் குடும்பத்தினர் வரை; சமூக ஊடகங்கள் தொடங்கி அச்சு, காட்சி ஊடகம்வரை எல்லோரும் ஒப்புக்கொண்டுவிட்ட மிக அடிப்படையான உண்மைதான் அது. சங்கரும் கௌசல்யாவும் குரூரமாகத் தாக்கப் பட்ட சிசிடிவி காட்சியை இணையத்தில் காணாதவர்களே இருக்க முடியாது என்பதால் நடந்திருப்பது அப்பட்டமான ஆணவக் கொலை என்பதை சிவில் சமூகமும் நன்கறிந்தே இருந்தது. அரசியல் கட்சிகள் மட்டும்தான் நேரடியாகப் பெயர் சொல்லி அழைக்க இறுதிவரை மறுத்துவிட்டன.

அதற்குக் காரணம் அடையாள அரசியலின் எழுச்சி என்கிறார்கள் சமூக, கல்விப்புலம் சார்ந்த ஆய்வாளர்கள். சாதி அடையாளமும் சாதி அடிப்படையில் வாக்கு செலுத்தும் வழக்கமும் நீடிக்கும்வரை சாதித் தூய்மை குறித்த கருத்தாக்கமும் நீடிக்கவே செய்யும். தமிழக அரசியல் போக்கைத் தீர்மானிப்பதில் இந்த மூன்று அம்சங்களும் முக்கியப் பங்கு வகிக்கின்றன என்கிறார்கள் ஆய்வாளர்கள். சாதி கடந்த காதல் என்பது தடை செய்யப்பட்ட ஒன்றாகவே இருக்கிறது என்கிறார் விடுதலைக் கட்சிகள் அமைப்பைச் சேர்ந்த து. ரவிக்குமார்.

அரசியல்வாதிகளின் அமைதியை, அம்பேத்கரின் சொற்களில் சொல்வதானால் 'சாதியின் பேரமைதி' என்றுதான் அழைக்க வேண்டியிருக்கும்.

அரசியலில் சாதியும் சாதி அரசியலும்

சமூக நீதியையும் முற்போக்கு அரசியலையும் தமிழ் நாட்டில் அறிமுகப்படுத்திய இயக்கம் என்று அழைத்துக்கொள்ளும் திராவிட இயக்கம் உண்மையில் ஆணாதிக்க, நிலப்பிரபுத்துவ சிந்தனையோட்டம் கொண்ட பிற பிற்படுத்தப்பட்ட பிரிவுகளை (ஒபிசி) ஒருங்கிணைப்பதில்தான் வெற்றி பெற்றுள்ளது. அவ்வாறு ஒருங்கிணைக்கப்பட்ட ஓபிசி பிரிவினர் சுலபமாகத் தேர்தல் களத்தைக் கைப்பற்றி, செல்வாக்கும் பலமும் பெற்றவர்களாக மாறியிருக்கிறார்கள்.

இடைநிலைச் சாதியினரே இதன் பலனாளிகளாக இருப்பதைப் பார்க்கிறோம். குறிப்பாக, தெற்கிலும் மத்திய மாவட்டங்களிலும் முக்குலத்தோர்; வடக்கில் வன்னியர்கள்; மேற்கில் வெள்ளாள கவுண்டர்கள். தமிழகத்தில் அரசியல் அதிகாரமும் இந்த மூன்று பிரிவுகளின் கரங்களில்தான் பெருமளவு குவிந்திருக்கிறது. இவர்களே அரசியலை இயக்கும் மையமாகவும் திகழ்கிறார்கள். சமூக, பொருளாதார, பண்பாட்டுத் தளங்களையும் இவர்களில் நிலம் படைத்த பிரிவினரே ஆதிக்கம் செலுத்துகின்றனர்.

ஒபிசி ஒருங்கிணைப்புக்கு திராவிட இயக்கத்தின் தோல்விதான் காரணம் என்று கூறிவிடமுடியாது என்கிறார் சமூகச் செயற்பட்டாளர் அ. மார்க்ஸ். 'முதலில் இன்றைய திராவிடக் கட்சிகளையும் அன்றைய திராவிட இயக்கத்தையும் நாம் பிரித்துப் பார்க்கவேண்டும். இரண்டும் வெவ்வேறானவை. மார்க்சிய அரசியலின் தோல்வியும் அடையாள அரசியலின் எழுச்சியும்

ஒன்றுசேர்ந்து சாதி அரசியலை 1980களில் தமிழகத்தில் தோற்றுவித்திருக்கின்றன என்று சொல்லலாம். இதன் காரணமாக அதிமுகவும் திமுகவும் ஓபிசி பிரிவினரை மையப்படுத்தித் தங்கள் அரசியலை மாற்றியமைக்கவேண்டிய சூழல் ஏற்பட்டது. அவர்களைப் பகைத்துக்கொள்வது பலனளிக்காது என்னும் முடிவுக்கு அவர்கள் வந்து சேரவேண்டியிருந்தது' என்கிறார் அ. மார்க்ஸ்.

சாதி இந்துக்களைப் பகைத்துக்கொள்ள திராவிடக் கட்சிகள் விரும்பவில்லை. ஆனால் காங்கிரஸிடம் அந்த அச்சம் காணப்பட வில்லை. அவர்கள் துணிச்சலாக சாதி இந்துக்களை எதிர்த்தனர் என்கிறார் மார்க்ஸ். 'சமத்துவ சமுதாயம் அமையவேண்டுமெனும் காந்திய மரபை அவர்கள் பின்பற்றியதுதான் இந்த அணுகு முறைக்குக் காரணம். ஆனால் திராவிடக் கட்சிகளோ காந்தி, பெரியாரின் சமூக முற்போக்குச் சிந்தனைகளை முன்னெடுக்கத் தவறிவிட்டன. அதன் விளைவுதான் ஓபிசி ஆதிக்கம்.'

'இன்று நாம் சாதிய ஜனநாயகத்தில் வாழ்ந்துகொண்டிருக்கிறோம். அரசியலுக்குச் சாதி இன்றியமையாததாக மாறிவிட்டது' என்கிறார் பேராசிரியரும் அரசியல் விமரிசகருமான வீ. அரசு. தலித் மக்களில் ஒரு பிரிவினர் படித்தவர்களாகவும் பொருளாதார ரீதியில் தற்சார்பு கொண்டவர்களாகவும் அரசியல் அதிகாரம் மிக்கவர்களாகவும் முனைப்போடு இயங்குபவர்களாகவும் திகழ்கிறார்கள். சபால்டர்ன் குழுக்கள் பலம்பெற்றுவரும் தருணமாக இது இருக்கிறது. ஒடுக்கப்பட்டவர்களாக இருந்தவர்கள் தாங்கள் இதுவரை இழந்து நிற்கும் உரிமைகள் என்னென்ன என்பதை உணர்கின்றனர். அவற்றை மீண்டும் வென்றெடுக்கவேண்டும் என்னும் முனைப்பு தோன்றியிருக்கிறது. இந்த மாற்றங்களை யெல்லாம் ஓபிசி அவதானித்து வருகின்றனர். அவற்றுக்கு எதிர்வினை புரியும் வகையில் அரசியல் களத்தில் ஒன்றிணை கிறார்கள், பலப்படுத்திக்கொள்கிறார்கள். அதைத்தான் நாம் பார்க்கிறோம் என்கிறார் வீ. அரசு.

தலித் மக்களை ஓட்டு வங்கியாகக் காணும் போக்கு தமிழகக் கட்சிகளிடம் காணப்படவில்லை என்கிறார் விடுதலைச் சிறுத்தைகள் கட்சியின் மூத்தத் தலைவரும் தலித்தியச் சிந்தனையாளருமான ரவிக்குமார். 'அவர்கள் வாக்குகளை இலவசங்கள் கொடுத்து வாங்கிவிடலாம் என்று கட்சிகள் நினைக்கின்றன. இடைநிலைச்சாதிகளைப் பொருத்தவரை

கட்சிகளின் நிலைப்பாடு வேறு. அவர்களுடைய ஈகோவைச் சரிசெய்யவேண்டும் என்றுதான் நினைக்கிறார்கள். ஓபிசியில் வரும் மூன்று பெரும் பிரிவினரும் அரசியல் அதிகாரம் பெற்றவர்களாகவும் அதனாலேயே பொருளாதாரப் பலமிக்கவர் களாகவும் இருக்கிறார்கள். தவிரவும், அரசியல் கட்சிகளின் உயர் பொறுப்பில் இருப்பவர்களும் இந்தச் சாதிகளைச் சேர்ந்த வர்கள்தாம். இது ஒரு விதமான நச்சுச்சுழல். உடைப்பது எளிதல்ல' என்கிறார் ரவிக்குமார். சாதிக்கும் அரசியலுக்குமான பிணைப்பு நீடிக்கும்வரை சாதி மீறிய திருமணங்களுக்கான எதிர்வினையும் மாறப்போவதில்லை என்பதே யதார்த்தம்.

சாதியும் கொலைகளும்

சமீபகாலங்களை எடுத்துக்கொண்டால் சங்கருக்கு முன்பு, சாதியின் பெயரால் இரண்டு கொலைகள் நடந்திருக்கின்றன. சேலம் அருகிலுள்ள ஓமலூர் எனும் கிராமத்தைச் சேர்ந்த வி. கோகுல் ராஜ் வேளாள கவுண்டர் எனும் இடைநிலைச் சாதியைச் சேர்ந்த ஒரு பெண்ணைக் காதலித்தார். 24 ஜூன் 2015 அன்று கோகுல் ராஜின் சடலம் ஈரோடுக்கு அருகிலுள்ள ஒரு ரயில் பாதையில் கண்டெடுக்கப்பட்டது. அவருடைய தலை தனியே துண்டாகக் கிடந்தது. இந்த வழக்கை விசாரித்துவந்த ஆர். விஷ்ணுப்ரியா எனும் தலித் அதிகாரி திருச்செங்கோட்டில் மர்மமான முறையில் தூக்கிட்டு இறந்துபோனார்.

தருமபுரி மாவட்டத்திலுள்ள நத்தம் காலனியைச் சேர்ந்த இளவரசன் வன்னியர் சாதியைச் சேர்ந்த திவ்யாவை மணம் செய்துகொண்டதை வெறும் கலப்பு மணம் என்று மட்டும் பார்த்துவிடமுடியாது. 4 ஜூலை 2013 அன்று இளவரசனின் உடல் தருமபுரிக்கு அருகில் தண்டவாளத்தில் கண்டெடுக்கப்பட்டது. தன் மகள் ஒரு தலித்தைத் திருமணம் செய்துகொண்டதைப் பொறுக்கமுடியாத திவ்யாவின் தந்தை தற்கொலை செய்து கொண்டார். தொடர்ந்து நத்தம் காலனி கலவர பூமியாக மாறியது.

இவர்களையெல்லாம் நாம் பின்னர் விரிவாக ஆராயப் போகிறோம். இப்போதைக்கு நாம் தெரிந்துகொள்ளவேண்டிய எளிமையான அடிப்படை உண்மை இதுதான். கலப்பு மணம் என்று பொதுவாகச் சொல்வது வேறு. தலித்துகளுக்கும் சாதி இந்துக்களுக்கும் இடையில் நடைபெறும் கலப்புமணங்கள் வேறு. முன்னதை ஆதரிப்பதாகச் சொல்பவர்களால்கூட பின்னதை ஏற்கமுடியவில்லை என்பதே யதார்த்தம். இதிலும்கூட மணமகன்

தலித்தாக இருப்பதற்கும் மணமகள் தலித்தாக இருப்பதற்கும் வேறுபாடு உள்ளது. ஒரு தலித் மருமகளை ஏற்றுக்கொள்வதும் தலித் மருமகனை ஏற்றுக்கொள்வதும் ஒன்றல்ல.

எவிடென்ஸ் கதிர் இது தொடர்பாகச் சில கள ஆய்வுகளை மேற்கொண்டிருக்கிறார். 'சாதி இந்துக்களைத் திருமணம் செய்துகொண்ட பல தலித் பெண்கள் புகுந்த வீட்டிலிருந்து விரட்டியடிக்கப்பட்டுள்ளனர், கைவிடப்பட்டுள்ளனர்' என்கிறார். 'சாதிப் பெருமிதத்துக்காகவும் மதப் பெருமிதத்துக்காகவும் கொல்லப்படும் பெண்கள் குடும்பக் கடவுள்களாக மாற்றப்பட்டு, வழிபடப்படும் போக்கையும் நாம் பார்க்கிறோம்.'

தலித்துகள் ஆணவக் கொலைகளில் ஈடுபடுகிறார்களா? 'திருவாரூர், கடலூர் மாவட்டங்களில் சில சம்பவங்கள் நடந்துள்ளன. அவற்றில் சாதி இந்துக்களும் பங்கேற்றிருக்கிறார்கள் என்பதைக் கவனத்தில் கொள்ளவேண்டும். இவற்றைத் தவிர்த்துவிட்டுப் பார்த்தால் எந்தத் தலித் குடும்பமும் சாதி மாறி திருமணம் செய்துகொண்ட பெண்களைக் கொன்றதில்லை' என்கிறார் கதிர்.

தமிழகத்தில் கலப்பு மணம் ஏன் எதிர்க்கப்படுகிறது என்னும் கேள்விக்கு விடை தெரியவேண்டுமானால் ஓபிசி பிரிவினரின் கூட்டு மனநிலையை நாம் ஆராயவேண்டும். நிலப்பிரபுத்துவச் சிந்தனையோட்டத்திலிருந்து இவர்கள் இன்னும் வெளிவந்தது போலவே தெரியவில்லை. 'வழிவழியாகப் பின்பற்றப்பட்டு பழங்காலச் சாதிப் படிநிலைக்கு ஏற்றவாறு இவர்கள் மனம் கட்டமைக்கப்பட்டிருக்கிறது. எனவே மிகக் கறாரான ஒழுக்க விதிகளையும் சாதித் தூய்மையையும் இவர்கள் கடைபிடிக்கிறார்கள். வர்ணாசிரமம் எனும் வேதகால அமைப்பில் நிலைகொண்டிருக்கும் நம்பிக்கைகள் இவை' என்கிறார் ஆய்வாளர் வீ. அரசு.

எல்லா அமைப்புகளையும்போல் சாதியமைப்பும் ஆண்களைக் காட்டிலும் பெண்களுக்கே எதிராக இருப்பதையும் வீ. அரசு கவனப்படுத்துகிறார். 'சாதித் தூய்மை என்பது பெண்ணின்மீதே பலவந்தமாகத் திணிக்கப்படுகிறது. ஓபிசி பிரிவினரிடையே நிலவும் தீங்கான ஆணாதிக்கத்துக்குப் பெண்கள் பலியாக வேண்டியிருக்கிறது' என்கிறார் அவர்.

ஓர் உயிரைக் கொல்வதில் எந்தப் பெருமிதமும் இருக்கமுடியாது என்கிறார் புதிய தமிழகம் கட்சியின் தலைவர் டாக்டர் கிருஷ்ணசாமி. 'உடுமலைப்பேட்டைச் சம்பவத்தை எடுத்துக் கொண்டால், அந்தப் பெண்ணின் தந்தைமீது 40 கிரிமினல்

வழக்குகள் இருப்பதாகக் கேள்விப்பட்டேன். அவருக்கு என்ன பெருமிதம் இருந்துவிடமுடியும்? அவர் பெண்தான் அந்த இளைஞன்மீது காதல் வயப்பட்டார். அவரைத் திருமணம் செய்து கொள்ளவேண்டும் என்பதில் உறுதியாக இருந்ததும் பெண்தான். இருந்தும் ஏன் அந்த இளைஞன் கொல்லப்படவேண்டும்?' என்று கேள்வி எழுப்புகிறார் கிருஷ்ணசாமி.

வழக்கும் நீதியும்

சங்கரைக் குரூரமாக வெட்டிக் கொன்றவர்கள் யாரோ வெளியாள்கள் அல்ல, கௌசல்யாவின் வீட்டினர்தான் என்பது கிட்டத்தட்ட அனைவருக்கும் உடனடியாகத் தெரிந்துவிட்டது. கொன்றவர்கள் யார் என்பது மட்டுமல்ல, கொல்லப்பட்டதற்கான காரணமும்கூடத் தெளிவானதுதான். ஒரு தலித் இளைஞனைத் தன் மகள் காதலிப்பதை ஆரம்பம் முதலே கௌசல்யாவின் பெற்றோர் விரும்பவில்லை. தொடர்ந்து எதிர்த்து வந்திருக்கின்றனர். தொடர்ந்து மிரட்டியும் வந்திருக்கின்றனர்.

பெற்றோரின் மனநிலையை மாற்றமுடியாது; ஒருபோதும் தன் வீட்டிலிருந்து சம்மதம் கிடைக்கப்போவதில்லை என்பதை நன்கு உணர்ந்தே சங்கரைத் தன் வீட்டுக்குத் தெரியாமல் திருமணமும் செய்துகொண்டார் கௌசல்யா. திருமணம் முடிந்து உடுமலைப் பேட்டையில் சங்கரின் வீட்டுக்குக் குடிபெயர்ந்த பிறகும் தொடர்ந்து தன் வீட்டிலிருந்து மிரட்டல்களைச் சந்தித்து வந்திருக் கிறார் கௌசல்யா. இவற்றின் நீட்சியே கொலைவெறித் தாக்குதல்.

தாக்குதலைத் தொடர்ந்து தந்தை சின்னச்சாமி, தாய் அன்னலட்சுமி, அவர்களுடைய உறவினர்கள், கூலிப்படையினர் என்று மொத்தம் 11 பேர் கைது செய்யப்பட்டனர். இவர்கள் மீது தாக்கல் செய்யப் பட்ட குற்றப்பத்திரிகை 1500 பக்கங்களுக்கு நீண்டு சென்றது. சின்னச்சாமி, அன்னலட்சுமி, தாய்மாமன் பி. பாண்டித்துறை மூவர் மீதும் குண்டர் சட்டமும் வன்கொடுமைத் தடுப்புச் சட்டமும் பாய்ந்தது.

அரசு தரப்பில் சிறப்பு வழக்கறிஞராக யு. சங்கரநாராயணன் நியமிக்கப்பட்டார். இவருக்கு உதவியாக மூன்று வழக்கறிஞர்கள் செயல்பட்டனர். திருப்பூர் மாவட்ட முதன்மை நீதிமன்றத்தில் வழக்கு விசாரிக்கப்பட்டது. இரண்டு ஆண்டுகள் விசாரணை நீடித்தபின் நீதியரசர் அலமேலு 12 டிசம்பர் 2017 அன்று தீர்ப்பை வழங்கினார்.

அதற்குமுன்பு, குற்றம் சாட்டப்பட்டவர்களுக்கு ஏன் மரண தண்டனை கோரப்படுகிறது என்று அரசுத் தரப்பு வழக்கறிஞரிடம் நீதிபதி வினவினார். அதற்கு வழக்கறிஞர் யு.சங்கரநாராயணன், உச்ச நீதிமன்றம் மரண தண்டனைக்குப் பரிந்துரைத்த நான்கு வழக்குகளின் தீர்ப்புகளை மேற்கோள் காட்டினார். அந்த நான்கும் சாதி இந்துக்களைத் திருமணம் செய்த குற்றத்துக்காகத் தலித்துகள் கொல்லப்பட்ட வழக்குகள். இவை அனைத்திலுமே, கொலை செய்ய கூலிப்படை ஏவப்பட்டிருந்தது. உதவியற்ற நிலையில் இருந்தவர்களே தாக்கப்பட்டு, கொல்லப்பட்டனர். 'இந்தச் சம்பவங்கள் அனைத்தும் சங்கர் வழக்குக்கும் பொருந்தும்'என்று அவர் வாதிட்டார்.

அதைத் தொடர்ந்து, தீர்ப்பு வாசிக்கப்பட்டது. அன்னலட்சுமி (குற்றம்சாட்டப்பட்ட இரண்டாவது நபர்), பாண்டித்துரை (மூன்றாவது நபர்), வி. பிரசன்னக்குமார் (பத்தாவது நபர்) ஆகிய மூவரும் விடுவிக்கப்பட்டனர். தந்தை சின்னச்சாமி, பி. ஜெகதீசன், எம். மணிகண்டன், பி. செல்வக்குமார், பி. கலைத்தமிழ்வாணன், எம். மதன் என்கிற மைக்கேல் ஆகிய 6 பேருக்குத் தூக்குத் தண்டனை விதிக்கப்பட்டது. ஐவரும் திண்டுக்கல் மாவட்டத்தைச் சேர்ந்தவர்கள். குற்றம் சாட்டப்பட்ட ஒன்பதாவது நபரான ஸ்டீபன் தன்ராஜுக்கு இரட்டை ஆயுள் தண்டனை கிடைத்தது. 11ஆவது நபரான மணிகண்டனுக்கு 5 ஆண்டுகள் சிறைத் தண்டனை வழங்கப்பட்டது.

தூக்குத் தண்டனையோடு பத்து ஆண்டு கடுங்காவல் தண்டனையும் 3 லட்சம் அபராதமும் சின்னச்சாமிக்கு விதிக்கப்பட்டது. இதிலிருந்து 2 லட்ச ரூபாயை அவர் கௌசல்யாவுக்கு வழங்க வேண்டும். அதேபோல் ஜெகதீசனுக்கும் மரண தண்டனையோடு சேர்த்து 1.30 லட்சம் ரூபாய் அபராதம் விதிக்கப்பட்டது. மணிகண்டனும் செல்வக்குமாரும் தலா 1.65 லட்சம் அபராதம் செலுத்தவேண்டும்.

சாதி ஆணவப் படுகொலை குறித்து இதுவரை நடத்தப்பட்ட வழக்குகளிலேயே குறுகிய காலத்தில் விசாரணை நடத்தி முடிக்கப்பட்டு, தீர்ப்பும் வழங்கப்பட்டது இந்த வழக்கில்தான். ஓர் ஆதிக்கச் சாதி இந்துப் பெண்ணைக் காதலித்து திருமணம் செய்த தலித் இளைஞரைச் சதி செய்து கொன்றதற்காக அப்பெண்ணின் தந்தை உள்பட ஆறு பேருக்கு, அதாவது ஆறு சாதியினருக்கு மரண தண்டனை விதிக்கப்பட்டது இதுவே முதல் முறை.

மரணமும் வாழ்வும்

குற்றவாளிகள் மேல் முறையீட்டுக்குச் சென்றபோது வழக்கும் அடுத்த கட்டத்துக்குச் சென்றது. அரசுத் தரப்பும் கௌசல்யாவின் தாய் உள்ளிட்ட மூவரின் விடுதலையை எதிர்த்து சென்னை உயர் நீதிமன்றத்தில் மேல்முறையீடு செய்தது. மற்றவர்களுக்கு விதிக்கப்பட்ட தூக்குத் தண்டனையும் உறுதி செய்யுமாறும் அரசுத் தரப்பு கேட்டுக்கொண்டது.

நீதிபதிகள் சத்திய நாராயணா, நிர்மல் குமார் ஆகியோரைக் கொண்ட அமர்வு இந்த மேல்முறையீட்டு வழக்கை விசாரணைக்கு எடுத்துக்கொண்டது. இரு தரப்பு வாதங்களும் பிப்ரவரி 12ஆம் தேதி நிறைவடைந்தன. 27ஆம் தேதி எழுத்துப் பூர்வமாக வாதங்கள் சமர்ப்பிக்கப்பட்டன. அதன்பின் ஒத்தி வைக்கப்பட்ட வழக்கின் தீர்ப்பு இறுதியாக 22 ஜூன் 2020 அன்று வெளிவந்தது.

தீர்ப்பின்படி கௌசல்யாவின் தந்தை சின்னச்சாமியின் மரண தண்டனை ரத்து செய்யப்பட்டது. அவர் விடுதலை செய்யப் பட்டார். மற்ற ஐவருக்கு விதிக்கப்பட்டிருந்த மரண தண்டனை ஆயுள் தண்டனையாகக் குறைக்கப்பட்டது. இவர்கள் ஐந்து பேரும் குறைந்தது 25 ஆண்டுகளாவது சிறையில் கழித்தாகவேண்டும் என்றும் உத்தரவிடப்பட்டது. தன்ராஜுக்கு விதிக்கப்பட்டிருந்த ஆயுள் தண்டனையும் மணிகண்டனுக்கு விதிக்கப்பட்டிருந்த ஐந்தாண்டுச் சிறையும் ரத்து செய்யப்பட்டது.

இவை போக, தாய் அன்னலட்சுமி உள்ளிட்ட மூவரின் விடுதலையை எதிர்த்த அரசின் மனுவும் தள்ளுபடி செய்யப் பட்டது. விடுவிக்கப்பட்டவர்களின் குற்றச்சாட்டுகள் உறுதி செய்யப்படவில்லை. அதனால் அவர்களுக்கு விதிக்கப்பட்டிருந்த தண்டனை ரத்து செய்யப்பட்டுள்ளது என்றும் சொல்லிவிட்டது நீதிமன்றம்.

எதிர்பார்த்தது போலவே இத்தீர்ப்பு பல தரப்பிலும் கொந்தளிப்பை ஏற்படுத்தியது. 'சென்னை உயர்நீதிமன்றத்தின் தீர்ப்பு அதிர்ச்சி யளிக்கிறது' என்றது தீண்டாமை ஒழிப்பு முன்னணி. 'இந்த வழக்கில், உடனடியாகத் தமிழக அரசு, உரிய வலுவான, சான்று களைத் தந்து உச்சநீதிமன்றத்தில் மேல்முறையீடு செய்திட வேண்டும்' என்றும் அது அரசை வலியுறுத்தியது. திருப்பூர் மாவட்ட ஆட்சியர் அலுவலகம் முன்பு மார்க்சிய, தலித்திய, பெரியாரிய அமைப்புகளின் சார்பில் ஆர்ப்பாட்டமும் நடத்தப் பட்டது. ஆனால் அதன்பின் மேல்முறையீடு செய்யப்பட்டதாகத் தகவல் இல்லை.

ஆணவக்கொலையும் தனிச்சட்டமும்

சாதித் தூய்மையைக் காப்பதற்காக நடத்தப்படும் ஆணவக் கொலைகளின் எண்ணிக்கை தமிழகத்தில் கவலையளிக்கும் வகையில் அதிகரித்துவருகிறது என்கிறார் கதிர். 'கலப்பு மணம் செய்துகொண்டவர்களில் ஆண்களும் பெண்களுமாக 81 பேர் 2013 தொடங்கி மர்மமான முறையில் மரணமடைந்திருக்கிறார்கள். இந்தியாவில் பலமான சமூகச் சட்டங்கள் உள்ளன என்பது நிஜம்தான் என்றாலும் அவற்றைப் பிரயோகிக்கும் துணிவை அரசியல் களத்தில் நம்மால் காணமுடியவில்லை. எனவே இத்தகைய கொலைகளைத் தடுக்க தனிச்சட்டம் தேவைப் படுகிறது' என்கிறார் கதிர்.

'மேற்கண்ட 81 மரணங்களில் கிட்டத்தட்ட 80 சதவிகிதம் பேர் பெண்கள். தலித்துகளைத் திருமணம் செய்துகொண்டதற்காகச் சொந்தக் குடும்பத்தினராலே இவர்கள் கொல்லப்பட்டிருக் கிறார்கள்' என்கிறார் கதிர். திருவாரூர் மாவட்டத்திலுள்ள கீழ்மருதூர் எனும் கிராமத்தில் 2014ஆம் ஆண்டு நடைபெற்ற மனிதத்தன்மையற்றக் கொலைகளை அவர் சுட்டிக்காட்டுகிறார்.

சாதி இந்துவான பழனியப்பன் என்பவரை அமிர்தவல்லி எனும் தலித் பெண் திருமணம் செய்துகொண்டதைத் தொடர்ந்து

பழனியப்பனின் சகோதரர்கள் ஒன்று சேர்ந்து இருவரையும் தாக்கிக் கொன்றிருக்கிறார்கள். அத்துடன் நில்லாமல், பிறந்து 40 நாள்களே ஆகியிருந்த சிசுவையும் கொடூரமாகக் கொன்றிருக் கிறார்கள். 'மாநில அரசுக்கும் மத்திய அரசுக்கும் இத்தகைய நிகழ்வுகளை நாங்கள் தொடர்ந்து கவனப்படுத்தி வருகிறோம். கொடூரமான இந்த வழக்கத்தை நிறுத்த சிறப்புச் சட்டம் கொண்டு வரப்படவேண்டும்' என்று வலியுறுத்துகிறார் கதிர்.

சமூகச் செயற்பாட்டாளர் அ. மார்க்ஸும் இதனை ஏற்கிறார். சிறிது காலமாகவே ஆணவப் படுகொலைகள் பற்றி நாம் நிறைய கேள்விப்படுகிறோம் என்பதால் இது ஒரு சமீபத்திய போக்காக இருக்கவேண்டும் என்று பலர் நம்புகின்றனர். தலித் அமைப்புகளும் ஊடகங்களும் சமீப காலமாக இத்தகைய நிகழ்வுகளை அதிகம் வெளிக்கொண்டுவருவதாலும் விவாதிப்ப தாலும் அப்படியொரு தோற்றம் ஏற்படுகிறது. மற்றபடி, ஆணவக் கொலை நீண்டகாலமாகவே தமிழ்நாட்டில் நிகழ்ந்துவருகிறது என்கிறார் மார்க்ஸ். பட்டியல் இன மக்களுக்கு எதிரான கொடுமைகளைத் தடுப்பதற்கு எப்படி வன்கொடுமைத் தடுப்புச் சட்டம் கொண்டுவரப்பட்டதோ அதேபோல் ஆணவக் கொலை களுக்கு எதிராகவும் சிறப்புச் சட்டம் கொண்டுவரப்படவேண்டும். அப்போதுதான் பாதிக்கப்பட்டவர்களுக்கு ஓரளவு நீதி பெற்றுத் தரமுடியும் என்கிறார் அ. மார்க்ஸ்.

தற்சமயம் பெரும்பாலான ஆணவக் கொலைகள் இந்தியக் குற்றவியல் நடைமுறைச் சட்டம் 174இன் கீழ் சந்தேகத்துக்குரிய மரணங்களாகப் பதிவு செய்யப்படுகின்றன. சங்கர் போன்றோரின் கொடூரமான கொலைகளுக்கு 302ஆம் பிரிவும் வன்கொடுமைத் தடுப்புச் சட்டத்தின் பொருத்தமான பிரிவுகளும் பொருந்தும். ஆனால் இவை போதுமானவையல்ல என்கிறார் கதிர். 'கலப்பு மணம் செய்துகொண்டவர்களில் 18 வயது தொடங்கி 30 வரையிலானவர்களின் மரணங்கள், குறிப்பாக, பெண்களின் மரணங்கள் முழுமையாக விசாரிக்கப்படவேண்டும் என்று நாங்கள் கோருகிறோம். அதற்கு சிறப்புச் சட்டம்தான் உதவும்.' 2012ஆம் ஆண்டு தேசிய சட்ட ஆணையம் ஒரு சட்ட வரைவை (Prohibition of Unlawful Assembly (Interference with the Freedom of Matrimonial Alliances) முன்மொழிந்தது. அதை அரசு இன்னமும் பரிசீலிக்கவில்லை என்று நினைவுபடுத்துகிறார் கதிர். இதற்கிடையில், வழக்கு உச்ச நீதிமன்றத்துக்குச் சென்றிருக்கிறது.

கடந்த காலமும் எதிர்காலமும்

ஒரு பக்கம் சட்டப் போராட்டங்கள் நடைபெற்றுக்கொண்டிருந்த போது இன்னொரு பக்கம் தீவிர மனப் போராட்டங்களால் அலைக்கழிக்கப்பட்டு வந்தார் கௌசல்யா. வாழ்வின் மகிழ்ச்சியான கணங்களையெல்லாம் யாரோ தட்டிப் பறித்துக்கொண்டுவிட்டது போல் இருந்தது. அச்சமும் குழப்பமும் கலக்கமும் அவரை ஓயாமல் வாட்டி வதைத்துக்கொண்டிருந்தன. வன்முறையின் கோர முகத்தை மிக அருகில் கண்டுவிட்ட அவரால் இயல்பு நிலைக்குத் திரும்ப இயலவில்லை. உடலில் ஏற்பட்டிருந்த காயங்களை மட்டுமே மருத்துவமனையில் சீர் செய்து அனுப்பியிருந்தனர். உள்ளுக்குள் ரணமாகிக்கிடந்த நினைவுகளை என்ன செய்வதென்று அவருக்குத் தெரியவில்லை. விடுபடமுடியாத துன்பச் சூழலில் சிக்கிக்கொண்டது போல உணர்ந்தார். அந்த உணர்வு பெரிதாக வளர்ந்து அவரைப் போட்டு அழுத்திக்கொண்டிருந்தது.

தொலைக்காட்சி, செய்தித்தாள், சமூக வலைத்தளம் என்று தொடங்கி முழு ஊடக உலகும் அவர் கடந்த காலத்தை அணு அணுவாகப் பிரித்து வைத்து, அலசி ஆராய்ந்து கொண்டிருந்த போது அவர் எத்தகைய மன உளைச்சலுக்கு ஆட்பட்டிருப்பார் என்பதை ஒருவராலும் கற்பனைக்கூடச் செய்து பார்க்கமுடியாது. அங்குலம் அங்குலமாகத்தான் அவரால் தன்னைத் திரட்டி யெடுத்துக்கொள்ளமுடிந்தது. மெல்ல, மெல்லதான் அவரால் எழுந்து நிற்கமுடிந்தது. கால்களை நிலத்தில் பதித்து ஊன்றி நிற்பதற்குமுன்பே அவர் தன் போராட்டங்களைத் தொடங்கி விட்டார்.

நீதிமன்றக்கூண்டில் ஏறி நின்று தயக்கமோ கலக்கமோ இன்றி தெள்ளத்தெளிவாகக் குற்றவாளிகளைக் கை காட்டி, இவர்கள்தான் என் சங்கரைக் கொன்றனர் என்று அறிவிக்கும் வலுவை அவர் தனக்குள்ளிருந்தே திரட்டிக்கொண்டார். தன் ரத்த உறவுகளை நோக்கி விரல்களை நீட்டுகிறோமே எனும் நடுக்கம் அவரிடம் அப்போது இல்லை. நடக்கும் போரில் தான் எந்தப் பக்கம் நின்றுகொண்டிருக்கிறோம் என்பதில் அவருக்குத் துளி குழப்பமும் இல்லை. என்ன நடந்தாலும் சரி, நான் சங்கரைத்தான் மணம் செய்துகொள்வேன். அவரோடுதான் சேர்ந்து வாழ்வேன் என்று எவ்வளவு துணிவோடு முன்பு முழங்கினாரோ அதே துணிவோடு, இவர்கள்தான் என் சங்கரை என்னிடமிருந்து

பறித்தனர். இவர்களுக்குத் தண்டனை கொடுங்கள் என்று முழங்கினார் கௌசல்யா.

நினைவுகள் அழிவதில்லை என்பது வேறு எவரையும்விட கௌசல்யாவுக்குத் தெரியும். காலம் எல்லா ரணங்களையும் ஆற்றுவதில்லை என்பதையும் அவர் அனுபவப்பூர்வமாகவே அறிவார். அனைத்தையும்மீறி அவர் தன் முதல் அடியை எடுத்து வைத்தார். கடந்த காலத்திலிருந்து தன்னைப் பிய்த்தெடுத்துக் கொண்டு நிகழ்காலத்தில் கால்களைப் பதித்தார்.

முதல் முறை நடை பழகும் குழந்தை போல் தட்டுத் தடுமாறியே ஒவ்வொரு அடியையும் எடுத்து வைக்கமுடிந்தது. நிற்கமுடியுமா, நடக்கமுடியுமா, அப்படியே நடக்க முடிந்தாலும் இனி எங்கே போவது என்று சந்தேகங்களும் குழப்பங்களும் தோன்றிக் கொண்டேதான் இருந்தன. இருந்தும் அவர் நடப்பதை நிறுத்திக் கொள்ளவில்லை. தன் எதிர்காலத்தை வடிவமைக்கும் பொறுப்பை நிரந்தரமாகக் கடந்த காலத்திடம் ஒப்படைக்க அவர் தயாராக இல்லை. அச்சமின்றி நடக்கத் தொடங்கினார்.

வன்கொடுமைத் தடுப்புச் சட்டத்தின்படி, கௌசல்யா போன்ற பாதிக்கப்பட்ட பெண்களுக்கு அரசு அரசுப் பணியோ ஓய்வூதியமோ வழங்கவேண்டும். அதன்படி சங்கரின் தந்தைக்கு உடுமலைப்பேட்டையில் ஒரு சத்துணவுக் கூடத்தில் வேலை வழங்கப்பட்டது. கௌசல்யாவுக்கு ஓய்வூதியமும் அளிக்கும் உத்தரவையும் அரசு பிறப்பித்தது. கௌசல்யாவின் தொடர்ச்சியான போராட்டங்களின் விளைவாகவே இவை சாத்தியமாயின.

இதைச் சாத்தியப்படுத்தியதில் எவிடென்ஸ் கதிர் மற்றும் அவர் அமைப்பின் உதவியை நன்றியோடு நினைவுகூர்கிறார் கௌசல்யா. நீண்ட சட்டப்போராட்டத்தை முன்னெடுப்பதற்கான துணிவை கௌசல்யாவுக்கு வழங்கியதோடு வாழ்வின் மிகப் பலகீனமான ஒரு கட்டத்தில் அவருக்குப் பக்கபலமாகவும் இருந்திருக்கிறார் கதிர். உடல்ரீதியாகவும் மன ரீதியாகவும் அவர் சோர்ந்துவிடாமல் பாதுகாத்திருக்கிறார். கௌசல்யா மறுபிறப்பு எடுத்து வந்ததில் கதிருக்கு நிச்சயம் குறிப்பிடத்தக்க ஓரிடம் இருக்கிறது.

சங்கரின் பெயரில் சமூக நீதி அறக்கட்டளையொன்றை உடுமலைப் பேட்டையில் தொடங்கியிருக்கிறார் கௌசல்யா. கலப்பு மணம்

புரிந்துகொள்ளும் தம்பதியினருக்கும் தன்னைப் போல் பாதிக்கப்பட்ட பெண்களுக்கும் ஆதரவுக்கரம் அளிப்பது இந்த அறக்கட்டளையின் முக்கியப் பணியாக இருக்கும் என்கிறார் கௌசல்யா. டிசம்பர் 2018இல் சக்தி என்பவரை கௌசல்யா மணம் புரிந்துகொண்டார். சங்கரின் குடும்பத்தினர் நேரில் வந்து கலந்துகொண்டனர். மற்றொரு வாழ்க்கை. மற்றொரு தொடக்கம்.

இன்று கௌசல்யா ஒடுக்கப்பட்டோர் மத்தியில் ஓர் ஆளுமையாக, நம்பிக்கையூட்டும் ஒரு போராளியாக வளர்ந்து நிற்கிறார். 'நான் தொடர்ந்து போராடுவேன்' என்று மிகுந்த உத்வேகத்தோடு அவரால் இன்று சொல்லமுடிகிறது. தன் வாழ்வையும் தன்னைப் போன்ற எண்ணற்றோரின் வாழ்வையும் சிதைத்தது, இன்னமும் சிதைத்துக்கொண்டிருப்பது சாதிதான் என்னும் நிதர்சனமான உண்மையை அவர் வாய்ப்புக் கிடைக்கும் இடங்களிலெல்லாம் பதிவு செய்து வருகிறார். எந்தக் குற்றத்தைச் செய்யாதே என்று அவர் குடும்பம் வலியுறுத்தியதோ அதையேதான் அவர் சமூகத்துக்குப் பரிந்துரைக்கிறார் : சாதி கடந்து காதலியுங்கள். சாதியை மறுத்துக் காதலியுங்கள். சாதியை எதிர்த்துத் திருமணம் செய்துகொள்ளுங்கள்!

நம்மில் பலரைப் போல் புத்தகங்களிலிருந்தும் கோட்பாடு களிலிருந்தும் அல்ல, களத்திலிருந்தும் கள யதார்த்தத்திலிருந்தும் சாதியைப் புரிந்துகொண்டவர் கௌசல்யா. இந்தப் புரிதலின் அடிப்படையில்தான் 'சாதி ஒழியவேண்டும்' என்று இன்று குரல் கொடுத்து வருகிறார் கௌசல்யா. சாதியின் கோரப்பிடியிலிருந்து இன்று நாம் ஒரு சமூகமாக வெளிவருகிறோமோ அன்றுதான் நமக்கெல்லாம் மெய்யான விடுதலை சாத்தியம் என்கிறார் அவர். 'சமூக நீதியும் சாதியொழிப்பும் ஒரே நேரத்தில் நடைபெற வேண்டும்' என்கிறார் கௌசல்யா. 'அதற்காக நாம் அனைவரும் வேறுபாடுகளின்றி ஒன்றுபடவேண்டும்.'

நீண்ட நெடிய போர்தான். ஆனால் அதை முன்னெடுப்பதற்கான வலு என்னிடம் இருக்கிறது என்கிறார் கௌசல்யா. இது ஆபத்தான பணி என்பதையும் அவர் அறிந்திருக்கிறார். 'நான் கோழையாக இருந்திருந்தால் சங்கரின் மனைவியாக இருந்திருக்கமுடியாது. நான் பெரியாரின் பேத்தி.'

திவ்யா - இளவரசன்

இளவசரசனை யாரும் கொல்லவில்லை!

இளவரசன் மன உளைச்சலில் சிக்கியிருந்தாரா என்றால், ஆம். இறப்பதற்கு முன்பு பல மணி நேரங்களுக்கு இதயம் முழுக்க வலியைச் சுமந்துகொண்டிருந்தார் அவர். தன் வாழ்வைச் செலுத்திக்கொண்டிருக்கும் ஆதார அச்சு சக்கரத்திலிருந்து முறிந்து விழுந்துவிட்டதுபோல் இருந்திருக்கும் அவருக்கு. பார்த்துப் பார்த்து வளர்த்து வைத்திருந்த கனவுகள் அனைத்தும் ஒரே நாளில் கலைந்துபோனதுபோல் உணர்ந்திருப்பார்.

பற்றிக்கொள்ள எந்தக் கரமும் இல்லாததுபோல், 'வருந்தாதே, நான் இருக்கிறேன்' என்று நம்பிக்கையூட்ட எந்தக் குரலும் இல்லாததுபோல் அவர் உணர்ந்திருக்கவேண்டும். இனியும் வாழ்வது சாத்தியமா என்றும் அந்த வாழ்க்கைக்குப் பொருளென்று ஏதேனும் இருக்குமா என்றும் அவர் பரிதவித்திருப்பார். தனது வெறுமை உடலிலிருந்து பரவி முழு உலகையும் பற்றிக் கொண்டதைக் கண்டு அஞ்சியிருப்பார். மனிதர்கள் உணர்வற்றவர் களாக மாறிவிட்டதையும் அவர்களிடமிருந்து மனிதம் துண்டிக்கப் பட்டுவிட்டதையும் கண்டு நம்பிக்கையிழந்திருப்பார். பொருளற்ற, சாரமற்ற, ஈரமும் அற்ற இந்த நிலத்தில் எதற்காக உயிர்த்திருக்கவேண்டும்? யாருக்காக?

●

தர்மபுரியிலிருந்து மூன்று கிலோ மீட்டருக்கு அருகில் தர்மபுரி அரசுக் கலைக் கல்லூரிக்குப் பின்புறம் அமைந்திருந்த ரயில்

தண்டவாளத்துக்கு அருகில் 20 வயது இளைஞனொருவனின் உடல் 4 ஜூலை 2013 அன்று மாலை 3.45 மணிக்குக் கண்டறியப்பட்டது. தலை பிளந்திருந்தது. மற்றபடி உடலில் பெரிய காயங்கள் இல்லை.

ரயில் பாதையிலிருந்து சில அடி தூரத்தில் ஒரு மோட்டார் சைக்கிள் நிறுத்தப்பட்டிருந்தது. உங்கள் மகனின் வண்டி நிற்கிறது, வாருங்கள் என்று சொல்லிதான் தந்தை, டி. இளங்கோவை ஒரு காவலர் அழைத்திருக்கிறார். குழப்பத்தோடு வந்தவருக்கு அதன்பின் அவர் மகனின் உடலும் காட்டப்பட்டிருக்கிறது.

தர்மபுரி மாவட்ட காவல்துறை தனது விசாரணைகளின் முடிவில் நடந்திருப்பது தற்கொலைதான் என்னும் முடிவுக்கு வந்து சேர்ந்தது. இல்லை, என் மகன் தற்கொலை செய்துகொள்ள வில்லை என்று திரும்பத் திரும்பச் சொல்லியிருக்கிறார் டி. இளங்கோ. ஆயிரம் பிரச்சினைகள் வந்த பிறகும் மிகுந்த நம்பிக்கையோடுதான் அவன் இருந்தான். நீங்கள் வேண்டுமானால் பாருங்கள், திவ்யா என்னிடம் திரும்பி வரத்தான் போகிறாள் என்றுதான் கடைசி வரை சொல்லிக்கொண்டிருந்தான். எப்படியும் தனக்குக் காவல் துறையில் வேலை கிடைக்கும் என்றும் அவன் நம்பிக்கொண்டிருந்தான். என் இளவசரன் நிச்சயம் தற்கொலை செய்துகொண்டிருக்க மாட்டான்! இதை என்னால் ஏற்கமுடியாது.

வழக்கை விசாரித்த சென்னை உயர் நீதிமன்றம் காவல் துறையின் விசாரணை முடிவை ஏற்றுக்கொண்டது. 'இதில் எந்தச் சதியும் இல்லை. இளவசரன் கொல்லப்படவில்லை. கொலை எனும் பேச்சுக்கே இங்கே இடமில்லை. இளவரசன் தற்கொலை செய்துகொண்டு இறந்திருக்கிறார்!' மிகுந்த எதிர்ப்புகளுக்கும் எதிர்பார்ப்புகளுக்கு மத்தியில் தோற்றுவிக்கப்பட்ட சிங்காரவேலு ஆணையம் வந்தடைந்த முடிவும் இதுதான். 'நடந்திருப்பது தற்கொலை. இதில் விவாதங்களுக்கோ சர்ச்சைகளுக்கோ இடமில்லை.'

இளவரசனின் மரணம் சர்ச்சைக்குரியது என்று சொல்பவர்களும் சரி, அதில் சந்தேகத்துக்கு எந்த இடமும் இல்லை என்று சொல்பவர்களும் சரி. இருவருமே ஒப்புக்கொள்ளும் ஓர் உண்மை, இளவரசன் தனது இறுதிக் கணங்களில் கடும் மன அழுத்தத்துக்கு ஆட்பட்டிருந்தார் என்பதுதான். அந்த மன அழுத்தத்துக்கான காரணங்கள் வெளிப்படையானவை. நம் மனச்சாட்சியை உலுக்கியெடுப்பவை.

இளவரசனின் கதை ஷேக்ஸ்பியரின் துயர நாடகத்தின் சாயலைக் கொண்டிருக்கிறது. தர்மபுரி மாவட்டத்தின் வறண்ட நிலத்தில் பூத்த அவருடைய காதல் குடும்ப மோதல், மனக்கசப்பு, தற்கொலை, வன்முறை, சூறையாடல், கொலை, சாதி மோதல், சமூகக் கொந்தளிப்பு, அரசியல் புயல் என்று அடுத்தடுத்து சங்கிலித் தொடர்போல் வளர்ந்து ஒட்டுமொத்த தமிழகத்தையும் புரட்டிப் போட்டிருக்கிறது. தன் வீட்டுக்கு அருகில் வசிக்கும் நாகராஜ் என்பவரின் மகள் திவ்யாவின்மீது கொண்ட காதல் அவருடைய மரணத்தில் முடிவடைந்திருக்கிறது.

பிரச்சினையின் ஆரம்பமும் அடிப்படையும் ஒன்றுதான். இளவரசன் ஒரு தலித். திவ்யா மிகவும் பிற்படுத்தப்பட்ட வன்னியர் சாதியைச் சேர்ந்தவர். சாதிப் படிநிலையின் ஒழுங்கைக் குலைத்துப் போடும் ஆற்றல் கொண்ட இந்தக் காதலை இணையமுடியாத அல்லது இணையக்கூடாத காதல் என்றே நம் சமூகம் கவனத்தோடு வரையறுத்து வைத்துள்ளது. அந்த எல்லையை மீறிக் கடந்ததுதான் இளவரசனின் பெருங்குற்றம்.

தனது காதல் ஒரு குற்றமாகப் பார்க்கப்படும் என்பதை இளவரசன் அறிந்திருக்கவில்லை என்று சொல்லமுடியாது. சமூகத்தின் விதிமுறைகளை அவர் நிச்சயம் அறிந்து வைத்திருந்தார். எதிர்ப்புகள் வரும் என்று தெரியும். சதி வலைகள் பின்னப்படும் என்று தெரியும். ஆனால் அனைத்தையும் முறியடிக்கும் சக்தியாக திவ்யா தன்னோடு இருப்பார் என்னும் அசைக்கமுடியாத நம்பிக்கை அவருக்கு இருந்திருக்கிறது. அந்த நம்பிக்கையோடுதான் அவர் திவ்யாவை மணந்துகொண்டார். அந்த நம்பிக்கையோடுதான் ஒரு புதிய வாழ்வையும் தொடங்கினார். அந்த ஆதார நம்பிக்கை முறிந்துபோனபோது இருள் தவிர வேறு எதுவும் இளவரசனின் கண்களுக்குத் தெரியவில்லை.

இளவரசனை விழுங்கிய அந்த இருளை யார் அவர்மீது திணித்தது? இந்தக் கேள்விக்கு ஆத்ம சுத்தியோடு விடை தேடத் தொடங்கினால் தனி மனிதர்களைக் காட்டிலும் அதிகமாக அமைப்புகளையே நாம் சுட்டிக்காட்டவேண்டியிருக்கும். சாதியமைப்பு. வேர் போல் பரவியிருக்கும் ஆணாதிக்கச் சிந்தனை. சாதியைத் தங்கள் ஆதாயத்துக்குப் பயன்படுத்திக்கொள்ளும் அரசியல் கட்சிகள். தூய்மைவாதம். சாதியப் பெருமிதம். பெண்களை உடைமைகளாகக் கருதும் பிற்போக்கு மனோபாவம். ஆண்டான், அடிமை மனநிலை. குலப்பெருமை. இந்த 21ஆம்

நூற்றாண்டிலும் ஆதிக்கம் செலுத்தம் கொண்டிருக்கும் நிலப் பிரபுத்துவக் கண்ணோட்டம். வர்க்க வேறுபாடுகள். பிறப்பின் அடிப்படையில் நான் மேலே, நீ கீழே என்று மனிதர்களைப் பாகுபடுத்தும் போக்கு. இவை அனைத்தின்மீதும் நம் விரல்களை நீட்டவேண்டியிருக்கும். இவற்றையெல்லாம் பல்வேறு காரணங்கள் அடுக்கி, பல்வேறு தத்துவங்கள் சொல்லி, நியாயப் படுத்தும், பின்பற்றும், கண்டும் காணாமலும் போகும் அனைவரையும் கண்டு நாம் கவலைப்பட்டாக வேண்டும். இவையெல்லாம் மாறினால் ஒழிய வெளிச்சம் கிடைக்கப்போவதில்லை.

ரயில்வே தண்டவாளத்துக்கு அருகில் இளவரசனின் உடல் கண்டறியப்பட்டுள்ள செய்தி என்னை வந்தடைந்தபோது பெரிய பாறாங்கல் என்மீது வந்து விழுந்ததுபோல் இருந்தது. இது உண்மைதானா என்று மீண்டும், மீண்டும் உறுதிபடுத்திக்கொள்ள வேண்டியிருந்தது. இது உண்மையாக இருக்கக்கூடாது என்று என் மனம் அரற்றிக்கொண்டே இருந்தது. அதற்கு முந்தைய தினம்தான் இளவரசனைச் சந்தித்திருந்தேன். பேசியிருந்தேன். அவருடைய முகம் என் நினைவுகளை நிறைக்க ஆரம்பித்தது. அவருடைய புன்னகை வளர்ந்து, வளர்ந்து என்னைப் பிடித்து உலுக்க ஆரம்பித்தது.

பல இரவுகள் உறக்கமின்றித் தவித்தேன். எதையோ பறிகொடுத்தது போல் வெறுமையாக இருந்தது. கிட்டத்தட்ட ஒரு வாரம் நான் நானாகவே இல்லை. என்னுடைய இயல்பு நிலை பறிபோய் விட்டது போல், இன்னது என்று சுட்டிக்காட்டமுடியாத ஏதோவொன்று என்னிடமிருந்து பறிக்கப்பட்டதுபோல் உணர்ந்தேன். என் தவிப்பு முழுமையாக அடங்குவதற்கும் இதிலிருந்து நான் மீண்டுவருவதற்கும் எனக்கு மேலும் அதிகக் காலம் பிடித்தது.

•

இளவரசன் தற்கொலைதான் செய்துகொண்டார் என்பதற்கான இறுதி சாட்சியாக அவருடைய கடிதத்தைக் காவல் துறை உயர்த்திக் காட்டியது. நான்கு பக்கங்கள் கொண்ட இந்தக் கடிதத்தை அவர் மரணமடைந்த இடத்துக்கு அருகிலிருந்து கிராமத்தினர் கண்டறிந்து கொடுத்திருக்கிறார்கள். அது இளவரசன் எழுதிய கடிதம்தான் என்பதை அவருடைய வேறு கடிதங்களோடு ஒப்பிட்டு சென்னையிலுள்ள தடயவியல் நிபுணர்கள் உறுதி

செய்திருக்கின்றனர். தனது மரணத்துக்குச் சிறிது நேரத்துக்கு அவர் இதனை எழுதியிருக்கவேண்டும் என்பது அவர்கள் கணிப்பு.

ஆம், நான் தற்கொலை செய்துகொள்ளப் போகிறேன் என்று நேரடியாக அறிவித்திருப்பதோடு, ஏன் அந்த முடிவை எடுக்க வேண்டியிருந்தது என்பதையும் அக்கடிதத்தில் இளவரசன் விளக்கியிருந்தார். தன் மரணத்துக்கு யாரையும் பொறுப் பாளியாக்கவேண்டியதில்லை என்பதையும் அவர் குறிப்பிட்டிருக்கிறார். கடிதத்திலிருந்து சில பகுதிகளைக் காவல் துறையினர் பகிர்ந்துகொண்டிருக்கிறார்கள். கீழ்வருபவை இளவரசனின் சொற்கள்.

'என் மரணத்துக்கு யாரும் காரணமில்லை. இது (தற்கொலை செய்துகொள்ளவேண்டும் என்பது) என் முடிவு. என் கடைசி ஆசை இதுதான். என் மரணத்துக்குப் பிறகு திவ்யா என்னைக் காண வருவார். அப்படி அவள் வந்தால் யாரும் அவரைத் திட்டக் கூடாது. (என் உடலைக் காண) அவள் அனுமதிக்கப்பட வேண்டும். தயவு செய்து கோபம் கொண்டு அவளை யாரும் திட்டிவிட வேண்டாம். திவ்யா மிக நல்ல பெண். நான் அவளை ஆழமாகக் காதலிக்கிறேன். எனக்காக அவள் கஷ்டப்படக்கூடாது. அவளாவது மகிழ்ச்சியோடு வாழவேண்டும்.'

தனது கடிதத்தின் கடைசி வரியை மட்டும் ஆங்கிலத்தில் எழுதியிருந்தார் இளவரசன் – 'I love you so much da baby Divya.'

கலவரத்தின் விதைகள்

திவ்யாவுக்கு வேறு வகையான தண்டனையைச் சமூகம் அளித்திருந்தது. இளவரசனின் உடல் கண்டெடுக்கப்பட்டதற்கு முந்தைய தினம், அதாவது 3 ஜூன் 2013 அன்று திவ்யா தன் கணவரைக் 'கைவிட்டுப்' பிரிந்து செல்லவேண்டியிருந்தது. முதலில் காதலையும் பின்னர் இதயத்திலிருந்து இளவரசனையும் அவர் முற்றாகத் துறக்கவேண்டிய நிர்பந்தம் ஏற்படுத்தப்பட்டது.

தர்மபுரியில் நாயக்கன் கோட்டை கிராமத்துக்கு அருகிலுள்ள செல்லங்கோட்டை எனும் கிராமத்தைச் சேர்ந்த நாகராஜன், தேன்மொழி ஆகியோரின் மகள், திவ்யா. சாதி அடுக்கில் இடைநிலையில் இருக்கும் வன்னியர் பிரிவைச் சேர்ந்தவர். தமிழக மக்கள் தொகையில் தோராயமாக 13 சதவிகிதம்வரை (அம்பாசங்கர் ஆணைய அறிக்கை, 1985) கொண்ட சமூகம் இது. குறிப்பாக வட தமிழகத்தில் குறிப்பிடத்தக்க எண்ணிக்கையில் வசிக்கிறார்கள். இட ஒதுக்கீட்டுப் பிரிவில் மிகவும் பிற்படுத்தப்பட்ட வகுப்பைச் சேர்ந்தவர்கள்.

இந்து சாதிப் படிநிலை என்பது மிகக் கவனமாகக் கட்டமைக்கப் பட்ட ஓர் அமைப்புமுறை என்று அம்பேத்கர் குறிப்பிட்டதை இங்கே நினைவுபடுத்திக்கொள்ளலாம். தமக்கு மேலே சில குழுக்கள் இருப்பதுபோல் கீழும் எப்போதும் சிலர் இருப்பதைச் சாதியமைப்பு உறுதி செய்கிறது. இந்த அமைப்பின்படி ஒரே நேரத்தில் நீங்கள் ஆதிக்கத்துக்கு ஆட்பட்டவராகவும் ஆதிக்கம்

செலுத்துபவராகவும் இருக்கமுடியும். சாதியமைப்புக்கென்று ஓர் ஒழுங்குமுறை இருக்கிறது. அவரவர் அவரவருக்கான இடத்தில் பொருந்தியிருக்கும்வரை பிரச்சினை இருக்காது. மீறல் நிகழும்போது ஒழுங்கு குலைக்கப்படுகிறது.

அதனால்தான் நத்தம் காலனியிலுள்ள பறையர் சாதியைச் சேர்ந்த இளவரசனை திவ்யா காதலித்ததை ஒரு தனி நபர் நிகழ்வாக அவரைச் சுற்றியிருந்தவர்களால் எடுத்துக்கொள்ள முடியவில்லை. நிலநடுக்கம் ஏற்பட்டுவிட்டதைப் போல் பதறினார்கள். வீட்டிலிருப்போரால், உறவினர்களால், அக்கம் பக்கத்தினரால் எத்தகைய தாக்குதல்களுக்கெல்லாம் திவ்யா நேரடியாகவும் மறைமுகமாகவும் ஆளாகியிருப்பார் என்பதை நாம் யூகிக்கத்தான் வேண்டியிருக்கும். வசைகள், சாபங்கள், மிரட்டல்கள், எதிர்ப்புகள் எதற்கும் குறைவு இருந்திருக்காது. அனைத்தையும் மீறி அக்டோபர் 2012இல் இளவரசனும் திவ்யாவும் வீட்டைவிட்டு வெளியேறி, திருமணம் செய்துகொண்டனர்.

சாதியின் லட்சுமணக் கோடு மீறப்பட்டது. இரு குடும்பங்களுக்கு இடையிலான பிரச்சினை சமூகப் பிரச்சினையாகப் பூதாகரம் எடுத்து நின்றது. நடந்திருப்பது எவ்வளவு பெரிய ஒழுங்கீனம் என்பதையும் இந்தத் திருமணம் எத்தனை பெரிய அவமானத்தை வன்னியர் சாதி மக்களுக்கு ஏற்படுத்தியிருக்கிறது என்பதையும் நவம்பர் 7ஆம் தேதி காலை கிராமத்தில் கூட்டப்பட்ட பஞ்சாயத்தில் காரசாரமாக விவாதிக்கப்பட்டது.

அடிப்படையில் அது ஒரு கட்டப்பஞ்சாயத்துதான். சம்பந்தப்பட்ட இரு குடும்பங்களைச் சேர்ந்தவர்களும் அங்கு திரட்டப் பட்டிருந்தனர். என்ன இருந்தாலும் நாகராஜன் தன் மகளை இப்படி வளர்த்திருக்கக்கூடாது அல்லது அவள் வெளியேறிச் சென்றதை அனுமதித்திருக்கக்கூடாது என்பதுபோல் குற்றம் சாட்டும் தொனியில் அங்கிருப்பவர்கள் நிச்சயம் பேசியிருக்கவேண்டும். அதன்பின் நடந்ததை அவர் குடும்பத்தைச் சேர்ந்த ஒருவர் பின்னர் பகிர்ந்துகொண்டிருக்கிறார்.

நாகராஜன் மிகுந்த வருத்தத்தோடு தன் தரப்பு விளக்கத்தை அளித்திருக்கிறாராம். என் மகள் ஒரு தலித் இளைஞனைக் காதலித்ததைத் தொடக்கம் முதலே நான் ஏற்கவில்லை. எனக்கு இதில் உடன்பாடில்லை என்பதை என் மகளிடம் பலமுறை வெளிப்படுத்திவிட்டேன். கடிந்தும் பார்த்துவிட்டேன். ஆனால் அவள் கேட்பதாக இல்லை. எதுவும் சரிவராத நிலையில், என்

மகளிடம் மண்டியிட்டு, தயவுசெய்து அவனை மறந்துவிடு, எங்களோடு திரும்பிவிடு என்றும் இறைஞ்சிவிட்டேன். அவளோ, என் கணவனை விட்டுப் பிரியமாட்டேன் என்று நிர்தாட்சண்ய மாகச் சொல்லிவிட்டாள். இதற்குமேல் நான் என்ன செய்வது? மனமுடைந்துதான் நாகராஜன் கதறியிருக்கவேண்டும். ஆனால் சுற்றியிருந்தவர்களோ அவருடைய இயலாமையைப் பரிகசித்திருக்கிறார்கள்.

பேசவேண்டியதெல்லாம் பேசி முடித்தபின், ஒரு பெண் அவளுடைய தந்தைக்குச் சொந்தமானவள் என்றும் தந்தையின் அனுமதியின்றி அவளை யார் கவர்ந்து சென்றாலும் அது தவறு என்றும் முடிவெடுத்திருக்கிறார்கள். திசை மாறிச் சென்றுவிட்ட திவ்யா 'மீட்கப்படவேண்டும்' என்றும் தந்தையிடம் ஒப்படைக்கப் படவேண்டும் என்றும் வலியுறுத்தப்பட்டிருக்கிறது. வேறொரு கோணத்தில் பார்க்கவேண்டுமானால், திவ்யா யாருடைய உடைமை என்பதைத் தீர்மானிக்கவேண்டிய அதிகாரத்தை சாதி கைப்பற்றிக்கொண்டது. அதன்படி திவ்யா அவருடைய சாதிக்குச் சொந்தமானவர். இக்கூட்டத்தில் இளவரசனின் தரப்பினரும் கலந்துகொண்டனர் என்றாலும் அவர்கள் குற்றவாளியின் பிரதிநிதிகளாகக் கருதப்பட்டிருக்கவே வாய்ப்பு அதிகம்.

அந்தக் கிராமம் சந்தித்த முதல் கலப்பு மணம் அல்ல இது. பல கலப்புத் திருமணங்கள் நடைபெற்றிருக்கின்றன. ஏற்கமுடியாத பெற்றோரால் அவை எதிர்க்கப்பட்டிருக்கின்றன, நாளடைவில் எதிர்ப்புகள் பலவீனமடைந்து இரு குடும்பங்களும் இணைந்திருக் கின்றன. இணைய மனமில்லாதவர்களும் இருந்திருக்கிறார்கள். இவை இயல்பானவை. எல்லா இடங்களிலும் நீடிப்பவை. ஆனால் திவ்யாவை இளவரசன் மணந்துகொண்டதை மற்றொரு கலப்பு மணமாக வன்னியர்களால் எடுத்துக்கொள்ளமுடியாமல் போனதற்கு ஒரு காரணம் சாதியை முதன்மைப்படுத்தி முன்னெடுக்கப்பட்ட தீவிர அரசியல் பிரசாரம்.

நடைபெற்றிருப்பது திட்டமிடப்பட்ட ஒரு மாபெரும் சதி என்றும் இதற்குப் பின்னால் ஒரு தந்திரமான வேலைத்திட்டம் இருக்கிறது என்றும் அவர்கள் நம்பியிருக்கிறார்கள். நம்ப வைக்கப்பட்டிருக் கிறார்கள் என்றும் சொல்லலாம். இதை இனியும் சகித்துக் கொண்டிருக்கவேண்டிய அவசியமில்லை என்று அவர்களுக்கு உணர்த்தப்பட்டிருக்கிறது. வேற்று நாட்டு அரசர்கள் எதிரி நாட்டுக்குப் படையெடுத்து வந்து செல்வத்தைக் கைப்பற்றுவது

போல் இளவரசன்கள் திட்டமிட்டு வந்து நம் இளவரசிகளைக் கவர்ந்து செல்கிறார்கள் என்பது அவர்களுக்கு உணர்த்தப் பட்டிருக்கிறது. இந்த உணர்வு கட்டுக்கடங்காத கோபத்தையும் பீதியையும் ஏற்படுத்தியிருக்கிறது.

நாகராஜன் தன் மகளை ஆழமாக நேசித்தவர் என்கிறார் அவர் கிராமத்தைச் சேர்ந்த நாகம்மா. ஒரு நல்ல தந்தையாக அவர் இருந்தார். ஏற்கெனவே தன் மகளின் பிரிவால் பாதிக்கப்பட்டிருந்த அவர், பஞ்சாயத்தில் எல்லோர் முன்னாலும் அவமானப்படுத்தப் பட்டதாகக் கருதியிருக்கவேண்டும் என்கிறார் இவர்.

அருகிலிருந்த கூட்டுறவு அமைப்பொன்றில் ஒரு சிறிய பொறுப்பில் (ஜூனியர் கிளார்க்) நாகராஜன் பணியாற்றி வந்திருக்கிறார். 1980களில் ஒரு கொலை வழக்கில் குற்றம் சாட்டப்பட்டவர்களின் பட்டியலில் நாகராஜனின் பெயரும் இருந்திருக்கிறது. நிலத் தகராறு தொடர்பாக நடைபெற்ற ஒரு கொலை அது. இந்தியக் கம்யூனிஸ்ட் கட்சியின் (மார்க்சிஸ்ட் லெனினிஸ்ட்) புரட்சிகர இளைஞர் பிரிவின் ஆதரவாளராகவும் நாகராஜன் திகழ்ந்திருக்கிறார். நக்சலைட் இயக்கம் தர்மபுரியில் செல்வாக்கோடு இருந்த காலகட்டம் அது. (இதைப் பற்றி பின்னர் பார்க்கவிருக்கிறோம்). செல்வாக்கு சரிந்ததும் இயக்கத்திலிருந்த பலரும் அங்கிருந்து வெளியேறி வெவ்வேறு அரசியல் கட்சிகளில் இணைந்துகொண்டிருக்கிறார்கள்.

நாகராஜன் தன் மகளின் திருமணத்தை மாபெரும் அரசியல் திட்டத்தின் ஒரு பகுதி என்று ஆரம்பத்தில் நினைத்தாரா என்று தெரியவில்லை. ஆனால் நாள்கள் செல்லச் செல்ல அது உண்மைதான் என்று அவர் நம்ப ஆரம்பித்திருப்பார். ஊர் மக்களின் பேச்சும் பார்வையும் அவரை அசைத்திருக்கும். பஞ்சாயத்து அவரை நிலைகுலையச் செய்திருக்கும். கிராமத்தின் முழுக் கவனமும் தன்மீது குவிந்திருப்பதைக் கண்டு அவர் கலங்கியிருப்பார். திவ்யாவின் திருமணம் தன்னையும் தன் குடும்பத்தையும் மட்டுமின்றி, தன் சமூகத்தையே களங்கப்படுத்தி விட்டதென்றும் அந்தக் களங்கம் இனி அகலாது என்றும் அவர் அஞ்சியிருப்பார். சாதிப் பெருமையைக் காக்கவேண்டிய முக்கியப் பொறுப்பைத் தவறவிட்டுவிட்டோமே என்னும் குற்றவுணர்வு அவரை அரித்திருக்கும். பஞ்சாயத்து நடந்த அதே நவம்பர் 7 அன்று அவர் தற்கொலை செய்து கொண்டார்.

●

நாகராஜனின் உடல் கண்டெடுக்கப்பட்ட அந்தக் கணம் வெடிகுண்டின் திரி பற்ற வைக்கப்பட்டது. உள்ளுக்குள் அதுவரை அடங்கியிருந்த கோபம் வெறுப்பாக மாறுமாறு தூண்டிவிடப் பட்டது. வெறுப்பு தீ போல் பற்றியெறிய ஆரம்பித்தது. அது உள்ளே எரிய வேண்டிய தீ அல்ல, அள்ளியெடுத்து வெளியில் வீசவேண்டிய தீ என்னும் முடிவுக்கு ஒரே கணத்தில் பலரும் வந்து சேர்ந்தனர். இனி என்ன செய்யவேண்டும் என்பதையெல்லாம் பேசி விவாதிக்கவேண்டிய அவசியமே அவர்களுக்கு ஏற்பட்டிருக்காது.

திவ்யாவின் செல்லங்கோட்டைக்கும் இளவரசனின் நத்தம் காலனிக்கும் சுமார் 1 கிலோ மீட்டர் தொலைவுதான் இருக்கும். செல்லங்கோட்டையிலிருப்போர் தங்கள் அன்றாடத் தேவைகள் அனைத்துக்கும் நத்தம் காலனியைக் கடந்துதான் பிரதான வீதிக்கு வந்தாகவேண்டும். திவ்யாவும் அந்த வழியில்தான் தனது கல்லூரிக்குச் சென்றுகொண்டிருந்தார். நத்தம் காலனியிலிருப்ப வர்களின் வீடுகள் சாலையை ஒட்டியே அமைந்திருப்பதால், அவசியம் ஏற்பட்டாலொழிய அவர்கள் எதிர்திசையில், செல்லங் கோட்டைக்குப் போகவேண்டியிருக்காது.

நாகராஜனின் சடலத்தை ஏந்திக்கொண்டு நடக்க ஆரம்பித்தார்கள். முதல் இலக்கு, நத்தம் காலனி. குறிப்பாக, இளவரசனின் வீடு. சடலம் கீழே இறக்கப்பட்டது. இளவரசன் அங்கே இல்லை என்பது தெரியும். அதனாலென்ன? குற்றமிழைத்திருப்பது ஓர் இளைஞன் மட்டுமேவா? இளவரசன் ஒரு தனி மனிதன் அல்ல. தனது சமூகத்தின் பிரதிநிதி. தனது சமூகத்தால் உருவாக்கப்பட்டு, தூண்டிவிடப்பட்டு, பாதுகாக்கப்பட்டுவரும் ஒரு குற்றவாளி. வன்னியர்கள்மீது தலித்துகள் மேற்கொண்ட போர் இது. முதல் பலி, நாகராஜன். இதைவிடவும் ஒரு பெரிய சீண்டல் இருந்து விடமுடியுமா?

நவம்பர் 7ஆம் தேதி நத்தம் காலனிக்குள் சீற்றத்தோடு நுழைந்தது ஒரு கும்பல். அண்ணாநகர், கொண்டம்பட்டி ஆகிய பகுதிகளும் தலித்துகளின் குடியிருப்புகள்தான் என்பதால் இரு குழுக்கள் அங்கே கிளம்பிச் சென்றன. சில நிமிடங்களில் மூன்று பகுதிகளும் பற்றியெரிய ஆரம்பித்தன.

தீ நாக்குகள்

முழுக்க எரிந்து கிடக்கும் தன் வீட்டுக்கு முன்பாக அமைதியாக நின்றுகொண்டிருந்தார் 35 வயது முருகன். தனது 400 சதுர அடி வீட்டைப் பறிகொடுத்துவிட்ட பிறகும் கோபமில்லை, துயரமில்லை. உண்மையில் எந்தச் சலனமுமில்லை அவரிடம். நடந்து முடிந்த ஊழித் தாண்டவத்தில் நத்தம் காலனியில் மட்டும் 268 வீடுகள் பகுதியளவிலோ முழுமையாகவோ அழிந்து போயிருந்தன. முருகனுடைய வீடும் அதிலொன்று. நவம்பர் 7 தர்மபுரி தலித் மக்களின் வாழ்வில் மறக்கமுடியாத ஒரு தினமாக மாறிவிட்டது.

வீடு மட்டுமல்ல, தன்னுடைய உடைமைகள் அனைத்தையும் முருகன் இழந்திருந்தார். மோட்டார் பைக், பள்ளிக்கூடம் செல்லும் இரு மகள்களின் மிதிவண்டிகள், சமையல் பாத்திரங்கள் அனைத்தும் அழிந்துபோயிருந்தன. முருகனின் மனைவி பெருமிதத்தோடு கண்ணாடி அலமாரியில் காட்சிப்படுத்தியிருந்த சீனப் பீங்கான்களும் அவற்றுள் அடங்கும். மளிகைச் சாமான்கள், அரிசி மூட்டை அனைத்தும் எரிக்கப்பட்டிருந்தன. சுவரில் மாட்டி வைக்கப்பட்டிருந்த குடும்பப் புகைப்படங்கள்கூடத் தப்பவில்லை. ‘நான் கஷ்டப்பட்டு சம்பாதித்த அனைத்தும் சாம்பலாகிவிட்டன. இப்போது என்னிடம் எதுவுமே இல்லை’ என்கிறார் முருகன்.

நாயக்கன் கோட்டையிலுள்ள நத்தம் காலனி, அண்ணா நகர், கொண்டம்பட்டி மூன்றும் போர்க்களங்களாகக் காட்சியளித்தன. கறுத்த புகை வான் நோக்கி உயர்ந்துகொண்டிருந்தது. ஐநூறுக்கும்

மேற்பட்ட குடும்பங்கள் அனைத்தையும் இழந்து, அடுத்து என்ன செய்வதென்னும் அதிர்ச்சியோடு வீதிகளில் குழுமியிருந்தார்கள். வீடுகள் கரிக்கட்டைகளாக உதிர்ந்து கிடந்தன. மரப்பொருள்களும் பாத்திரங்களும் எங்கும் இறைந்து கிடந்தன. சாலை முழுக்க விதவிதமான காகிதங்கள். கிட்டத்தட்ட 200 பேர் தங்களுடைய வாக்காளர் அடையாள அட்டையை இழந்திருந்தனர். ஐம்பது பேருடைய குடும்ப அட்டைகள் தொலைந்துவிட்டன. ஓட்டுநர் உரிமம், வீட்டுப் பத்திரம், நிலப் பத்திரம், எரிவாயு இணைப்பு ஆவணம், காப்பீட்டு ஆவணம் என்று தொடங்கி பலவிதமான பதிவுகள் அழிந்துவிட்டன.

'தெளிவாகத் திட்டமிட்டு மேற்கொள்ளப்பட்ட தாக்குதல் இது. எட்டு கிலோ மீட்டருக்குள் அடங்கியிருக்கும் மூன்று பகுதிகளையும் மூன்று குழுக்கள் தாக்கியிருக்கின்றன. கவனமாகச் சொத்துகளைச் சூறையாடியிருக்கிறார்கள்' என்கிறார் அண்ணா நகரைச் சேர்ந்த ஆர். கோபால். இந்தக் கலவரத்தை நடத்தி முடிப்பதற்குக் கிட்டத்தட்ட 5 மணி நேரம் ஆகியிருக்கிறது. நின்று நிதானமாகச் சூறையாடியிருக்கிறார்கள். பார்த்துப் பார்த்துக் கொளுத்தியிருக்கிறார்கள். இக்கலவரத்தில் ஏற்பட்ட இழப்புகள் குறித்து மாவட்ட நிர்வாகம் முதற்கட்ட அறிக்கையொன்றை வெளியிட்டது. அதன்படி இழப்பின் மதிப்பு தோராயமாக 6.95 கோடி இருக்கலாம் என்கிறார் மாவட்ட ஆட்சியர் ஆர். லில்லி. தமிழ்நாட்டில் இதற்கு முன்பு எந்தவொரு தலித் குடியிருப்பும் இத்தனைப் பெரிய இழப்பை எதிர்கொண்டதில்லை.

'இது தனிப்பட்ட விவகாரம்; இரு குடும்பங்களுக்கு இடையிலான பிரச்சினை என்றுதான் நினைத்தோம். இப்படியொரு சாதிய வடிவம் எடுக்கும் என்றோ நாங்கள் அதற்கு இரையாவோம் என்றோ நினைத்துக்கூடப் பார்த்ததில்லை' என்கிறார் இளவரசனின் அண்டை வீட்டுக்காரரான மல்லிகா. அவருடைய வீட்டிலிருந்த விலை மதிப்புமிக்க பொருள்கள், மிதிவண்டிகள், கணவரின் லேப்டாப் அனைத்தையும் கொள்ளையடித்துவிட்டு இறுதியில் வீட்டுக்குத் தீ வைத்திருக்கிறார்கள்.

•

இளவரசனின் செய்கையால் கொதித்தெழுந்த வன்னியர்கள் தலித்துகளைப் பழிவாங்குவதற்காக நிகழ்த்திய கலவரம் என்று சொல்லி முடித்துக்கொண்டால் பிரச்சினையின் முழுப் பரிமாணத்தை நம்மால் புரிந்துகொள்ளமுடியாமல் போய்விடும்.

நொடியில் மூண்டெழுந்துவிட்ட சினம்தான் கலவரமாக வெடித்தது என்று கூறப்பட்டாலும் உடைமைகள் சூறையாடப் பட்ட விதத்தையும் குடியிருப்புகள் அழிக்கப்பட்ட விதத்தையும் பார்க்கும்போது இவை கவனமாகத் திட்டமிடப்பட்ட செயல்கள் என்பது தெரிந்துவிடுகிறது. மிகத் துல்லியமாக முன்னெடுக்கப் பட்ட ஒரு வன்முறைச் செயல் என்றே இக்கலவரத்தை மதிப்பிடவேண்டியிருக்கும் என்கிறார் தேசிய தாழ்த்தப்பட்டோர் ஆணையத்தின் தலைவர் பி.எல்.புனியா. கலவரம் வெடித்த மூன்று இடங்களுக்கும் நேரில் சென்று ஆய்வு செய்ததன் தொடர்ச்சியாக அவர் வந்தடைந்திருக்கும் முடிவு இது.

சாதியம் வெளிப்படையாகப் புலப்படுகிறது என்றால் பொருளாதாரக் காரணிகள் சற்றே உள்ளொடுங்கிச் செயல் பட்டிருக்கின்றன. சாதிய அடுக்கில் வன்னியர்கள் மேல் நிலையிலும் தலித்துகள் கீழ் நிலையிலும் வைக்கப்பட்டிருந் தாலும் பொருளாதாரப் பின்னணியில் இந்த வரிசை நடை முறையில் நிலவவில்லை என்பதையே கள யதார்த்தம் நமக்கு உணர்த்துகிறது.

விவசாயப் பணிகளில் வன்னியர்கள் செழுமையாக இருந்த காலம் ஒன்றுண்டு. செல்வத்தோடு சேர்ந்து செல்வாக்கும் அவர்களிடம் இருந்தது. ஒரு கட்டத்தில் மழை பொய்த்து, விளைச்சல் குறைந்து, செழுமையும் குறையத் தொடங்கியது. மற்றொரு பக்கம் தலித்துகள் 'அவர்களுக்கென்று ஒதுக்கப்பட்ட' இடத்தில் அடங்கியும் ஒடுங்கியும் இருப்பதை விட்டுவிட்டு மேலேழும்பி வரத் தொடங்கியது வன்னியர்களுக்குக் கடும் எரிச்சலை உண்டாக்கியிருக்கிறது. நாம் தேய்ந்துகொண்டே போகும்போது இவர்கள் மட்டும் எப்படி மேலே, மேலே உயர்ந்துகொண்டிருக் கிறார்கள்? நம் வாழ்வாதாரம் சுருங்கும்போது இவர்களுடையது மட்டும் எப்படி விரிந்துகொண்டு போகிறது? ஒரு காலத்தில் பண்ணையடிமைகளாகவும் கூலிகளாகவும் இருந்தவர்களுக்கு எங்கிருந்து கிடைக்கிறது இவ்வளவு பணம்? நம்மிடம் இல்லையே எனும் வருத்தத்தைவிட அவர்களிடம் இருக்கிறதே என்னும் எரிச்சல் நாள்பட, நாள்பட வளர்ந்துகொண்டே போனது.

கண்முன்னால் தலித்துகளின் வாழ்வாதாரம் கிடுகிடுவென்று உயர்ந்து நின்றதை வன்னியர்களால் ஏற்கமுடியவில்லை. ஏற்கவிடாமல் தடுத்தது அவர்களுடைய சாதிப் பெருமிதம்தான். நீங்களெல்லாம் ஏதுமற்றவர்களாக இருக்கவேண்டியவர்கள்.

மற்றவர்களின் கையை எதிர்பார்த்து வாழ விதிக்கப்பட்டவர்கள். அந்த விதி தலைகீழாகத் திரும்பியிருப்பது சமூகத்தின் ஒழுங்கைக் குலைப்பதாக இருக்கிறது. உங்களுக்கு எதற்கு மாடி வீடு? எதற்கு இரு சக்கர வாகனம்? வாக்காளர் அட்டை, குடும்ப அட்டை என்று மற்றவர்களைப் போல் எப்படி இயல்பாக வாழமுடிகிறது உங்களால்? உங்களுக்கு எதற்கு பெரிய எல்ஈடீ டிவி? எதற்கு ஜெனரேட்டர்? வீட்டுக்கு வீடு ஏசி போட்டுக்கொள்ளும் அளவுக்கு உயர்ந்துவிட்டதா உங்கள் வருமானம்? காரும் கம்ப்யூட்டருமாக நீங்கள் சொகுசு வாழ்க்கை நடத்துவதை வெறுமனே வேடிக்கை பார்த்துக்கொண்டு உட்கார்ந்துகிடக்கவேண்டுமா நாங்கள்?

வருமானம், வேலை வாய்ப்பு, சேமிப்பு, முதலீடு, பெரிய வீடு என்று தலித்துகள் அடுத்தடுத்த கட்டங்களுக்கு நகர்ந்து சென்று கொண்டே இருப்பதை வன்னியர்களால் புரிந்துகொள்ளவும் முடியவில்லை, பொறுத்துக்கொள்ளவும் முடியவில்லை. பொறாமை காட்டுத்தீ போல் பற்றியெறிய ஆரம்பித்தது. தலித்துகளின் வளர்ச்சி வரம்பு மீறலாகவும் ஒழுங்கீனமாகவும் அவர்கள் கண்களுக்குத் தெரிந்திருக்கிறது.

தலித்துகளின் மீதான வன்முறைக்கென்று ஒரு தனித்த வரலாறு இங்கே இருக்கிறது. திருச்செந்தூரிலுள்ள நடுநாலுமூலைக்கிணறு *(1992)*, கொடியங்குளம் *(1995)*, திண்டுக்கல்லிலுள்ள குண்டுபட்டி *(1998)*, தூத்துக்குடியிலுள்ள சங்கரலிங்கபுரம் *(2001)* ஆகிய பகுதிகளிலும் இதேபோன்ற கலவரங்கள்தான் நடந்துள்ளன. அங்கும் இதே பொறாமையும் இயலாமையும் கோபமும் சேர்ந்துதான் வன்முறைத் தீயை வளர்த்துவிட்டன. தாங்கள் செய்யாத தவறுக்காக அங்கும் தலித்துகள் இதேபோல்தான் தாக்குதலுக்கு உள்ளானார்கள். இதேபோல்தான் சூறையாடல் நடைபெற்றது. தலித்துகளின் வாழ்க்கைத் தரம் எங்களுடையதைக் காட்டிலும் உயர்வதை அனுமதிக்கமாட்டோம். எங்களிடமில்லாத வசதிகளை அவர்கள் அனுபவிப்பதைச் சகித்துக்கொள்ள மாட்டோம். இந்த மனோபாவம்தான் எல்லா இடங்களிலும் ஒன்று போல் நெருப்பைப் பற்ற வைத்திருக்கிறது.

நாயக்கன் கோட்டை போலவே கொடியங்குளத்திலும் தலித்துகள் மேலான நிலையில் வாழ்ந்துவந்தனர். மேற்கு ஆசியாவில் கிடைத்த வேலை வாய்ப்புகளை ஆண்கள் நன்கு பயன்படுத்திக் கொண்டு, கை நிறையச் சம்பாதித்தனர். அந்த வருமானத்தைக் கொண்டு வசதியாகத் தங்கள் வாழ்நிலையை அவர்கள்

திருத்தியமைத்துக்கொண்டனர். வீட்டுக்குத் தேவையான உபகரணங்களைத் தருவிப்பது அவர்களுக்குச் சுலபமாகிப் போனது. வசதியான நடுத்தர வாழ்க்கையை அவர்கள் தங்கள் குடும்பத்தினருக்கு அறிமுகப்படுத்தினார்கள். இந்தப் பளபளப்பான மாற்றம் மற்றவர்களின் கண்ணைப் பறித்திருக்கிறது. பொறுக்கவியலாமல் தாக்கியிருக்கிறார்கள். மற்றபடி, நாயக்கன் கோட்டைக்கும் நாம் மேலே பார்த்த மற்ற இடங்களுக்கும் ஓர் அடிப்படை வேற்றுமை இருக்கிறது. நாயக்கன் கோட்டையில் சமூகத்தில் ஒரு பிரிவினர் வன்முறையைக் கையிலெடுத்தனர் என்றால் பிற இடங்களில் சட்டத்தைப் பாதுகாக்கவேண்டிய வர்களே குற்றச்செயல்களில் ஈடுபட்டனர். இறுதியில், பாதிக்கப்பட்ட தலித்துகளுக்கு அரசு இழப்பீடு அளிக்க வேண்டியிருந்தது.

தலித்துகள்மீதான வன்முறைச் செயல்கள் பொதுவாக, கொலை, பாலியல் பலாத்காரம், சொத்துகளை அழித்தல் ஆகிய வடிவங்களில் நடைபெறுவது வழக்கம். நாயக்கன் கோட்டையில் அழிப்பு வேலை மட்டும் நடந்திருக்கிறது. ஒப்பீட்டளவில் எளிய குற்றம்போல் தோன்றினாலும் அதுவும் கொடுமையான குற்றம்தான். உடைமைகளை அழிப்பதன்மூலம் முன்னேறி வந்து கொண்டிருக்கும் ஒரு குழுவை அச்சுறுத்தித் தடுத்து நிறுத்த முடியும். அவர்களுடைய தன்னம்பிக்கையைக் குலைக்கமுடியும். பொருளாதார விடுதலைக்கான பாதையை அடைக்கமுடியும். தலித்துகள் தங்கள் அதிகாரத்தை நிலைநாட்டுவதைத் தடுக்க முடியும். அவர்கள் கனவுகளை முறிக்கமுடியும்.

கடந்த பத்தாண்டுகளில் நாயக்கன் கோட்டையிலுள்ள தலித் மக்கள் நிலவுடைமையாளர்களாகவும் மாறியிருப்பதைக் காணலாம். இன்று, நத்தம் காலனியில் 22 தலித் குடும்பங்கள் அரை ஏக்கரிலிருந்து 1 ஏக்கர் வரை நிலம் வைத்துள்ளனர். கொண்டம்பட்டியில் 20 குடும்பங்கள் 22 ஏக்கர் நிலத்தைப் பகிர்ந்துகொள்கின்றன. அண்ணா நகரில் கிட்டத்தட்ட 80 சதவிகித நிலம் வன்னியர்களிடம் இருக்கிறது. அங்கும் மூன்று தலித்துகள் நில உரிமையாளர்களாக இருக்கின்றனர். கிட்டத்தட்ட எல்லாத் தலித்துகளும் வீட்டு மனை பட்டா வைத்திருக்கின்றனர். இவை வெறுமனே பொருளாதார மாற்றங்கள் மட்டுமல்ல, சமூக அரசியல் மாற்றங்களும்தான். இதற்கெல்லாம் சேர்த்து தலித்துகள் விலை கொடுக்கவேண்டியிருந்தது.

சாதியும் செங்கொடியும்

எல்லாம் எரிந்து முடிந்திருந்தது. இருள் போல் பரவிய புகை காற்றில் கலந்து மறைந்திருந்தது. துயரத்தில் மூழ்கியிருக்கும் நேரமல்ல இது என்பதை உணர்ந்து ஆண்களும் பெண்களும் அடுத்து என்ன என்று யோசிக்கத் தொடங்கியிருந்தனர். எதுவும் புரியாமல் பீதியோடு சுருண்டிருந்தவர்கள் குழந்தைகள்தாம். அவர்கள் வளர்ந்த உலகம் அவர்கள் முன்பாகக் கருகிக் கிடந்தது. ஏன் இப்படி நடக்கவேண்டும் என்பதை அவர்களால் விளங்கிக் கொள்ளமுடியவில்லை. குழந்தைகளைக் கொஞ்சம் கொஞ்சமாக இயல்பு நிலைக்குக் கொண்டுவர தனி அமர்வுகள் ஏற்பாடு செய்யவேண்டியிருந்தது.

கல்லூரி மாணவர்களுமேகூடக் கலக்கத்தில்தான் இருந்தார்கள். அவர்கள் சென்றுவரும் பேருந்தில் சிறிது காலத்துக்குப் பாதுகாப்பு தரவேண்டியிருந்தது. மாணவர்கள் அனைவருக்கும் புதிய பாடப் புத்தகங்களும் சீருடைகளும் விநியோகிக்கப்பட்டன. புதிய பள்ளி, கல்லூரிச் சான்றிதழ்களும் மதிப்பெண் பட்டியல்களும் அளிக்கப்பட்டன.

பிளவுபட்டிருக்கும் சமூகங்களுக்கு இடையில் புரிதலையும் கூட்டுறவையும் ஊக்குவிக்கும் வகையில் வீதி நாடகங்கள், கலை நிகழ்ச்சிகள் போன்றவை நடத்தப்பட்டன. மக்களின் வாழ்வையும் வாழ்வாதாரத்தையும் எப்படியாவது மீட்டுக்கொண்டு வந்து விடுவோம் என்றார் அப்போது என்னிடம் பேசிய தர்மபுரி மாவட்ட ஆட்சியர் ஆர். லில்லி.

ஆனால் அது அத்தனை எளிதானதாக இருக்கவில்லை. இழப்புகளைப் பதிவு செய்ய ஒரு முகாம், மருத்துவ முகாம், அழிந்துபோன ஆவணங்களைப் புதிதாக விநியோகிக்க ஒரு முகாம் என்றெல்லாம் அமைக்கப்பட்டாலும் மக்களின் சிதறிப் போயிருந்த தன்னம்பிக்கையை, இதயத்தின் ஆழத்தில் உறைந்துபோய்விட்ட அச்சத்தை என்ன செய்வதென்று ஒருவருக்கும் தெரியவில்லை.

•

வன்முறையும் மோதலும் நாயக்கன் கோட்டைக்குப் புதியவையல்ல. மேற்கு வங்கத்திலுள்ள டார்ஜிலிங் மாவட்டத்தில் உள்ள நக்சல்பாரி எனும் சிறிய கிராமத்தில் 1969இல் வெடித்த தீப்பொறி இந்தியாவெங்கும் பரவிப் பற்றிக்கொண்டது. காவல்துறை, அரசு வன்முறைக்கு எதிரான விவசாயப் போராட்டங்கள் இந்தியா முழுமைக்குமான புரட்சிகர மாற்று அரசியலை முன்மொழியும் ஆயுதந்தாங்கிய அமைப்பாக வளரத் தொடங்கியது. தென்னிந்தியாவில் பல பகுதிகளில் நக்சல்பாரி இயக்கத்துக்குக் குறிப்பிடத்தக்க எண்ணிக்கையில் ஆதரவும் இருந்தது வந்தது. அத்தகைய இடங்களுள் தருமபுரியும் அடங்கும்.

1980களில் தருமபுரி தமிழ்நாட்டின் மிகப் பின்தங்கிய மாவட்டங்களில் ஒன்றாகவும் எனவே தவிர்க்கவியலாதபடிக்கு, தீவிரவாதிகளின் விளைநிலமாகவும் இருந்தது. எம் எல் கட்சி என்று அழைக்கப்பட்ட இந்தியக் கம்யூனிஸ்ட் கட்சியைத் (மார்க்சிய லெனினியம்) 1969இல் தோற்றுவித்த சாரு மஜூம்தார் அடுத்த ஆண்டு ஹொகேனகலில் ஒரு ரகசியச் சந்திப்பை நடத்தினார். அதற்குமுன்பு அருகிலிருந்த புளியம்பட்டி கிராமத்துக்கு அவர் ஒருவருக்கும் தெரியாமல் சென்று வந்திருந்தார். அப்பு, பாலன் இருவரும் (இருவரும் காவல் துறையினரால் பின்னர் சுட்டுக்கொல்லப்பட்டனர்) நாயக்கன் கோட்டையிலும் சுற்றுவட்டாரத்து கிராமங்களிலும் உள்ள ஏழை, உழைக்கும் மக்களிடம் பணியாற்றியிருக்கின்றனர்.

1980களின் தொடக்கம் முதல் 1990களின் இறுதிவரை நாயக்கன் கோட்டை காவல்துறையின் நிரந்தரக் கண்காணிப்பு வளையத் துக்குள் இருந்தது. நக்சல் இயக்கத்தைச் சேர்ந்தவர்கள், ஆதரவாளர்கள் ஆகியோர் மட்டுமின்றி இயக்கத்தோடு சிறிதும் தொடர்பில்லாதவர்கள்கூடக் காவல்துறையினரால் வேட்டை யாடப்பட்டனர். புரட்சிகர அரசியலைத் தேர்ந்தெடுத்தவர்களும்

அதற்காகப் பணியாற்றியவர்களும் மட்டுமல்ல, அமைப்போடு எந்த வகையிலும் சம்பந்தமில்லாதவர்களும்கூட சந்தேகத்துக்கு உள்ளாயினர். இங்கும் அதிக பாதிப்பைத் தலித்துகளே எதிர்கொள்ளவேண்டியிருந்தது.

'நாயக்கன் கோட்டையைப் பூர்விகமாகக் கொண்டிருப்பதென்பது ஒரு வகையான சாபம்தான். அதிலும் நீங்கள் ஒரு தலித்தாக இருந்தால் இரு மடங்கு இடர்களை எதிர்கொள்ள வேண்டியிருக்கும்' என்கிறார் நத்தம் காலனியைச் சேர்ந்த சசிகலா. 'கடந்த காலத்தில் நாங்கள் ஒரு குழுவாகத் தேர்ந்தெடுத்த பாதைக்காக இப்போதும் துயரங்களை அனுபவித்துக் கொண்டிருக்கிறோம். இன்னமும் எங்களால் மதிப்போடு வாழமுடியவில்லை.'

சசிகலாவின் கணவர், 'பொடா' பழனிச்சாமி ஒரு முன்னாள் மார்க்சிய லெனினியச் செயற்பாட்டாளர். பொடா சட்டம் அமலில் இருந்தபோது கைது செய்யப்பட்டு ஐந்தாண்டுகாலம் சிறையில் இருந்திருக்கிறார். 'காவல் துறையினர் எப்போது வேண்டு மானாலும் திடீரென்று தோன்றுவார்கள். தடதடவென்று கதவைத் தட்டி எங்கள் இளைஞர்களை இழுத்துச்சென்றுவிடுவார்கள். கேட்டால் விசாரிக்கிறோம் என்பார்கள். எங்கே வைத்து விசாரணை என்று சொல்லமாட்டார்கள். எப்போதும் எங்களைக் கண்காணித்துக்கொண்டே இருப்பார்கள். விடிவதற்குமுன்பே தாக்குவார்கள், எப்போதும் மிரட்டிக்கொண்டே இருப்பார்கள். எல்லாவற்றுக்கும் பழகிக்கொண்டோம். இவர்களிடமிருந்து தப்புவதற்காகவே இளைஞர்கள் பெங்களூரு, கோயம்புத்தூர் என்று குடிபெயர ஆரம்பித்தார்கள். அங்கேயே தங்கள் வாழ்க்கையை அமைத்துக்கொண்டார்கள்.'

தருமபுரியிலுள்ள ஊத்தங்கரையில் 24 செப்டெம்பர் 2002 அன்று நடத்தப்பட்ட துப்பாக்கிச் சூட்டைத் தொடர்ந்து நக்சலைட் இயக்கம் முடிவுக்கு வந்தது. (2004ஆம் ஆண்டு உருவாக்கப்பட்ட கிருஷ்ணகிரி மாவட்டத்தின் ஒரு பகுதியாக ஊத்தங்கரை இன்று உள்ளது). தருமபுரியில் மட்டுமல்ல, கிட்டத்தட்ட முழுத் தமிழ்நாட்டிலும் நக்சல் செயல்பாடுகள் ஓய்ந்துபோயின. அதே சமயம், வறுமையில் வாடுபவர்களும் வேலைவாய்ப்பில்லாத இளைஞர்களும் நீடிக்கும்வரை நக்சல் பொறி ஏதேனும் ஒரு வடிவில் வாழ்ந்துகொண்டுதான் இருக்கும் என்பதை உணர்ந்து சில மாற்றங்களைக் கொண்டுவர அரசு முடிவெடுத்தது. மக்களின்

நம்பிக்கையை வென்றெடுக்கும்படி கிராமப்புறங்களில் சில சமூகப் பொருளாதார நலத்திட்டங்கள் முன்னெடுக்கப்பட்டன. இதற்கென்று பிரத்தியேக நிதி ஒதுக்கப்பட்டது. எதிர்பார்த்த படியே இத்திட்டங்களால் சில நன்மைகள் விளைந்தன.

நக்சல்பாரி இயக்கம் பற்றிய நினைவுகள் எல்லாமே மோசமானவையல்ல. நாயக்கன் கோட்டை தலித் மக்களின் வாழ்வில் நக்சல்பாரிகள் சில ஆச்சரியத்தக்க மாற்றங்களை ஏற்படுத்தியிருக்கிறார்கள். 'நக்சலைட்டுகள் இங்கே தீவிரமாகச் செயல்பட்டு வந்தபோது இப்போதுள்ளதைப் போல் இல்லாமல் சமூகத்தில் ஒருவித சமநிலை நிலவிவந்தது' என்று நினைவு கூர்கிறார் பழனிச்சாமி. வர்க்க அடையாளத்தை முன்வைத்து வளர்த்தெடுக்கப்பட்ட அரசியலில் சாதி அடையாளம் பின்னுக்குத் தள்ளப்பட்டிருக்கவேண்டும். மேல்சாதி தாழ்ந்த சாதி எனும் பாகுபாட்டைக் காட்டிலும் பணக்காரன் ஏழை பாகுபாடு கூர்மை பெற்றிருக்கும். மார்க்சியம், லெனினியம், மாவோயியம் ஆகிய கொள்கைகளின் சாரம் எளிமையாக மக்களிடையே பிரசாரம் செய்யப்பட்டதன் காரணமாக இந்த மாற்றம் நிகழ்ந்திருக்க வேண்டும். 2000ஆம் ஆண்டுவரை தலித்துகள் தங்களைத் தலித்துகளாகவே உணரவில்லை. அப்படி அவர்களை யாரும் பாவிக்கவும் இல்லை.

வர்க்கப் பாகுபாடு எவ்வாறு தோன்றியது? ஏழைகள் ஏழை களாகவும் செல்வந்தர்கள் மேன்மேலும் செல்வந்தர்களாகவும் மாறிக்கொண்டிருப்பது ஏன்? இந்நிலையை மாற்றுவது எப்படி? அதை யார் மாற்றவேண்டும்? போன்ற கேள்விகளை எழுப்பி அவற்றுக்கான விடைகளை நக்சல்பாரிகள் மக்களிடையே தொடர்ச்சியாகப் பரப்புரை செய்துவந்த காலகட்டம் அது. ஏழைகளிடம் குறிப்பாக தலித்துகளிடம் அவர்கள் நெருங்கிச் சென்று உரையாடினர். சக தோழர்களாகக் கருதி, மதித்து அவர்களுக்கு அரசியல் வகுப்புகள் எடுத்தனர். வர்க்கப் போராட்டத்துக்கான அவசியத்தை அவர்களுக்கு உணர்த்தினர்.

இந்தத் தொடர் உரையாடல் தலித் மக்களிடையே சமூக அரசியல் விழிப்புணர்வைத் தோற்றுவித்தது. நமக்கெதற்கு ஊர் உலக விவகாரங்கள் என்று ஒதுங்கி நின்றவர்கள்கூட அரசியல்மயப் படுத்தப்பட்டனர். நிலப்பிரபுத்துவம் எப்படி இயங்குகிறது என்றும் உழைப்புச் சுரண்டல் எப்படி நியாயப்படுத்தப்படுகிறது என்றும் அவர்கள் தெரிந்துகொண்டனர். எல்லா மரபுகளையும்

அப்படியே பின்பற்றவேண்டியதில்லை என்பதையும் சில மரபுகள் எதிர்க்கப்படவேண்டியவை என்பதையும் அவர்கள் ஏற்றுக் கொண்டனர். அவர்களுடைய சிந்தனைகள், செயல்பாடுகள் இரண்டிலும் புரட்சிகர அரசியல் குறிப்பிடத்தக்க தாக்கத்தை ஏற்படுத்தியது.

எனில், நக்சல்பாரிகளின் ஆயுதப்போராட்ட வழியை, அதாவது வன்முறைப் பாதையை மக்கள் அன்று ஏற்றுக்கொண்டதாகச் சொல்லமுடியுமா? எம். துரை, ஏ. மாதையன் இருவரும் மறுக்கின்றனர். இருவருமே நக்சல் இயக்க ஆதரவாளர்களாக இருந்தவர்கள். வறுமைக்கான காரணம் என்ன என்று எங்களுக்குச் சொல்லப்பட்டபோது அவர்கள் சொன்னதிலுள்ள உண்மையைப் புரிந்துகொண்டு ஏற்றுக்கொண்டோம். ஆனால் எதிரி வர்க்கத்தை அழித்தொழிக்கவேண்டும் என்று அவர்கள் சொன்னபோது அதை நாங்கள் ஏற்கவில்லை. நிலமற்றவர்கள் நிலம் பெறவேண்டு மானால் நிலமுள்ளவர்களை அழித்தொழிக்கவேண்டும் எனும் அறைகூவல் எங்களுக்குச் சரியாகப் படவில்லை என்கிறார்கள் இவர்கள். ஆக, மக்கள் புரட்சிகர அரசியலின் சாரத்தை மட்டுமே உள்வாங்கிக்கொண்டனர். வழிமுறையை அல்ல.

நீண்ட காலத்துக்கு இயல்பானதொன்றாகக் கருதப்பட்டு வந்த பண்ணையடிமை முறையை நீடித்த போராட்டங்களின்மூலம் களைந்ததில் புரட்சிகர அரசியலுக்கு முக்கியப் பங்கு இருக்கிறது. இப்படியொன்றை நடத்திக்காட்டுவது சாத்தியம் என்னும் நம்பிக்கையை மக்கள் மனதில் விதைத்தவர்கள் நக்சல்பாரிகள். நத்தம் காலனியில் மட்டும் ஏழு முன்னாள் மார்க்சிய லெனினியச் செயற்பாட்டாளர்கள் இன்று வாழ்கின்றனர். அவர்களுள் பழனிச்சாமியும் இன்னொருவரும் சிறையில் அடைக்கப்பட்டு, வெளிவந்தவர்கள். ‘வெளிப்படையாகவோ மறைமுகமாகவோ அப்போது எங்கள்மீது யாரும் பாகுபாடு காட்டியது கிடையாது’ என்று ஒருவித ஏக்கம் கலந்த குரலில் சொல்கிறார் பழனிச்சாமி. ‘சாதி இந்துக்கள்கூட, அவ்வளவு ஏன், இந்தக் கலவரத்துக்குப் பின்னால் இருந்தவர்களும்கூட அப்போது எங்களோடு சேர்ந்து ஒரே அணியில்தான் நின்றனர்.’

வர்க்க அரசியல் வலுவோடு இருந்தவரை இந்த இணைப்புச் சாத்தியமாகியிருந்தது. ‘என்னிடமும் ஏதுமில்லை, உன்னிடமும் ஏதுமில்லை. நான் ஒரு வகையில் புறக்கணிக்கப்படுகிறேன் என்றால் நீ வேறொரு வகையில் புறக்கணிக்கப்படுகிறாய்.

இந்நிலை நமக்கு ஏன் ஏற்பட்டது என்பதை நாமல்லவா ஆராயவேண்டும்? நம் எதிரி பொதுவானவன் எனும்போது நாம் இணைந்தல்லவா போராடவேண்டும்? நாம் பிரிந்திருப்பது நம் நிலையை மேலும் மோசமாக்கவல்லவா செய்யும்?' இந்தத் தர்க்கம்தான் அவர்களைக் கைகோக்க வைத்தது. சாதி அரசியல் எப்போது தலை தூக்கியதோ அப்போதே இணைப்புச் சங்கிலிகள் பலவீனமடைய ஆரம்பித்துவிட்டன. நீ வேறு, நாங்கள் வேறு என்று வன்னியர்கள் தலித்துகளிடமிருந்து தங்களைத் திட்டவட்டமாக விலக்கி வைத்துக்கொண்டனர்.

'தலித்துகளாகிய நாங்கள் மிகக் கொடுமையான சூழலில் பணியாற்றிக்கொண்டிருந்த காலம் அது. சக்கையாகப் பிழிந்தெடுப்பார்கள். மாதக்கூலி என்று 40 ரூபாய் தருவார்கள். நக்சலைட் இயக்கம் வந்த பிறகுதான் நிலைமை மாறியது. அவர்கள் எங்களுக்கு நல்ல சம்பளம் பெற்றுத் தந்தனர்' என்கிறார் 70 வயது சின்னத்தம்பி. இவருடைய மனைவி வன்னியர். இவர்களுடைய திருமணம் இதே நாயக்கன் கோட்டையில் 30 ஆண்டுகளுக்குமுன்பு நடைபெற்றது. அப்போது எந்தப் புயலும் வீசவில்லை. யாருடைய வீடும் கொளுத்தப்படவில்லை. மற்றுமொரு கலப்பு மணமாக இது கடந்து செல்லப்பட்டது, அவ்வளவுதான். 'நாங்கள் மகிழ்ச்சியாக, பேரன் பேத்திகளோடு வாழ்ந்து வந்தோம்' என்கிறார் சின்னத்தம்பி.

புதிய தீவிரத்தோடு முன்னெடுக்கப்பட்ட சாதி அரசியல் மக்களின் இந்த எளிய மகிழ்ச்சியைத்தான் முதலில் கொன்றொழித்தது.

சொற்களும் செயல்களும்

நக்சல்பாரி இயக்கத்தின் மறைவு ஏற்படுத்திய வெற்றிடத்தில் கொஞ்சம் கொஞ்சமாக ஒட்டகம்போல் நுழைந்த சாதி அரசியல் முழு கூடாரத்தையும் விரைவில் கைப்பற்றிக்கொண்டது. கூர்மையான சமூக, அரசியல் கண்ணோட்டங்கள் வலுவிழக்க ஆரம்பித்தன. வர்க்க உணர்வுகள் பொலபொலவென்று உதிர்ந்துபோயின. விவசாயிகள், தொழிலாளிகள், ஏழைகள், புறக்கணிக்கப்பட்டவர்கள் என்றெல்லாம் அதுவரை தங்களை முன்னிலைப்படுத்திவந்தவர்கள் இப்போது சாதியின் பெயரால் அடையாளம் கண்டு, பிரிந்து செல்ல ஆரம்பித்தனர்.

2005ஆம் ஆண்டு தொடங்கி வன்னியர் சங்கம் உள்ளிட்ட பல சாதி அமைப்புகள் நாயக்கன் கோட்டைக்குள்ளும் சுற்று வட்டாரங் களிலும் ஊடுருவி, செல்வாக்கு பெற ஆரம்பித்தன. சாதி உணர்வோடு சேர்ந்து ஆணாதிக்கம், பெண்ணடிமைத்தனம், பழமைவாதம் உள்ளிட்ட பிற்போக்கான குணங்களும் மக்களைப் பற்றிக்கொண்டன. இந்நிலைக்கு இடதுசாரிகளும் ஒரு வகையில் காரணம் என்றே சொல்லவேண்டும். மாறிவரும் அரசியல் சூழலை உன்னிப்பாகக் கவனித்து, சரியான தருணத்தில் சரியான அரசியலை மக்களிடம் கொண்டுசென்று சேர்க்க அவர்கள் தவறிவிட்டார்கள்.

நக்சல்பாரிகள் பலமிழந்துவிட்டதை உணர்ந்ததுமே சிபிஐ, சிபிஎம் இரண்டும் தருமபுரியில் களப்பணிகளைத் தொடங்கியிருக்க வேண்டும். ஏற்கெனவே அரசியல்மயப்படுத்தப்பட்டிருந்த

மக்களிடம் சற்று முயன்றிருந்தால் இந்த இரு கட்சிகளுமே நெருங்கியிருக்கமுடியும். வன்முறை போராட்டத்தில் நம்பிக்கையற்ற, அதே சமயம் புரட்சிகரக் கருத்துகளின் தாக்கத்துக்கு முன்பே உள்ளாகியிருந்த இம்மக்கள் இடது சாரிகளோடு கரம் கோத்திருப்பார்கள். ஒருவிதமான கோட்பாட்டு வெற்றிடம் நிலவியது உண்மை என்று சிபிஎம்மின் அப்போதைய மாநிலச் செயலாளர் ஜி. ராமகிருஷ்ணனும் ஒப்புக்கொண்டார்.

இதற்கிடையில் சாதி அடையாளம் கூர்மையடைந்ததைத் தொடர்ந்து கலப்பு மணத்துக்கு எதிரான குரல் வலுவாக ஒலிக்கத் தொடங்கியது. வன்னியர்களும் கொங்கு வேளாளர்களும் இதில் முன்னணியில் இருந்தனர். நம் சாதியைச் சேர்ந்தவர்கள் நமக்குள்தான் திருமணம் செய்துகொள்ளவேண்டும் என்றும் பிற சாதிகளோடு ரத்தக் கலப்பு செய்வது குற்றமாகும் என்றும் இவர்கள் வெளிப்படையாகவே பரப்புரை மேற்கொள்ளத் தொடங்கினர். இவ்வாறு செய்வது இந்திய அரசியலமைப்புச் சட்டத்துக்கு எதிரானது என்பதை அவர்கள் பொருட்படுத்தியதாகவும் தெரிய வில்லை.

திருமணம் இவ்வாறாக ஓர் அரசியல் செயல்பாடாக மாற்ற மடைந்தது. சாதித் தூய்மையைக் காப்பதே ஒவ்வொரு திருமணத்தின் முதலும் இறுதியுமான குறிக்கோளாகச் சித்திரிக்கப் பட்டது. சாதித் தூய்மை என்னும் கருத்தாக்கத்தை உடைக்க வேண்டுமானால் கலப்பு மணங்களை ஊக்குவித்தாகவேண்டும். ‘சாதி இறுக்கத்தைக் குறைக்க கலப்புத் திருமணங்களை அதிக அளவில் ஊக்குவிக்கவேண்டும். கட்சியின் ஆதரவோடு இது நடைபெறவேண்டியது முக்கியம். கலப்பு மணம் செய்துகொண்ட தம்பதிகளோடுதான் நாங்கள் நிற்கிறோம் என்பதை உணர்த்த வேண்டியது காலத்தின் தேவை’ என்கிறார் சிபிஎம் மூத்தத் தலைவர் கே. பாலகிருஷ்ணன். இந்திய ஜனநாயக இளைஞர் கூட்டமைப்புமூலமாக நாயக்கன் கோட்டை இளைஞர்களை ஒருங்கிணைக்கும் பணியைத் தொடங்கவிருக்கிறோம் என்றார் ஹரூர் தொகுதி சட்டமன்ற உறுப்பினர் பி. தில்லிபாபு. இளவரசன் திவ்யா திருமணத்துக்குப் பிறகு, ஒரு கலவரம் நடந்து முடிந்த பிறகு, இந்த உண்மையை இடதுசாரிகள் உணர்ந்துகொண்டனர். அதற்குள் எல்லாமே மாறிவிட்டிருந்தது.

சுயமரியாதை இயக்கத்தை வளர்த்தெடுத்த நிலத்தில் சாதிப் பெருமித உணர்வு இப்படி ஆதிக்கம் செலுத்துவது

உண்மையிலேயே வருத்தமாக இருக்கிறது என்கிறார் கலவர இடத்தை நேரில் வந்து கண்ட சிபிஐயின் மூத்தத் தலைவர் ஆர். நல்லக்கண்ணு. 'ஒரு நாகரிக சமுதாயத்தில் இப்படிப்பட்ட சம்பவங்கள் நிகழவே கூடாது. சமூக நீதி, சமத்துவம் ஆகியவற்றை ஏற்கும் எவரும் கலப்பு மணங்களை ஏற்கவே செய்வர். மாறிவரும் சமூக விழுமியங்களின் அடையாளம் இத்தகைய திருமணங்கள். சாதிப் படிநிலையை உயர்த்திப் பிடிக்கும் எவரும் எதிர்க்கப்படவேண்டும்'.

1980களிலும் 1990களிலும் இம்மாவட்டத்தில் 25 கலப்பு மணங்கள் நடைபெற்றிருக்கின்றன. இவற்றுள் பெரும்பாலானவை தலித்துகளுக்கும் வன்னியர்களுக்கும் இடையிலானவை. அப்போதெல்லாம் இத்தனை பெரிய எதிர்ப்புகளும் கலவரங்களும் தோன்றியதில்லை என்று ஒரு பத்திரிகையாளர் சந்திப்பின்போது சிபிஐ (எம்எல்) கட்சி நினைவூட்டியது.

'கொண்டாம்பட்டியில் தலித்துகளுக்கு நிலப் பங்கீட்டை வழங்க அரசு முன்வந்தபோது வன்னியர்களிடமிருந்து கடும் எதிர்ப்பு திரண்டு வந்தது. நாங்களெல்லாம் கல்வி, பொருளாதாரம் என்று அவர்களைவிடவும் கூடுதலாக வளர்ந்து வந்ததை அவர்கள் விரும்பவில்லை என்பதையே இந்த எதிர்ப்புகள் உணர்த்தின' என்கிறார் வெள்ளாளப்பட்டியைச் சேர்ந்த ஏ. ரவி. இவர் ஒரு மேல்நிலைப் பட்டதாரி. தனியார் பண்ணையொன்றில் பணியாற்றுகிறார். 'கலவரத்தால் பாதிக்கப்பட்ட நாயக்கன் கோட்டையில் இன்றுவரை 200 இளைஞர்கள் மேல்படிப்பு படித்துவருகின்றனர். மருத்துவம் நீங்கலாக, எல்லாத் துறைகளிலும் எங்களிடமிருந்து பட்டதாரிகள் உருவாகி வந்திருக்கிறார்கள். வன்னியர்களைக் காட்டிலும் எங்களிடம்தான் அதிகப் பட்டதாரிகள் இருக்கிறார்கள்.' அதனால்தான் பாடப் புத்தகங்கள், சான்றிதழ்கள், மிதிவண்டிகள் என்று தலித்துகளின் கல்வியோடும் சமூக முன்னேற்றத்தோடும் தொடர்புடைய அடையாளங்கள் பார்த்துப் பார்த்து அழிக்கப்பட்டிருக்கின்றன.

•

சாதி சங்கங்களின் பரவலுக்கும் வெறுப்புப் பேச்சின் வளர்ச்சிக்கும் நேரடித் தொடர்பிருக்கிறது. வன்னியர் சங்கத்திலிருந்து உருவாகி வளர்ந்த பாட்டாளி மக்கள் கட்சி (பாமக) தனது செல்வாக்கைத் திரட்டிக்கொள்ள சாதி அரசியலுக்குள் தஞ்சம் புகுந்துகொண்டது.

தலித்துகள்மீதான வெறுப்புப் பிரசாரம் பலம்பெறத் தொடங்கியது. அனல் பறக்கும் பேச்சாளராகக் கருதப்பட்ட காடுவெட்டி குரு சர்ச்சைக்குரியவராகவும் தலித்துகளைக் கூர்மையாகத் தாக்கிப் பேசுபவராகவும் இருந்தார். ஏப்ரல் 2012இல் மாமல்லபுரத்தில் நடைபெற்ற வன்னியர் இளைஞர் விழாவில் காடுவெட்டி குரு ஆற்றிய உரையில் ஆவேசமும் வன்மமும் நிறைந்திருந்தன. தலித்துகளிடம் வன்னியர்கள் ஏமாறக்கூடாது என்றும் அவர்கள் விரிக்கும் காதல் வலையில் நம் பெண்கள் சிக்கக்கூடாது என்றும் குறிப்பிட்டதோடு நில்லாமல், வெளிப்படையாகவே வன்முறைக்கு அறைகூவல் விடுத்தார். ஒரு வன்னியர் பெண்ணைப் பிற சாதியைச் சேர்ந்த யார் காதலித்து மணந்து கொண்டாலும் அவன் அழிக்கப்படவேண்டும் என்று கூடியிருந்த மக்கள் கூட்டத்தில் முழங்கினார் காடுவெட்டி குரு. அடுத்த சில தினங்களில் வன்முறை வெடித்தது.

மற்றொரு பக்கம், தலித்துகளும் தங்களுக்கான அரசியல் கட்சியைத் தேர்ந்தெடுத்திருந்தனர். நக்சல்பாரி காலத்தில் புரட்சிகர அரசியலில் ஆர்வம் கொண்டிருந்தவர்களில் கணிசமானவர்கள் இப்போது விடுதலைச் சிறுத்தைகள் கட்சியின் ஆதரவாளர்களாக மாறியிருந்தனர். வன்னியர்களின் அரசியல் தலைவராக டாக்டர் ராமதாஸும் தலித்துகளின் அரசியல் தலைவராக தொல். திருமாவளவனும் அறியப்பட்டனர். இரு வேறு கட்சிகளாக இருந்தாலும் தொடக்கத்தில் இந்த இரு தலைவர்களும் தமிழ்த் தேசியம் என்னும் அரசியல் கோட்பாட்டின் முன்னால் இணைந்துதான் நின்றுகொண்டிருந்தனர். அப்போதுமேகூட அந்த உறவில் ஒருவித உரசல் உள்ளுக்குள் மறைந்துகொண்டுதான் இருந்தது. தருமபுரி சம்பவத்துக்குப் பிறகு எல்லாமே மாறிப் போனது. திமுக-அதிமுக போல் விசிக-பாமகவும் இன்னொரு வகையான இரு துருவ அரசியல் கட்சிகளாக மாறின.

தலித்துகள் மீதான தொடர்ச்சியான வெறுப்புப் பேச்சுதான் அவர்கள்மீதான வன்முறைத் தாக்குதலாக வளர்ந்து நிற்கிறது. தருமபுரி கலவரத்துக்கு வன்னியர் சங்கமும் பாமகவும்தான் காரணம்; டாக்டர் ராமதாஸ்தான் இதற்கெல்லாம் பொறுப்பேற்க வேண்டும் என்று குற்றம்சாட்டினார் திருமாவளவன். ஆனால் டாக்டர் ராமதாஸ் இக்குற்றச்சாட்டை ஏற்கவில்லை. பாமகவுக்கோ வன்னியர் சங்கத்துக்கோ இதில் எந்தத் தொடர்பும் இல்லை என்றதோடு தன்னிடமோ தன் கட்சியிடமோ தலித்

விரோத உணர்வையே காணமுடியாது என்றும் தெரிவித்தார். வன்னியர்களுக்காக மட்டுமல்ல, தலித்துகளுக்காகவும் தான் குரல் கொடுத்து வருவதாகவும் அவர்கள் முன்னேற்றத்துக்காகவும் சேர்த்தே தான் பாடுபடுவதாகவும் வன்னியர்களுக்கும் தலித்துகளுக்கும் இடையிலான கலப்பு மணத்தைத் தான் எதிர்த்ததேயில்லை என்றும் என்னுடன் உரையாடும்போது விளக்கினார். 'ஒரு தலித் பையனோ வன்னியர் பெண்ணோ கலப்பு மணம் செய்துகொள்வதாக இருந்தால் அவர்கள் திருமணத்தை நான் ஆதரிக்கவே செய்வேன். ஒரே ஒரு நிபந்தனைதான். தம்பதிக்கு 21 வயது ஆகியிருக்கவேண்டும். எதிர்கால வாழ்வையும் அதன் சிக்கல்களையும் புரிந்துகொள்ள இந்த வயது முக்கியம்.'

தன்மீது குற்றம்சுமத்திய விசிகமீது தானும் ஒரு குற்றச்சாட்டை முன்வைத்தார் டாக்டர் ராமதாஸ். 'பருவ வயதில் இருப்பவர்களைச் சுண்டிவிட்டு அரசியல் ஆதாயம் அடைவதற்கு விசிகவில் சிலர் முயல்கிறார்கள். இவர்கள் அரங்கேற்றும் நாடகத் திருமணங்களை நாங்கள் எதிர்க்கத்தான் வேண்டியிருக்கிறது.' கலப்பு மணம்மூலம் சாதியை அழிக்கமுடியும் என்பதையும் இவர் ஏற்கத் தயாராக இல்லை. 'திராவிடக் கட்சிகள் அப்படித்தான் சொல்லிக்கொண்டிருக்கிறார்கள். ஆனால் எனக்கு அதில் நம்பிக்கையில்லை. சாதியழிப்புக்குக் கலப்பு மணமும் உதவலாம். ஆனால் அது மட்டுமே ஒரே வழியல்ல.'

திருமாவளவனின் குற்றச்சாட்டிலுள்ள உண்மைத்தன்மையைக் காவல்துறை அளித்த புள்ளிவிவரத்தைக் கொண்டே கண்டுபிடித்து விடலாம். கலவரத்தைத் தொடர்ந்து கைது செய்யப்பட்ட 142 பேரில் (17 நவம்பர் 2012 வரை) 15 பேரைத் தவிர்த்து மற்றவர்கள் அனைவரும் பாமக கட்சியைச் சேர்ந்தவர்கள். அவர்களுள் இரண்டு கவுன்சிலர்கள், ஒரு முன்னாள் கவுன்சிலர், கிராமப் பஞ்சாயத்து தலைவர் ஆகியோரும் அடக்கம். வன்னியர் சங்கம், பாமக இரண்டிலும் உறுப்பினர்களாக இருந்தவர்களும் இந்தப் பட்டியலில் இடம்பெற்றுள்ளனர். தாழ்த்தப்பட்டோர் மற்றும் பழங்குடியினர் மீதான வன்கொடுமைத் தடுப்புச் சட்டம், 1989 உள்ளிட்ட சட்டப்பிரிவுகளில் இவர்கள்மீது வழக்குப் பதிவு செய்யப்பட்டது.

அதேபோல் காவல்துறையினரின் செயல்பாடும் கண்டனத்துக்கு உள்ளானது. கலவரத்தைத் தடுத்து நிறுத்த காவல் துறையினர்

தங்களால் இயன்ற அனைத்தையும் நேர்மையாகச் செய்தனரா, தங்கள் கடமையைச் சரியாக நிறைவேற்றினரா என்னும் கேள்வியும் பெரிய அளவில் மக்களிடையே எழுந்தது. 'நாங்கள் சற்று தாமதமாகவே எதிர்வினையாற்றினோம்' என்கிறார் தருமபுரி காவல்துறை அதிகாரி அஸ்ரா கர்க். 'கலவரம் வெடித்தபோது நான் ராமநாதபுரத்தில் தேவர் ஜெயந்தி பாதுகாப்புப் பணிகளில் ஈடுபட்டுக்கொண்டிருந்தேன். ஆனால் ஆறு மணி நேரத்தில் நிலைமை கட்டுக்குள் கொண்டுவரப்பட்டுவிட்டது.'

மேலே உள்ள எல்லாப் புள்ளிகளையும் இணைத்துப் பார்க்கும் போது நமக்கு விரிவான ஒரு சித்திரம் கிடைக்கிறது. அந்தச் சித்திரம் கவலையளிக்கக்கூடியதாக இருக்கிறது. இளவசரன், திவ்யா ஆகிய இரு சாமானியர்களுக்குப் பின்னால் கண்ணுக்குப் புலப்படாத இத்தனை சக்திகள் மறைந்து நின்று இயங்கியிருக் கின்றன. சாதி என்னும் ஒற்றைப் பரிமாணத்தைக் கொண்டுமட்டும் அனைத்தையும் புரிந்துகொண்டு விட முடியாது.

பிரிவும் துயரும்

நிச்சயம் எதிர்ப்புகள் வரும் என்று தெரியும். ஆனால் இவ்வளவு தீவிரமான விளைவுகள் ஏற்படும் என்றோ, இவ்வளவு வீடுகள் எரிக்கப்படும் என்றோ, இவ்வளவு பேர் பாதிக்கப்படுவார்கள் என்றோ இளவரசனும் சரி, திவ்யாவும் சரி கணித்திருக்க வாய்ப்பில்லை. திவ்யாவின் தந்தை தற்கொலை செய்து கொண்டது அதிர்ச்சி என்றால் அதைத் தொடர்ந்து மூண்ட கலவரம் பேரதிர்ச்சியையும் பெரும் கலக்கத்தையும் அவர்களுக்கு உண்டாக்கியிருக்கவேண்டும். ஒரு திருமணம் இத்தனை பெரிய பகையையும் வெறுப்பையுமா தோற்றுவிக்கவேண்டும்? ஒரு காதல் இவ்வளவு பேரையா மிருகங்களாக மாற்றும்? இத்தனை பெரிய வன்முறைத் தீயையா வளர்த்தெடுக்கவேண்டும்?

இவ்வளவும் நம்மால்தான் என்று இருவரும் தங்களுக்குள் கிடந்து எப்படியெல்லாம் துடித்துப்போயிருப்பார்கள் என்பது அவர்களுக்கு மட்டும்தான் தெரியும். சமூகத்தின் கண்களுக்கு எங்கள் காதல் குற்றம் என்றே வைத்துக்கொண்டாலும் எனக்கான தண்டனையை என் குடும்பத்தினர், சாதிக்காரர்கள் அனைவருமா அனுபவிக்கவேண்டும்? என் பொருட்டு நூற்றுக்கணக்கானவர்கள் ஏன் தங்கள் வீடு, வாசலை இழந்து நிற்கவேண்டும் என்று இளவரசன் கலங்கியிருப்பார். என் காதலைத் தன்னுடைய அவமானமாக அப்பா ஏன் எடுத்துக்கொள்ளவேண்டும்? என்னுடைய தனிப்பட்ட முடிவில் என் சாதிக்காரர்கள் ஏன் மூக்கை நுழைத்து இவ்வளவு பெரிய கலவரத்தை உண்டாக்கவேண்டும்,

இவ்வளவு பேர் வாழ்க்கையை அழிக்கவேண்டும் என்று திவ்யா உடைந்து போயிருப்பார்.

ஆரம்பம் தொட்டே அவர்களுடைய அதிகபட்ச அச்சம், நம்மைப் பிரித்துவிடுவார்கள் என்பதாக மட்டுமே இருந்தது. வீட்டைவிட்டு வெளியேறி, திருமணம் செய்துகொண்ட கையோடு இருவரும் காவல்துறையிடம்தான் அடைக்கலம் புகுந்தது அதனால்தான். அவர்களுடைய கோரிக்கையை ஏற்று, காவல்துறையும் அவர்களுக்குப் பாதுகாப்பு அளிக்க முன்வந்தது.

இப்போது என்னாகும்? நாம் தாக்கப்படுவோமா? கொல்லப் படுவோமா? பற்றியெறிந்துகொண்டிருக்கும் தீயில் நம் கனவுகளோடு சேர்ந்து நாமும் சாம்பலாகவேண்டியதுதானா? குற்றவுணர்ச்சியும் உயிரச்சமும் போட்டிப்போட்டுக்கொண்டு விழுங்கிக்கொண்டிருந்த அந்தக் கணத்தில் சாதியமைப்பு எவ்வளவு கொடூரமானது என்பதை இருவரும் உணர்ந்திருப் பார்கள். மூர்க்கமான விலங்குக்கூட்டமொன்று துரத்திவருவது போல், இதயமற்ற இந்த உலகிலிருந்து தப்பி வேறு புதிய உலகைக் கண்டடைந்துவிடும் துடிப்போடு ஓடத் தொடங்கினார்கள்.

திவ்யாவின் குடும்பம் இப்போது கிட்டத்தட்ட முழுமையாகவே சாதிச் சங்கத்தின் கட்டுப்பாட்டின்கீழ் வந்து சேர்ந்திருந்தது. திவ்யாவை 'மீட்பதற்கு' இரு வழிமுறைகள் வகுக்கப்பட்டன. முதலாவது, சட்டத்தின் வழி. காதல் திருமணத்தை எதிர்க்கும் பெற்றோர் வழக்கமாகக் கடைப்பிடிக்கும் அதே உத்தியை திவ்யாவுக்கும் கடைப்பிடித்தனர். என் மகள் கடத்தப் பட்டிருக்கிறாள். கடந்த அக்டோபர் 8ஆம் தேதி முதல் திவ்யாவை அவள் விருப்பத்துக்கு முரணாக இளவரசன் எங்கோ அடைத்து வைத்திருக்கிறான். என் மகளை நீதிமன்றத்தில் முன்னிலைப் படுத்தவேண்டும் என்று கோரி மார்ச் 2013இல் சென்னை உயர் நீதிமன்றத்தில் திவ்யாவின் தாய் தேன்மொழி ஆட்கொணர்வு மனுவொன்றைத் தாக்கல் செய்தார். இரண்டாவது பின்வாசல் வழியாக திவ்யாவைத் தொடர்பு கொண்டுப் பேசி அவரை வழிக்குக் கொண்டுவருவது. மிரட்டுவது, கெஞ்சுவது, உணர்வு களைத் தூண்டும் வகையில் உளவியல் தாக்குதல் நடத்துவது என்று அனைத்து வடிவங்களும் கையாளப்பட்டன. முதல் வழி முறையை திவ்யா சமாளித்துவிட்டார். என்னை யாரும் கடத்தவில்லை. நான் விரும்பியே இளவரசனோடு இணைந்தேன் என்று அவரால் பதிலளிக்கமுடிந்தது. ஆனால் இரண்டாவது

வழிமுறை கையாளப்பட்டபோது திணறிப்போனார். அம்மாவுக்கு உடல்நிலை சரியில்லை, உடனே கிளம்பி வா என்றும் அழைப்புப் போனது.

தருமபுரியில் இளவரசனின் வீட்டுக்கு இருவரும் குடிபெயர்ந்த போது, ஒரு நாள் அம்மாவே நேரடியாகக் கிளம்பி வந்திருக்கிறார். 'திவ்யாவின் அம்மா தேன்மொழி தருமபுரியிலிருந்த எங்கள் வீட்டுக்கு ஜனவரி மாதம் வந்தார். எல்லாம் நல்லபடியாக நடக்கும், பயப்படவேண்டாம் என்று சொன்னார். நாங்கள் அவரை நம்பி எங்கள் மருமகளை அவர் வீட்டுக்கு அனுப்பி வைத்தோம்'என்று நினைவுகூர்கிறார் இளவரசனின் அம்மா. பாவம், தந்தையை இழந்த பெண் அம்மாவோடு இருந்துவிட்டு வரட்டும் என்றே அவர் நினைத்திருக்கிறார். எல்லாம் சரியானதும் திவ்யா திரும்பிவிடுவார் என்றே அவர் நம்பியிருக்கிறார் வேறெதையும் விட திவ்யா தன்மீது கொண்டிருந்த காதலை மலைபோல் நம்பினார் இளவரசன். அந்த நம்பிக்கையோடு திவ்யாவை அனுப்பி வைத்தார்.

இது ஒரு தந்திரமான ஏற்பாடு என்பது இளவரசனின் குடும்பத்தினர் தாமதாகவே உணர்ந்திருக்கின்றனர். ஆட்கொணர்வு மனுவைச் சமர்ப்பித்துவிட்டுதான் திவ்யாவின் அம்மா அவர்கள் வீட்டுக்கு வந்திருக்கிறார் என்பது திவ்யா வெளியேறிய பிறகுதான் அவர்களுக்குத் தெரிய வந்திருக்கிறது. நல்லபடியாகப் பேசி, புன்னகைத்து திவ்யாவை அவர்களிடமிருந்து பிரிப்பதுதான் திட்டம் என்பதைப் புரிந்துகொண்டார்கள்.

அப்படித்தான் நடந்தது. திவ்யா அதன்பிறகு திரும்பவேயில்லை என்பதோடு எல்லாமே தலைகீழாக மாறிப்போனது. அம்மாவுடன் இணைந்த பிறகு இளவரசனிடமிருந்து மனதளவிலும் பிரிய ஆரம்பித்துவிட்டார் திவ்யா. எல்லா இழப்புகளையும், எல்லாத் துயரங்களையும் தாங்கிக்கொண்டு மிகுந்த நம்பிக்கையோடு ஒன்பது மாதங்கள் இளவரசனோடு இணைந்து வாழ்ந்தவர் எதனால் நம்பிக்கையிழந்தார், ஏன் மனமாற்றம் அடைந்தார்? இந்தக் கேள்விக்கு மட்டுமல்ல, இன்னொரு கேள்விக்கும் பதிலில்லை. அம்மா, உறவினர், அக்கம் பக்கத்தினர், சாதிச் சங்கத்தினர், அரசியல் கட்சியினர் என்று பலமுனைகளிலிருந்தும் ஒரே நேரத்தில் அழுத்தம் கூடிக்கொண்டே போகும்போது அவரால் வேறு என்ன செய்திருக்கமுடியும்? இவ்வளவு பெரிதாக வளர்ந்து நிற்கும் சூறாவளியோடு இனியும் போராடி

ஜெயிக்கமுடியாது என்னும் நிலையில் அவர் தன்னை ஒப்புக்கொடுத்திருக்கவேண்டும்.

ஜூன் 7ஆம் தேதி தன் தாயுடன் இணைந்து நீதிமன்றத்துக்கு வருகை தந்த திவ்யா டிவிஷன் பெஞ்ச் முன்பு மிகுந்த கலக்கத்தோடும் முரண்பட்டும் பேசியிருக்கிறார். இது நானாக எடுத்து முடிவு. இளவரசனுடன் சேர்ந்துதான் வாழ்வேன் என்று சொன்னவர் இப்போது தன் நிலைப்பாட்டை மாற்றிக்கொண்டார். தந்தையின் மரணத்தாலும் அதன்பிறகு நடைபெற்ற வன்முறை கலவரத்தாலும் மிகவும் பாதிக்கப்பட்ட மனநிலையில் இருக்கிறேன். என் அம்மாவுடன் இணைந்திருக்கவே விரும்புகிறேன் என்றார்.

இளவரசன் அப்போது சென்னையில் ஒரு லாட்ஜில் தங்கியிருந்தார். திவ்யா உடைந்துபோய் பேசிக்கொண்டிருந்த போது அவர் நீதிமன்ற வளாகத்தில்தான் இருந்தார். திவ்யாவை எப்படியாவது சந்தித்துவிடவேண்டும் என்பதைத் தவிர அவர் மனதில் வேறு எந்த எண்ணமும் தோன்றியிருக்க வாய்ப்பில்லை. தன் வீட்டிலிருந்து வெளியேறிய பிறகு திவ்யாவைத் தொலைவிலிருந்து காணும் வாய்ப்புக்கூட அவருக்கு அமைய வில்லை. எப்படியும் நீதிமன்றத்துக்கு வருவார் என்றும் அங்கேயே கண்டுவிடலாம் என்றும் கனவு கண்டுகொண்டிருந்தார். அச்சத்திலும் கலக்கத்திலும் திவ்யா முழுமையாகச் சிக்குண்டுக் கிடப்பார் என்றும் இளவரசன் எதிர்பார்த்திருந்தார். அவரிடம் பேசி, நிலைமையை விளக்கி, சீர்படுத்தி மீண்டும் வீட்டுக்கு அழைத்துச் சென்றுவிடமுடியும் என்றும் அதேபோல் திவ்யாவின் குடும்பத்திடம் பேசி, எப்படியாவது அவர்களுக்கு மனமாற்றத்தை ஏற்படுத்திவிடமுடியும் என்றும் நம்பிக்கையோடு காத்திருந்தார்.

ஒரு வேளை, நான் எதிர்பார்த்தபடி நடக்காமல் போனால் என்னாகும் எனும் அச்சமும் கட்டுப்படுத்தமுடியாதபடி இளவரசனுக்குள் வளர்ந்துகொண்டிருந்தது. இந்தப் பிரிவு நிரந்தரமாகிவிட்டால் என்ன செய்வது? ஒருபோதும் திரும்பி வரமுடியாத நிலைக்கு திவ்யா தள்ளப்பட்டுவிட்டால் என்னாகும்? நான் என்னாவேன்?

எவ்வளவு முயன்றும் திவ்யாவை அன்று நீதிமன்றத்தில் சந்திக்கமுடியவில்லை இளவரசனால். இளவரசனைக் காண திவ்யாவுக்கு இப்போதைக்கு விருப்பமில்லை என்று அவர் சார்பாகத் தகவல் அளித்தார் பாமகவைச் சேர்ந்த வழக்கறிஞர்

கே. பாலு. மிகுந்த ஏமாற்றத்தோடும் கனத்த இதயத்தோடும் இளவரசன் திரும்பிச் செல்லவேண்டியிருந்து.

இதற்கிடையில் திவ்யா தானாகவே முன்வந்து நீதிமன்றத்துக்கு வந்தாரா அல்லது மிரட்டி வரவழைக்கப்பட்டாரா எனும் கேள்வி எழுந்தபோது, மிரட்டல் எனும் பேச்சுக்கே இடமில்லை என்று சொன்னதோடு நில்லாமல் இளவரசனுக்கும் திவ்யாவுக்கும் இடையிலான திருமணத்தையும் கேள்விக்கு உட்படுத்தினார் பாலு. 'திவ்யாவைத் திருமணம் செய்துகொண்டதாக இளவரசன் அறிவித்தபோது அவன் வயது **19** மட்டுமே. மணமகளுக்கு **20** வயது. இது ஏற்கத்தக்க திருமண வயதே கிடையாது. இந்துத் திருமணச் சட்டம், **1955**ம் இதைத்தான் சொல்கிறது.'

எங்கள் மகனின் திருமணம் சடங்குகள்படி சரியான முறையில்தான் நடந்தது என்றனர் இளவரசனின் பெற்றோர். 'முதலில், ஆந்திராவிலுள்ள ஒரு கோவிலில் இளவசரனும் திவ்யாவும் திருமணம் செய்துகொண்டனர். மீண்டும், தருமபுரியில் அறநிலையத் துறைக்குச் சொந்தமான ஒரு கோவிலுக்கு அருகில் அவர்கள் மணம் புரிந்துகொண்டனர்.' ஆனால் அதற்கான சான்றாதாரத்தை அவர்களால் வழங்கமுடியவில்லை. 'தருமபுரி கோவில் நிர்வாகத்தினர் கடைசி நேரத்தில் திருமணப் பதிவுச் சான்றிதழ் அளிக்க மறுத்துவிட்டனர். திருமணத்தின்போது எடுத்துக்கொண்ட புகைப்படத்தைக்கூட அவர்கள் தரவில்லை. வன்முறை விளைவுகளை ஏற்படலாம் எனும் அச்சமே காரணம்.'

'அவர்கள் மட்டும் திருமணச் சான்றிதழைக் கொடுத்திருந்தால், எங்களுக்குச் சாதகமாக எல்லாம் முடிந்திருக்கும்' என்றார் இளவரசனின் தந்தை, இளங்கோ. தருமபுரி அரசு மருத்துவ மனையின் ஆவணப் பிரிவில் உதவியாளராகப் பணியாற்றிக் கொண்டிருந்தார் அவர். எந்தச் சான்றையும் அளிக்கமுடியாத நிலையில் இவர்களுடைய திருமணம் 'பதிவு செய்யப்படாத திருமணமாகவே' எடுத்துக்கொள்ளப்பட்டது.

இனி அம்மாவோடு இருக்கப்போகிறேன் என்று ஒரு பக்கம் திவ்யா அறிவித்துவிட்டார். மற்றொரு பக்கம், திருமணமே பிரச்சினைக்குரியதாக மாறி நிற்கிறது. இனி நம்பிக்கை கொள்வதற்கு என்ன இருக்கிறது இந்த வாழ்வில்? இடிந்து போனார் இளவரசன்.

தொலைந்த புன்னகை

இளவசரனை முதல் முறையாகச் சந்தித்த தருணத்தை என்னால் ஒருபோதும் மறக்கமுடியாது. 3 ஜூலை 2013. சென்னை உயர் நீதிமன்றத்துக்குள் நான் நுழைந்தபோது, 'நான் என் அம்மாவோடு இருக்க விரும்புகிறேன்' என்று திவ்யா ஏற்கெனவே அறிவித்து முடித்திருந்தார். அவரையும் அவர் அம்மாவையும் தனிப்படைப் பிரிவினரைப் போல் வன்னியர் சாதியைச் சேர்ந்த வழக்கறிஞர்கள் சுற்றி வளைத்துப் பாதுகாப்போடு வளாகத்திலிருந்து அழைத்துச் சென்றுவிட்டிருந்தனர். திவ்யாவிடமிருந்தும் வழக்கறிஞர்களிடமிருந்தும் அன்றைய தினத்துக்கான பைட்டை மீடியா ஆள்கள் எடுத்து முடித்து, கிளம்பியிருந்தனர். வெறுமை சூழ்ந்திருந்தது. இளவரசனை ஆட்கொண்டிருந்த அதே வெறுமை.

இளவசரன் எங்கிருப்பார் என்பது எனக்குத் தெரியும். நீதிமன்றத்திலிருந்து கிளம்பி பாரிஸ் கார்னரிலுள்ள விடுதலைச் சிறுத்தைகள் கட்சியின் துணைப் பொதுச் செயலாளரும் வழக்கறிஞருமான ரஜினிகாந்தின் அலுவலகத்தை அடைந்தேன். இளவரசனுக்காக முன்னின்று வாதாடிக்கொண்டிருந்த சமூக நோக்குள்ள வழக்கறிஞர்கள் குழுவைச் சார்ந்தவர். நான் சென்றபோது இளவரசன் தனது பெற்றோரோடு அவர் அறையில் அமர்ந்திருந்தார். கவலைப்படாதீர்கள், நல்லபடியாக முடியும் என்பதுபோல் ரஜினிகாந்த் ஆறுதல் அளித்துக்கொண்டிருந்தார்.

ஆனால் எதையும் உள்வாங்கிக்கொள்ளும் நிலையில் இளவரசன் இல்லை. அதிர்ச்சியிலிருந்து அவர் இன்னமும் வெளிவரவில்லை என்பதை உணரமுடிந்தது. திவ்யாவின் பிரிவு அவருடைய ஜீவனை அழித்துவிட்டிருந்தது. வெற்றுடலை மட்டுமே விட்டு வைத்திருந்தது. இருந்தாலும் நான் உள்ளே நுழைந்தபோது தலையை உயர்த்தி என்னைப் பார்த்துப் புன்னகைத்தார். கண நேரம் மலர்ந்து, உடனே மறைந்தும்விட்டது அந்தப் பாசாங்கற்ற புன்னகை. அப்பாவித்தனமான அவருடைய தோற்றம் என்னை ஆட்கொண்டது. கண்ணீரும் நினைவுகளும் அவர் கண்களில் தளும்பிக்கொண்டிருந்தன.

தற்செயலாக அவர் மணிக்கட்டைப் பார்த்தேன். வெள்ளை நிற பிளாஸ்திரி ஒட்டப்பட்டிருந்தது. எனது நாற்பதாண்டுக்காலப் பத்திரிகைப் பணி காரணமாகச் சில எச்சரிக்கை மணிகள் ஒலிப்பதைக் கேட்டேன். என் அச்சத்தை அங்குள்ளவர்களிடம் பகிர்ந்துகொள்ளவேண்டும் என்று ஏனோ எனக்குத் தோன்ற வில்லை. இளவரசனிடம் பேசவேண்டும் என்று மட்டும் சொன்னேன். தி. நகரிலுள்ள லாட்ஜுக்குதான் சென்று கொண்டிருக்கிறோம். அங்கேயே நீங்கள் உரையாடலாம். இயன்றவரை துரிதமாகத் தருமபுரிக்குத் திரும்பவிருக்கிறோம் என்று பதில் கிடைத்தது. உடனடியாக ஒப்புக்கொண்டேன். உள்ளுக்குள் ஓர் ஓரத்தில் மகிழ்ச்சியாகவும் இருந்தது. இளவரசனுடன் உரையாடமுடிந்துவிட்டால் அப்போது நான் ஃபிரண்ட்லைனுக்காக எழுதிக்கொண்டிருந்த கட்டுரையில் அவர் சொற்களை மேற்கோள் காட்டுவதற்கு வாகாக இருக்கும். ஒரு பத்திரிகையாளனாக உடனடியாக எனக்குத் தோன்றியது இதுதான். இப்படித் தோன்றியதற்காக அதன்பின் நான் வருந்தாத நாளே கிடையாது.

இளவரசனுடன் உரையாடுவதற்கான வாய்ப்பை ஒரு 'எக்ஸ்க்ளூசிவ் ஸ்டோரியாக' என் மனம் உடனே கற்பனை செய்யத் தொடங்கியது ஏன்? இளவரசனின் ஏமாற்றத்தை, இழப்பை, அவர் இதயத்தைப் போட்டு அழுத்திக்கொண்டிருக்கும் பெருவலியை அல்லவா அன்று நான் கவனத்தில் கொண்டிருக்க வேண்டும்? சக மனிதனாக அவருடைய இழப்பின் ஒரு துளியையாவது நானும் உணர்ந்திருக்கவேண்டும் அல்லவா? தன் கனவு வாழ்வை முற்றாகத் தொலைத்துவிட்டு, பிளாஸ்திரி ஒட்டிய கையோடு என் முன்னால் அமர்ந்திருக்கும் 19 வயது இளைஞனை ஒரு ஸ்டோரியாகப் பார்க்கும் மனநிலை அன்று

எப்படி வாய்த்தது எனக்கு? இதையெல்லாம் இப்போது நினைத்துப் பார்ப்பதற்கே சற்று அவமானமாக இருக்கிறது.

இளவரசன் தன் உணர்வுகளை எப்படியாவது சொற்களாக வடித்து என்னோடு பகிர்ந்துகொண்டுவிடவேண்டும், அச்சொற்களை நான் துல்லியமாக எழுத்தில் பதிவு செய்துவிடவேண்டும் என்னும் எண்ணமே எனக்குள் அன்று மேலோங்கி இருந்தது. அதை ஒரு குரூரமான எண்ணம் என்று சொல்லலாமா? இளவரசனின் கதை என்பது எனக்கானது அல்ல, அவருக்கானது மட்டும்தான் என்னும் அடிப்படையான உண்மையை ஏன் அன்று என்னால் விளங்கிக்கொள்ளமுடியவில்லை? அவரிடமிருந்து பதில்கள் பெறுவதில் காட்டிய அக்கறையில் எத்தனை சதவிகிதத்தை அவருக்கு நம்பிக்கையூட்டுவதில் செலுத்தினேன்? எல்லா ஊடகவியலாளர்களைப் போல் நானும் அவர் வலியை, உணர்வுகளை என்னுடைய ரிப்போர்டிங்குக்குப் பயன்படுத்திக் கொள்ள மட்டுமே அல்லவா விழைந்திருக்கிறேன்? ஒரு பத்திரிகையாளனாக என் கடமையை அன்று நான் சரியாகவே நிறைவேற்றியிருந்தேன் என்று என் கட்டுரைகளை வாசித்தவர்கள் வேண்டுமானால் நினைக்கலாம். என் மனச்சாட்சி ஏற்குமா?

லாட்ஜில் அவர் அறைக்குள் நானும் இளவரசனும் மட்டுமே அமர்ந்திருந்தோம். முதலில் அவர் மணிக்கட்டு குறித்துதான் கேட்டேன். என்ன நடந்தது என்றேன். இளவரசன் புன்னகைத்தார். அந்தப் புன்னகையில் சோகம் தவிர வேறு எதுவும் புலப்பட வில்லை. ஏதேனும் சொல்வார் என்று நினைத்தேன். உன் கேள்விக்கு என்னிடம் பதிலில்லை என்பதுபோல் அமைதியாக அமர்ந்திருந்தார்.

திவ்யா குறித்து அன்று நான் எதுவும் கேட்கவில்லை. கேட்பது அறமாகாது என்பதை உணர்ந்திருந்தேன். அன்றைய நீதிமன்ற நிகழ்வு குறித்து என்ன பேசினாலும் அது அவரை நோகடிக்கும் என்பதால் அது தொடர்பான கேள்விகளையும் தவிர்த்துவிட்டேன். சமூகம் உங்கள் பிரச்சினையை எப்படி அணுகிக்கொண்டிருக்கிறது என்று நினைக்கிறீர்கள் என்று கேட்டேன். ‘ஒருவேளை மீடியா எங்களைக் கண்டுகொள்ளாமல் இருந்திருந்தால் எங்கள் திருமண வாழ்க்கை இப்படி முடிவுக்கு வந்திருக்காது’ என்று பதில் வந்தது.

இளவரசனின் சொற்களில் தொனித்த நியாயத்தையும் கவலையையும் ஒரு பத்திரிகையாளனாக என்னால் மிக நன்றாக உள்வாங்கிக்கொள்ளமுடிந்தது. விதிவிலக்காகச் சிலரைத்

தவிர்த்து ஊடகத்துறையைச் சேர்ந்த அனைவரும் இளவரசனையும் திவ்யாவையும் பரபரப்பான 'மேட்டர்களாகவே' கருதி வந்தனர். அவர்களுடைய காதல், திருமணம், தலைமறைவு வாழ்க்கை அனைத்தையும் குறித்து தோண்டித் துருவி செய்திகள் சேகரித்துக்கொண்டிருந்தார்கள்.

ஒரு வன்னியர் சாதிப் பெண்ணை ஒரு தலித் இளைஞன் காதலித்துக் கரம் பிடித்தது அன்றைய காலத்தின் சர்ச்சைகளுள் ஒன்றாக மாறியிருந்தது. தொடர்ந்து மூண்ட சமூக எதிர்ப்பு சர்ச்சையை மேலும் வளர்த்தெடுத்தது. 'நாடகக் காதல்', 'திட்டமிட்ட சதி' என்றெல்லாம் வன்னியர் சங்கமும் பாமகவும் போட்டிப்போட்டுக் கொண்டு குற்றச்சாட்டுகள் சுமத்தியபோது இளவசரனின் கதை கூர்மையடைந்தது. திவ்யாவின் தந்தை தற்கொலை செய்து கொண்டதும் அதைத் தொடர்ந்து கலவரத் தீ பற்றியெறிந்ததும் மீடியாவின் முழுக் கவனத்தையும் பற்றிக்கொண்டது.

தருமபுரி கடந்து தமிழகமெங்கும் இளவரசனும் திவ்யாவும் பேசுபொருளாக மாறினார்கள். அவர்களுடைய பின்னணி விரிவாக அலசப்பட்டது. சாதிய உணர்வுகள் மென்மேலும் கூர்மையடைந்தன. தனிப்பட்ட இருவரின் காதலும் திருமணமும் பொதுவெளிக்கு இழுத்து வரப்பட்டு கேள்விக்கு உட்படுத்தப் பட்டன. திவ்யா இளவரசன்மேல் கொண்டிருந்தது உண்மையான காதல்தானா? திவ்யா தானாகவே முன்வந்து இளவரசனைக் காதலித்தாரா அல்லது அவருக்கு ஏதேனும் அழுத்தங்கள் ஏற்படுத்தப்பட்டனா?

கலவரத்தைத் தொடர்ந்து நடைபெற்ற நிகழ்வுகளை, குறிப்பாக திவ்யா இளவரசனின் இல்லத்திலிருந்து வெளியேறியதை உணர்ச்சிப்பூர்வமான ஒரு கதையாக மீடியா சித்திரித்தது. இளவரசனை ஒரு துன்பியல் நாயகனாக உருவாக்கிக் காட்டும் போக்கு ஒரு பக்கம் தொடர்ந்தது என்றால் இன்னொரு பக்கத்தில் அவரை ஒடுக்கப்பட்ட சாதியின் கதாநாயகனாக உயர்த்தும் முயற்சிகள் மேற்கொள்ளப்பட்டன. சாதியமைப்புகளும் மீடியாவின் வெளிச்சத்தை நன்கு பயன்படுத்திக்கொண்டன. கவர்ந்து செல்லப்பட்ட ஒரு விலைமதிப்பில்லா பொருள் திரும்பக் கிடைத்ததுபோல் திவ்யா தன் தாயிடம் திரும்பிவந்ததை ஒரு வெற்றிக்கதையாக மாற்றிக் காட்டியவர்களும் இருந்தனர். இவர்கள் பார்வையில் இளவரசன் ஓர் எதிர் நாயகனாக இருந்தார். அவர் பின்னால் ஓர் இயக்கமே இருந்தது போலவும் அவருடைய

நடவடிக்கைகளைக் குறிப்பிட்ட ஓர் அரசியல் கட்சியே தீர்மானித்ததுபோலவும் பிம்பங்கள் கட்டமைக்கப்பட்டன.

இந்த வெளிச்சம் இளவரசனின் கண்களைக் கூசச் செய்தது. மீடியா ஆள்கள் ஓயாமல் துரத்திக்கொண்டிருந்ததால் அவரால் நிதானமாகச் சிந்திக்கக்கூட முடியவில்லை. மீடியாவின் தொடர் கண்காணிப்பில், தொடர் வெளிச்சத்தில் இருந்தது அவரை உள்ளுக்குள் ஒடுங்கச் செய்தது. பரபரப்பான செய்தியாகத் தன் வாழ்க்கை மாறிக்கொண்டிருந்ததை அவரால் தடுக்கமுடிய வில்லை. வெறுப்புப் பேச்சு அவரை நிம்மதியிழக்கச் செய்தது. தன்னால்தான் நூற்றுக்கணக்கான தலித் குடும்பங்களின் வீடுகள் சூறையாடப்பட்டன, எரிக்கப்பட்டன என்று ஏற்கெனவே மன வேதனை கொண்டிருந்த இளவரசனை திவ்யாவின் பிரிவு முறித்துப்போட்டிருந்தது. எல்லோரையும்விட்டு, எல்லா வற்றையும் விட்டு எங்காவது கண்காணாத இடத்துக்கு ஓடிச் சென்றுவிடவேண்டும் என்று இளவரசன் உள்ளுக்குள் கிடந்து தவித்திருக்கவேண்டும். வெளிச்சத்தின் வலி போதும், இனி தேவை இருள்தான் என்றும் அவர் முடிவெடுத்திருக்கலாம்.

ஓநாயும் ஆட்டுக்குட்டியும்

இளவரசன் என் முன்னால் உடைந்து அழுத காட்சி என் மனதில் ஆழமாகப் பதிந்துவிட்டது. திவ்யா இப்படிச் செய்திருக்கக் கூடாது! என்னைவிட்டுப் பிரிய அவளுக்கு எப்படி மனம் வந்தது? என்று அரற்றிய இளவசரனை என்னால் தேற்றமுடியவில்லை. அவருக்கு ஆறுதல் அளித்திருக்கக்கூடிய ஒரு சொல்லும் என்னிடம் இல்லை. மீடியா நினைத்திருந்தால் நேர்மறையாகப் பங்காற்றியிருக்கமுடியும். ஆனால் உடைந்துபோயிருந்த அவர் வாழ்க்கையை வண்ணமயமாகக் காட்டுவதில்தான் அவர்களுக்கு அக்கறை இருந்தது.

15 அல்லது 20 நிமிடங்கள் பேசிய பிறகு, நீங்களும் திவ்யாவும் இணைந்திருக்கும் படம் ஏதேனும் இருக்கிறதா என்று இளவரசனிடம் கேட்டேன். தன் மொபைலை எடுத்துச் சில நிமிடங்கள் தேடிப் பார்த்துவிட்டு, நான் உங்களுக்கு நிச்சயம் அனுப்பி வைக்கிறேன் என்று உறுதியளித்தார். தைரியமாக இருங்கள் என்று மட்டும் இளவரசனிடம் அழுத்தமாகச் சொன்னேன்.

தி.நகரிலுள்ள ஒரு லாட்ஜுக்கு அவர்கள் அழைத்துச் செல்லப் பட்டனர். நானும் சென்றேன். விசிக தலைவர் தொல். திருமாவளவன், து. ரவிக்குமார் இருவரையும் அங்கே சந்தித்தேன். இளவரசன் தொடர்பாக அடுத்து என்ன செய்யலாம் என்று சில சட்ட விவகாரங்களை நாங்கள் விவாதித்தோம். மதிய உணவில்

இணையுமாறு திருமா என்னை வரவேற்றார். லாபியில் ஒரு தமிழ் வாரப் பத்திரிகையின் பெண் நிருபர் இளவரசனைப் பேட்டி காண காத்திருப்பதைக் கண்டேன். சில நிமிடங்களில் அந்த நிருபர், புகைப்படக்காரர், இளவரசன் மூவரும் அறைக்குள் சென்றனர். பேட்டி முடிந்த பிறகு இளவரசனிடம் சொல்லிவிட்டு விடை பெறலாம் என்று நினைத்து வெளியில் காத்திருந்தேன். ஆனால் அறையின் கதவு திறப்பதாக இல்லை. இளவரசனின் பெற்றோரும் கூட என்னோடு சேர்ந்து வெளியில்தான் காத்திருந்தனர். இளவரசனைப் பார்த்துக்கொள்ளுங்கள் என்று அவர்களிடமும் ரவிக்குமாரிடமும் சொல்லிவிட்டு, அங்கிருந்து விடைபெற்றேன். நான் அலுவலகம் சென்றாகவேண்டும். அன்றைய நிகழ்வை எழுதி முடித்தாகவேண்டும்.

அதன்பின் அந்தத் தமிழ் பத்திரிகை செய்தியைக் காண நேர்ந்தது. முகப்புப் படமே இளவரசனுடையதுதான். நன்கு பெரிதாக்கப் பட்ட அந்தப் படத்தில் மணிக்கட்டில் பிளாஸ்திரியோடு இளவரசனின் உருவம் இருந்தது. அநேகமாக இளவரசனின் கடைசி பேட்டி அது. ஊடக உலகோடு அவர் கொண்டிருந்த சிக்கலான உறவின் இறுதி அத்தியாயமாகவும் அது அமைந்து போனது.

இருதலைக் கொள்ளி எறும்பு என்பதை இளவரசனின் உருவில் கண்டேன். திவ்யாமீதான நம்பிக்கையை, காதலை அவர் இழக்க விரும்பவில்லை. இன்னொரு பக்கம், திவ்யாவின் பிரிவையும் ஏற்றுக்கொண்டாகவேண்டிய நிலை. கேள்விகள் முடிவற்று அவருக்குள் பெருகிக்கொண்டே இருந்தன. சுயமாகச் சிந்திக்கவும் தேர்ந்தெடுக்கவும் முடியுமென்றால் நிச்சயம் திவ்யா இப்படியொரு முடிவை எடுத்திருக்கமாட்டார். அபரிமிதமான அழுத்தத்தில் சிக்கிக்கொண்டிருக்கும்போது எப்படி அவரால் நேராகச் சிந்திக்கமுடியும்? இப்படிச் சொல்லித் தன்னைச் சமாதானப்படுத்திக்கொள்ள முயன்றார். முடியவில்லை. 'திவ்யா பிரிந்தது இளவரசனை வெகுவாக அச்சுறுத்திவிட்டது. அவனுக்கு ஆறுதல் சொல்லி, அவன் மனதைத் தேற்ற எங்களால் இயன்ற அனைத்தையும் செய்தோம்' என்கிறார் இளவரசனின் அப்பா, இளங்கோ.

அணைவதற்குமுன்பு தன் திராணியை முழுக்கத் திரட்டி ஒரேயொருமுறை பிரகாசித்துவிடும் மெழுகுவர்த்தி போல், கடைசி தருணத்தில் கணநேர நம்பிக்கையை எங்கிருந்தோ

பெற்றிருக்கிறார் இளவரசன். பரவாயில்லை, அவள் போகட்டும். நம் வீட்டில் வாழ அவளுக்குக் கொடுத்து வைக்கவில்லை என்று அப்பாவிடம் சொல்லியிருக்கிறார். கவலைப்படாதீர்கள், நானொரு வேலை தேடிக்கொள்கிறேன். உங்கள் எல்லோரையும் பார்த்துக்கொள்கிறேன் என்றும் நம்பிக்கையூட்டியிருக்கிறார்.

காலம் அனைத்துக் காயங்களையும் ஆற்றும். பிரிவுத்துயரை மறந்துவிட்டு இளவரசன் தனது பாதையை எப்படியாவது மீட்டெடுத்துக்கொள்வார் என்றுதான் நானும் நம்பினேன். இளவரசனைச் சந்தித்துவிட்டுத் திரும்பிய மறுநாள் (4 ஜூலை 2013) நண்பகல் அவருடைய உடல் தண்டவாளத்துக்கு அருகில் கண்டெடுக்கப்பட்ட செய்தி என்னை வந்தடைந்தபோது இடிந்துபோனேன். நேற்று நான் சந்தித்த இளவரசன் இன்று இல்லை என்பதை என்னால் உள்வாங்கிக்கொள்ளவே முடிய வில்லை. அது தவறான செய்தியாக இருக்கவேண்டும் என்று என் மனம் திரும்பத் திரும்ப என்னிடம் சொல்லிக்கொண்டிருந்தது. இளவரசனின் முகம் என் நினைவுகளை முழுக்க ஆக்கிரமித்துக் கொண்டது. என்னால் உறங்கமுடியவில்லை. இயல்பாகப் பணியாற்றமுடியவில்லை. சிந்தனையை வேறு திசையில் திருப்புவதற்கு நான் மேற்கொண்ட அத்தனை பிரயத்தனங்களும் பொய்த்துப்போயின. என்னால் எதுவும் செய்திருக்கமுடியாதுதான் என்றாலும் விவரிக்கமுடியாத குற்றவுணர்வுக்கு ஆட்பட்டேன். நாம் கூட்டாக அவரைக் கைவிட்டுவிட்டோம் என்னும் உணர்வு மேலோங்குவதை என்னால் தடுக்கமுடியவில்லை.

உங்களைச் சுற்றிப் பெரும் சக்திகள் இயங்கிக்கொண்டிருக் கின்றன. ஒரு பெரும் சிலந்தி வலைக்குள் பூச்சிபோல் சிக்கிக்கொண்டிருக்கிறீர்கள், கவனமாக இருங்கள் என்று யாரும் அவரை எச்சரித்ததாகத் தெரியவில்லை. எங்கள் காதல் வலுவானது; எங்களை யாராலும் பிரிக்கமுடியாது என்று பதின் வயதுக்கேயுரிய அசாத்திய துணிச்சலோடு இருந்திருக்கிறார் இளவரசன். அவருக்கு இறுதிவரை யாரும் யதார்த்தத்தைப் புரியவைக்கவில்லை. ஓநாய் கூட்டம்போல் சாதியம் அவரைத் துரத்திக்கொண்டிருந்தது. கொடூரமான ஒரு விலங்கின் கரங்களில் தெரிந்தே நாம் அவரை ஒப்புக்கொடுத்துவிட்டோம்.

திவ்யா இல்லாத வாழ்வை என்னால் கற்பனைகூடச் செய்து பார்க்கமுடியவில்லை என்று என்னிடம் சொன்னார் இளவரசன். படுத்தால் உறங்கமுடியவில்லை என்றார். அவர் சொற்கள்

மீண்டும், மீண்டும் என்னை அலைக்கழித்துக்கொண்டே இருந்தன. தனிப்பட்ட துயர்போல், என்னுடைய தனிப்பட்ட வலிபோல் மாறியிருந்தது இளவரசனின் இழப்பு. வாரக்கணக்கில் நான் பாதிக்கப்பட்டிருந்தேன். என் இயல்புநிலை பறிபோய்விட்டது போல் உணர்ந்தேன்.

இதனை எழுதிக்கொண்டிருக்கும் இத்தருணத்தில் இளவரசனின் சொற்கள், அவருடைய கபடமற்ற முகம், அதில் மலர்ந்த புன்னகை அனைத்தும் நினைவில் மோதுகின்றன. ஒரு பத்திரிகையாளன் தனது தனிப்பட்ட உணர்வுகளை, விருப்பு வெறுப்புகளைத் தன் பணியில் வெளிப்படுத்தக்கூடாது; புறநிலையோடுதான் எதையும், எவரையும் அணுகவேண்டும் என்பதை ஏற்கிறேன். என் பணி வாழ்வில் தமிழகத்தின் நீள, அகலங்களைப் பல முறை கடந்து வந்திருக்கிறேன். வெளிச்சமற்ற சந்து பொந்துகளிலெல்லாம் அலைந்து, திரிந்திருக்கிறேன். ஒடுக்குமுறை, வன்முறை, கலவரம், மனித உரிமைமீறல் என்று பலவற்றைக் குறித்தும் எழுதியிருக்கிறேன். எண்ணற்ற பிரமுகர்களை, கட்சித் தலைவர்களை, களப்போராளிகளை, அதிகாரிகளைச் சந்தித்து உரையாடியிருக்கிறேன். நினைவுகூரப் பல உணர்வுப்பூர்வமான தருணங்கள் இருக்கின்றன. இருந்தும் தனிப்பட்ட முறையில் இளவரசன் போல் எனக்குள் தாக்கம் செலுத்திய இன்னொருவர் இல்லை என்றே சொல்லவேண்டும்.

வாழும்போது மட்டுமல்ல, இறந்தபிறகும் இளவரசனுக்கு விடுதலை கிடைக்கவில்லை. அவர் உடல் கிடைத்த மறுகணமே அவர் மரணத்தை மர்மப் புகை மூடிக்கொண்டுவிட்டது. இன்றுவரை வாதங்களும் அனுமானங்களும் சர்ச்சைகளும் தொடர்ந்துகொண்டிருக்கின்றன.

பரபரப்பு தொற்றிக்கொண்டது. சிறிது காலம் அமைதியாக இருந்த தருமபுரி மீண்டும் வெளிச்சத்தின்கீழ் வந்து சேர்ந்தது. விசிக தலைவர்கள் தருமபுரிக்கு விரைந்து சென்றனர். உயர் மட்ட காவல்துறை அதிகாரியொருவர் என்னை அழைத்தார். இளவரசனும் அவர் பெற்றோரும் தங்கியிருந்த லாட்ஜில் நீங்களும் இருந்தீர்களா? அவர்களைச் சந்தித்தீர்களா என்று விசாரித்தார். இந்த விஷயம் எப்படி அதற்குள் காவல்துறையைச் சென்றடைந்தது என்பதை என்னால் விளங்கிக்கொள்ளமுடியவில்லை. ஆம் என்றோ இல்லையென்றோ சொல்ல எனக்கு விருப்பமில்லை. நான் உங்களோடு பேசவேண்டிய

அவசியமில்லை என்று மட்டும் சுருக்கமாகப் பதிலளித்தேன். நான் மேற்கொண்டு என்ன செய்யவேண்டும், செய்யக்கூடாது என்பது குறித்து எனது சட்ட ஆலோசகர்களோடு விவாதித்தேன். காவல்துறையிடமிருந்து சம்மன் வரட்டும். விசாரணை தொடங்கினால் அதிகாரப்பூர்வமாக அதை எதிர்கொள்வோம் என்று அவர்கள் ஆலோசனை அளித்தனர். அதை ஏற்றுக்கொண்டேன். ஆனால் எனக்கு சம்மனும் வரவில்லை. வேறெந்த அழைப்பும் வரவில்லை.

வாழ்வும் மரணமும்

இளவரசனின் மரணம் மீடியா உலகில் மற்றொரு சூறாவளியைக் கிளப்பிவிட்டது. குறிப்பாக, சமூக ஊடகங்களில் இளவரசன் குறித்த ஒவ்வொரு தகவலும் கவனம் கொடுத்து விவாதிக்கப் பட்டது. அவருடைய தனிப்படமும், திவ்யாவுடன் அவர் எடுத்துக்கொண்ட படமும் அதிக அளவில் பகிர்ந்துகொள்ளப் பட்டன. திவ்யாவோடு அவர் பரிமாறிக்கொண்ட மூன்று கடிதங்கள் இளவரசனின் முதுகுப் பையில் கண்டெடுக்கப்பட்ட செய்தி மக்களின் உணர்வுகளைக் கிளறிவிட்டது. இறுதிக் கணங்களில்கூட திவ்யாவைவிட்டுப் பிரியாத இளவரசனின் காதல் நெகிழ்ச்சியோடு சிலாகிக்கப்பட்டது.

கூடவே கொந்தளிப்பும் தோன்றியது. மகிழ்ச்சியோடு வாழ வேண்டிய ஓர் இளைஞர் சாதி வெறிக்குப் பலியாகியிருக்கிறார். இந்தப் பெருந்துயருக்கு பாமகவும் வன்னியர் சங்கமும்தான் பொறுப்பேற்கவேண்டும் என்று சமூகச் செயற்பாட்டாளர்கள் குற்றம்சாட்டினார்கள். சமூக வலைத்தளங்களில் பாமக கண்டனங்களுக்கு உள்ளானது. தனிப்பட்ட இருவரின் வாழ்வில் சாதி அரசியல் ஏன் மூக்கை நுழைக்கவேண்டும் எனும் கேள்வி பரவலாக எழுப்பப்பட்டது.

சமூக வலைத்தளம் தொடங்கி அச்சு, காட்சி ஊடகம்வரை பரவலாக பாமக கண்டனத்துக்கு உள்ளானதற்கு இன்னொரு காரணமும் இருந்தது. ஏற்கெனவே சாதி ரீதியாகப் பிளவுண்டிருந்த

மக்களிடையே வெறுப்பையும் பகையையும் விதைக்கும் வகையில் கலப்பு மணத்தைக் கடுமையாகச் சாடியிருந்தார் டாக்டர் ராமதாஸ். தலித் இளைஞர்கள் 'கூலிங் கிளாஸ், டீ ஷர்ட், ஜீன்ஸ்' ஆகியவற்றை அணிந்துகொண்டு தலித் அல்லாத சாதிகளைச் சேர்ந்த பெண்களை மயக்கி, காதல் வலை விரிக்கின்றனர். இதைப் புரிந்துகொள்ளாமல் இளம் பெண்கள் அவர்களிடம் மயங்கி விடுகின்றனர். இது உண்மையான காதலே கிடையாது, நாடகக் காதல் என்று சொல்லியிருந்தார் டாக்டர் ராமதாஸ். ஏற்கெனவே வன்னியர் சங்கத் தலைவர்களும் பாமக கட்சியினரும் பல மேடைகளில் இதே போன்ற வெறுப்புப் பிரசாரத்தைத்தான் முன்வைத்து வந்தனர். இந்தப் பிரசாரம் வன்னியர்களுக்கும் தலித்துகளுக்குமான உறவில் கடும் விரிசல்களை ஏற்படுத்திக் கொண்டிருந்தது.

இளவரசனின் மரணம் பல ஐயங்களைத் தோற்றுவித்திருக்கிறது என்றார் விசிக தலைவர் டி. ரவிக்குமார். பணியிலிருக்கும் உயர் நீதிமன்ற நீதிபதியின் தலைமையில் விசாரணை தொடங்கப்பட வேண்டும் என்றும் அவர் கேட்டுக்கொண்டார். 'திவ்யா, அவர் அம்மா, தம்பி மூவரும் அவர்களுடைய கிராமத்திலிருந்து அழைத்து வரப்பட்டு அரசு பாதுகாப்பில் அமர்த்தப்படவேண்டும். அவர்கள் சாதி மக்களோடு, கிராமத்திலேயே அவர்கள் இருப்பது உசிதமல்ல என்று சுட்டிக்காட்டியதோடு, ஆணவக் கொலைக்கு எதிரான சட்டம் கொண்டுவரவேண்டிய அவசியத்தை இளவரசனின் மரணம் உணர்த்தியிருக்கிறது.'

இளவரசனின் மரணம் 'மிக, மிகத் துயரமானது' என்றார் சிபிஐ (எம்) கட்சியைச் சேர்ந்த பிருந்தா காரத். 'சாதி அமைப்புகள் தங்கள் நோக்கங்களுக்காக இருவரை அழித்துவிட்டனர். இருவருக்கும் இடையில் வெறுப்பை வளர்த்து, அவர்கள் வாழ்க்கையை முடிவுக்குக் கொண்டு வந்திருக்கிறார்கள். ஓர் அப்பாவி இளைஞனைத் தற்கொலைக்குத் தூண்டியிருக்கிறார்கள்.'

இளவரசனின் மரணம் விசாரணைக்கு உட்படுத்தப்படவேண்டும் என்பதுதான் தமிழ்நாடு தீண்டாமை ஒழிப்பு முன்னணியைச் சேர்ந்த பி. சம்பத்தின் நிலைப்பாடும். 'தமிழகம் அதிர்ந்து போயிருக்கிறது. ஜனநாயகத்தின்மீதும் மதச்சார்பின்மைமீதும் நம்பிக்கை வைத்திருந்த அனைவரும் காயமடைந்திருக்கிறார்கள். சாதியச் சக்திகள் சமூகத்தில் வெறுப்பை விதைப்பது அவலமானது'. சிபிஐ விசாரணைக்கு அரசு உத்தரவிடவேண்டும்,

சாதியக் கரங்களிலிருந்து திவ்யா மீட்கப்படவேண்டும் என்று வலியுறுத்திய சம்பத், 'காவல்துறை இளவரசனுக்கும் அவர் குடும்பத்தினருக்கும் போதுமான பாதுகாப்பை வழங்கத் தவறிவிட்டது' என்றும் சுட்டிக்காட்டினார்.

இளவரசனின் மரணம் விரிவாக மீடியாவில் விவாதிக்கப்பட்டது. இளவரசன் தற்கொலைதான் செய்துகொண்டார் என்று காவல் துறை உள்ளிட்ட தரப்பினர் நம்பினர். அதற்கான ஆதாரங்கள் தெளிவாக இருப்பதாகவும் அவர்கள் கூறினர். நடந்திருப்பது கொலை, பாரபட்சமின்றி விசாரணை நடத்தி உண்மையை வெளிக்கொணரவேண்டும் என்று பாதிக்கப்பட்ட தலித் தரப்பினர் கோரினர். அதன் முதல் படியாக, இளவரசனின் உடல்கூறு சோதனை நியாயமான முறையில் நடைபெறவேண்டும் என்று குரல் கொடுத்தனர். இது சாதியின் கொலை. ஆணவக் கொலை என்று அரசியல் செயற்பாட்டாளர்கள் தங்கள் வாதங்களை எடுத்து வைத்தனர்.

இதற்கிடையில் சென்னை உயர் நீதிமன்றத்தில் அடுத்தடுத்து பல வழக்குகள் தாக்கல் செய்யப்பட்டன. கோவை அல்லது சென்னையில் உடல்கூறு சோதனை செய்யவேண்டும் என்று கோரிய மனு ஏற்கப்பட்டது. பரிசோதனை முடிவுகள் வீடியோ ஆதாரங்களோடு இளவரசனின் தந்தையிடம் ஒப்படைக்க வேண்டும் என்றும் அதுவரை இளவரசனின் உடல் பாதுகாக்கப்பட வேண்டும் என்றும் உத்தரவிடப்பட்டது. மற்றொரு மனுவையும் ஏற்று, திவ்யாவுக்குக் காவல் துறை பாதுகாப்பு வழங்கவேண்டும் என்றும் அவர் சம்மதத்தோடு தக்க மருத்துவர்மூலம் மனநல ஆலோசனை வழங்கப்படவேண்டும் என்றும் உத்தரவிடப் பட்டது.

இளவரசனின் மரணம் குறித்த சர்ச்சைகளும் விசாரிக்கப்பட்டன. போரூர் ராமச்சந்திரா மருத்துவமனையைச் சேர்ந்த மருத்துவர்கள் தருமபுரிக்குச் சென்று தங்கள் அறிக்கையைச் சமர்ப்பித்தனர். ஆனால் அது ஐயங்களைத் தீர்க்கவில்லை. புது டெல்லி எய்ம்ஸ் மருத்துவர்களைக் கொண்டு இரண்டாவது முறை உடல்கூறு பரிசோதனைச் செய்து முடித்தனர். அதன்பிறகு பலத்த பாதுகாப்போடு இளவரசனின் உடல் நத்தம் காலனிக்குக் கொண்டு செல்லப்பட்டுப் பெற்றோரிடம் ஒப்படைக்கப்பட்டது. இளவரசனின் உடல் தகனம் செய்யப்பட்ட பிறகும் சர்ச்சைகள் ஓயவில்லை. காவல் துறையின் வார்த்தைகளும் மருத்துவர்களின்

அறிக்கைகளும் நீதிமன்றத்தின் செயல்பாடுகளும் காயமடைந்த தலித் மக்களைத் திருப்திப்படுத்தவில்லை. இத்தனைப் பெரிய அநீதி நடைபெற்ற பிறகும் ஒருவரும் தண்டிக்கப்படவில்லை என்பதை அவர்களால் ஏற்கமுடியவில்லை.

சிவில் சமூகமும் விமரிசனங்களிலிருந்து தப்பவில்லை. பாமகவைக் குற்றம் சாட்டுவது எளிது. சாதியின் கோரைப் பற்களையும் கூர்மையான நகங்களையும் கண்டிப்பது எளிது. சாதி தன் வேலையைச் செய்துகொண்டிருந்தபோது, சாதி அரசியல் தன் வெறுப்புப் பிரசாரத்தை முன்னெடுத்துக்கொண்டிருந்த போது, மக்களாகிய நாம் என்ன செய்துகொண்டிருந்தோம்? எழுத்தாளர்கள், பத்திரிகையாளர்கள், அரசியல் விமரிசகர்கள், சமூகச் செயற்பாட்டாளர்கள், லிபரல்கள், அறிவுஜீவிகள், ஆய்வாளர்கள், இடதுசாரிகள், திராவிடர்கள், பகுத்தறிவாளர்கள் என்றெல்லாம் அழைத்துக்கொள்ளும் நம்மால் யதார்த்தத்தில் என்ன செய்யமுடிந்தது? தமிழகத்தின் இருபெரும் கட்சிகளான திமுகவும் அதிமுகவும் சாதிய வெறுப்பைக் கட்டுப்படுத்த என்ன செய்தன? தன் மகள் குறித்த 'அவமானம்' தாங்காமல் திவ்யாவின் தந்தை தற்கொலை செய்துகொள்ள நேர்ந்ததும் இளவரசன் பலியானதும் நம் குற்றங்கள் அல்லவா?

•

இளவரசன் மறைந்து ஓராண்டு நெருங்கிய தருணத்தில், தருமபுரியில் மீண்டும் காவலர்கள் குவிக்கப்பட்டனர். ஏற்கெனவே ஒரு கலவரத்தைக் கண்ட நத்தம், அண்ணா நகர், கொண்டாம்பட்டி ஆகிய மூன்று பகுதிகளும் மீண்டும் கண்காணிப்பு வளையத்துக்குள் வந்து சேர்ந்தன. விடிவதற்கு முன்பு நத்தம் காலனியைச் சேர்ந்த 22 முதல் 45 வயது வரையிலான ஏழு தலித்துகள் அவசர, அவசரமாகக் கைது செய்யப்பட்டனர். நடக்கவிருந்த சட்ட ஒழுங்குமீறலை நல்லவேளையாகத் தடுத்து நிறுத்திவிட்டோம் என்று உற்சாகத்தோடு சொன்னார் உயர் காவல் துறை அதிகாரியொருவர். என்ன பிரச்சினை ஏற்படவிருந்தது? ஏன் இந்தக் கைது? ஏற்கெனவே பாதிக்கப்பட்ட பகுதியில், அதுவும் துயர்மிகுந்த ஒரு நினைவுநாளில் இப்படியொரு செயலை ஏன் செய்யவேண்டும் காவல்துறை?

அவர்களிடமிருந்து வந்த விளக்கம் இது. இளவரசனின் மரணத்துக்குப் பழி தீர்க்கும் வகையில் ஒரு தாக்குதலை நடத்த

சிலர் திட்டமிட்டிருந்ததை நாங்கள் மோப்பம் பிடித்துவிட்டோம். இரண்டு துப்பாக்கிகளையும் பைப் குண்டுகளையும் இடுகாட்டுக்கு அருகிலிருக்கும் ஒரு வீட்டிலிருந்து கைப்பற்றியிருக்கிறோம்.

சந்தேகத்துக்குரியவர்களை முன்பே கண்டறிந்து கைது செய்து, இன்னொரு கலவரம் மூளாதவாறு தடுத்திருக்கிறோம். ஆனால் இந்த வாதத்தை ஏற்க பலரும் தயாராக இல்லை. இந்தக் கைதுகள் தேவையற்றவை. இளவரசனின் மரணத்துக்கு நீதி கிடைக்க வில்லை என்று சொல்லி வந்த நிலையில், மேலும் சில தலித்து களைக் கைது செய்திருப்பது அவர்களைப் புண்படுத்துவதில்தான் சென்று முடியும். அதிகார வர்க்கத்தையும் அவர்கள் அமைப்பு களையும் நம்பக்கூடாது; அவர்கள் நமக்கெதிரானவர்கள் என்னும் நம்பிக்கையை உறுதி செய்வதுபோல் இந்த நடவடிக்கை அமைந்திருக்கிறது என்று செயற்பாட்டாளர்கள் குற்றம்சாட்டினர். சட்ட விரோதமாக ஆயுதங்கள் வைத்திருந்தனர் என்னும் குற்றச்சாட்டின்கீழ் ஆறு பேர்மீது தேசிய பாதுகாப்புச் சட்டம் பாய்ந்திருப்பது ஏற்கமுடியாதது. அரசுக்கு எதிராக ஆயுதந்தாங்கிய தாக்குதலை நடத்தும் பெரும் சதித் திட்டத்தோடு இவர்கள் தயாராக இருந்தனர் என்பது நம்பும்படியாக இல்லை என்றும் அவர்கள் தெரிவித்தனர்.

எதிர்பார்த்தபடியே டாக்டர் ராமதாஸ் இந்த வாய்ப்பைத் தனக்குச் சாதகமாகப் பயன்படுத்திக்கொண்டார். 'குறிப்பிட்ட சாதியைச் சேர்ந்தவர்கள்' சமூக விரோதிகளைக் கொண்டு 10 முக்கிய வன்னிய, பாமக பிரமுகர்களைக் கொல்லும் திட்டத்தோடு இருந்திருக்கிறார்கள் என்றொரு அறிக்கையை அவர் வெளியிட்டார். தலித்துகளையும் அவர்களுக்கு ஆதரவான அரசியல் கட்சிகளையும் குற்றம் சாட்டுவதோடு, அரசியல் ஆதாயத்தையும் திரட்டிக்கொள்ளும் வகையில் அவர் சொற்கள் அமைந்திருந்தன. விரைந்து செயல்பட்டு வன்முறையைத் தடுத்தாட்கொண்ட தருமபுரி காவல்துறைக்கு நன்றி தெரிவித்ததோடு, வடக்கு, மேற்கு தமிழகத்தில் வன்னியர் களுக்கும் தலித்துகளுக்கும் இடையில் மோதல்களை வளர்த்தெடுக்கும் சதி வேலையின் ஒரு பகுதிதான் இது என்றும் அறிவித்தார்.

தவிரவும், பாதிப்பை உண்டாக்கியவர்கள் என்னும் அவப்பெயரிலிருந்து விடுபட்டு, நாங்களும் பாதிக்கப்பட்ட வர்களே என்று முறையிடுவதற்கு இந்தக் கைதுகள் உதவிக்கு

வந்தன. வன்னியர்கள்மீதான தங்கள் செல்வாக்கை உறுதி செய்துகொள்வதும் பிற பிற்படுத்தப்பட்ட பிரிவினரின் ஆதரவைத் திரட்டுவதும் டாக்டர் ராமதாஸின் நோக்கங்களாக இருந்தன. மே 2014 தருமபுரி மக்களவைத் தொகுதியில் டாக்டர் ராமதாஸின் மகன், அன்புமணி ராமதாஸ் வேட்பாளராகத் தேர்வு செய்யப் பட்டிருந்தார் என்பதை இங்கே கவனத்தில் கொண்டு ஆராயும் போது மேற்படி கைதுகளுக்குப் பின்னாலுள்ள அரசியல் நோக்கங்கள் தெளிவாகப் புலப்படுகின்றன.

சாதியும் சதியும்

இளவரசனுக்குப் பிறகும் எதுவும் பெரிதாக மாறிவிடவில்லை என்பதையே அடுத்தடுத்து நடைபெற்ற சம்பவங்கள் உணர்த்துகின்றன. சாதியமைப்பு, மீடியா, மக்கள் மனநிலை, அரசியல் போக்கு எதிலும் எந்த மாற்றமும் இல்லை.

இளவரசனின் ஓராண்டு நினைவு தினம் நெருங்கும் நேரத்தில் நடைபெற்ற நாயக்கன்கோட்டை கைது விவகாரம் தலித்துகளுக்கு எதிரான அதிகார வர்க்கத்தின் மனநிலையை வெளிச்சம் போட்டுக் காட்டுகிறது என்றார் விடுதலைச் சிறுத்தைகள் கட்சியின் தலைவர் தொல். திருமாவளவன். இதே நாயக்கன்கோட்டையில் முன்பு கலவரம் வெடித்தபோது, நூற்றுக்கணக்கான தலித்துகளின் வீடுகள் கொளுத்தப்பட்டபோது, அதைத் தடுக்க காவல் துறை எதுவும் செய்யவில்லை. குற்றவாளிகளை விட்டுவிட்டு, கலவரத்தால் பாதிக்கப்பட்ட தலித்துகளை ஏதோ பயங்கர வாதிகள்போல் இப்போது கைது செய்திருக்கிறார்கள். இது மனிதத்தன்மையற்றது, அநீதியானது என்கிறார் தொல். திருமாவளவன்.

மனித உரிமைச் செயற்பாட்டாளர் அ. மார்க்ஸ் தலைமையில் எழுவர் குழுவொன்று நத்தம் காலனியிலும் அருகிலுள்ள பகுதிகளிலும் இரு தினங்கள் கள ஆய்வுகள் நடத்தியது. முதல் தகவல் அறிக்கையிலும் அதன்பின் அவர்கள் மேற்கொண்ட சில நடவடிக்கைகளிலும் உள்ள குறைபாடுகளை இந்தக் குழு

வெளிச்சத்துக்குக் கொண்டுவந்தது. எடுத்துக்காட்டுக்கு, ஜூன் 28 தேதியிட்ட முதல் தகவல் அறிக்கையில் தலைமறைவாகவுள்ள காளிதாஸ், சந்திரா ஆகிய இரு மாவோயிஸ்டுகளோடு குற்றம் சாட்டப்பவர்களுக்குத் தொடர்பிருந்ததாகச் சொல்லப் பட்டிருந்தது. (இவர்கள் இருவரும் பின்னர் கைது செய்யப் பட்டனர்). இதுபோக, துடி எனும் அரசு சாரா அமைப்பிடமிருந்துதான் கைது செய்யப்பட்டவர்கள் ஆயுதப் பயிற்சி எடுத்துக்கொண்டார்களாம்.

இதில் கவனிக்கவேண்டிய விஷயம், துடி தலித் நலன் சார்ந்து இயங்கிக்கொண்டிருக்கும் ஓர் அமைப்பு. தலித் இளைஞர்களுக்கு என்னென்ன கல்வி வாய்ப்புகள் உள்ளன, அரசு என்னென்ன நலத்திட்டங்களை அறிவித்துள்ளது என்பது போன்ற விவரங்களைத் திரட்டி சம்பந்தப்பட்டவர்களிடம் கொண்டு சேர்ப்பது இவர்களுடைய பிரதானப் பணிகளுள் ஒன்று. தலித்துகளைக் கைது செய்துள்ளதோடு அவர்களுக்கு உதவக்கூடிய அமைப்பையும் இனம் கண்டு அவர்கள்மீது சேறு வாரித் தெளித்திருக்கிறார்கள். எந்தவிதமான ஆதாரமும் இல்லாமல், துடி எப்படிப்பட்ட அமைப்பு, அவர்கள் என்ன செய்துகொண்டிருக் கிறார்கள் என்ற அடிப்படைகள்கூடத் தெரியாமல் துடியின் பெயரை இணைத்திருக்கிறார்கள் என்கிறார் முன்னாள் ஐஏஎஸ் அதிகாரியும் துடியின் ஆதரவாளர்களுள் ஒருவருமான கிறிஸ்துதாஸ் காந்தி. சென்னை மெரினா கடற்கரையில் துடி அமைப்பினர் ஆயுதப் பயிற்சி அளித்தார்களாம். இவ்வளவு வெளிப்படையாக நடைபெற்ற ஆயுதப் பயிற்சி எவர் கண்ணிலும் படாமல் போனது உண்மையிலேயே ஆச்சரியமானதுதான், இல்லையா?

தவிரவும், ஏதோ திட்டங்களுக்காக ஆயுதங்களைப் பதுக்கி வைத்திருந்தார்கள். நாங்கள் அவற்றைக் கைப்பற்றினோம் என்று காவல் துறை சொல்கிறது. எங்கிருந்து அவை கைப்பற்றப்பட்டன, எத்தனை மணிக்கு என்பதிலெல்லாம் முதல் தகவல் அறிக்கையில் முரண்பட்ட குறிப்புகளே இருக்கின்றன என்கிறது ஆய்வுக்குழு. ஜூன் 27ஆம் தேதி 6 பேர் மதிய நேரத்தில் கிராமத்தில் எல்லோரும் பார்த்துக்கொண்டிருக்கும்போது கைது செய்யப்பட்டிருக் கின்றனர். ஆனால் இரு வேறு இடங்களைக் குறிப்பிட்டு, அங்கிருந்துதான் அவர்களைக் கைது செய்துள்ளோம் என்று காவல் துறை சாதிக்கிறது.

கலவரத்துக்குப் பிறகு நத்தம் காலனி, அண்ணாநகர், கொண்டாம் பட்டி ஆகிய பகுதிகள் தொடர் கண்காணிப்பில் இருந்திருக் கின்றன. கிராமக் கூட்டுறவுச் சங்கக் கட்டடத்தின்மேல் கண்காணிப்பு காமிரா பொருத்தப்பட்டுள்ளது. இளவரசன் புதைக்கப்பட்ட இடம் உள்ளிட்ட சுற்றுவட்டாரப் பகுதிகளை இங்கிருந்து கவனிக்கமுடியும். 'இங்கே ஏதேனும் சந்தேகத்துக் குரிய வகையில் நடந்திருந்தால் நிச்சயம் காவல் துறையினர் புறக்கணித்திருக்க மாட்டார்கள்' என்கிறார் அ. மார்க்ஸ்.

எந்த ஆதாரமும் இல்லாமல், முன்னுக்குப் பின் முரணான குறிப்புகளோடு அவசர அவசரமாக முதல் தகவல் அறிக்கையைத் தயாரித்து, அவசர அவசரமாகக் கைதுகள் நடைபெற்றிருக் கின்றன. காவல் துறையின் நடவடிக்கைக்குப் பின்னாலுள்ள சாதியக் கண்ணோட்டம் ஒளிவுமறைவின்றி இங்கே வெளிப் படுவதைக் காணலாம். ஆயுதப் பயிற்சி எடுத்துக்கொண்டு, ஆயுதங்களையும் வாங்கி பதுக்கி வைத்து, அரசுக்கு எதிராக ஏதோ ஒரு பெரிய தாக்குதலைத் தலித்துகள் திட்டமிட்டிருக்கிறார்கள் என்னும் தவறான பிம்பம் இங்கே உருவாக்கப்படுகிறது. தடை செய்யப்பட்ட மாவோயிச அமைப்போடு தலித்துகளை வேண்டுமென்றே முடிச்சுப் போட்டு அவர்களுடைய புரட்சிகர அரசியலையே இவர்களும் ஏற்றுக்கொண்டிருப்பதாகக் குற்றம்சாட்டுவதற்குப் பின்னால் நிச்சயம் ஒரு விரிவான செயல்திட்டம் இருக்கவேண்டும். இளவரசனின் காதலும் அவர் மரணமும் தலித் இளைஞர்களிடையே ஏற்படுத்தியிருந்த எழுச்சியை மட்டுப்படுத்தவேண்டும் என்பது அத்திட்டத்தின் ஆதாரப் பகுதி.

இளவரசனின் முதல் நினைவு தினத்தன்றே தலித்துகள் சிலரைக் கைது செய்துவிட்டால் அதன்பின் ஒவ்வொரு ஆண்டும் அவர்கள் இளவரசனின் பெயரைச் சொல்லி ஒன்றுகூடுவதைத் தடுக்க முடியும். தலித் இளைஞர்களின் மனதில் அச்சத்தை விதைப்பதே இக்கைது நடவடிக்கையின் நோக்கம் என்கிறார் சிபிஐ (மாலெ) அமைப்பின் மாநிலத் தலைவர், எஸ். பாலசுந்தரம். பாமகவின் பார்வையும் இதுவேதான் என்பதை நாம் மறந்துவிடக்கூடாது. தலித்துகளுக்கு எதிராகவும் பாமகவுக்கு ஆதரவாகவும் காவல் துறை செயல்படுகிறது என்னும் உணர்வு மக்களுக்கு வந்து விட்டால் அது பிரச்சினையை மேலும் பெரிதாக்குவதில்தான் சென்று முடியும் என்கிறார் பாலசுந்தரம். காவல் துறை தொடங்கி

அரசு வரை பொதுமக்களுக்காக. அவர்கள் பெயரால் இயங்கும் எந்தவோர் அமைப்பும் சாதி வேறுபாடு இல்லாமல் இயங்க வேண்டும் என்பது ஜனநாயகத்தின் அடிப்படை. தருமபுரியில் அது அப்பட்டமாக மீறப்பட்டிருக்கிறது என்பதையே இக்கைது நமக்கு நிரூபிக்கிறது.

அ. மார்க்ஸின் வெள்ளை அறிக்கை இன்னொரு பாரபட்சத்தையும் சுட்டிக்காட்டுகிறது. எல்லாச் சாதிகளுக்கும் தலைவர்கள் இருக்கிறார்கள். அவர்களுடைய நினைவு தினம் விமரிசையாகக் கொண்டாடப்படுகிறது. மறைவு தினம் அனைவராலும் நினைவுகூரப்படுகிறது. ஏன், அரசே பல சாதித்தலைவர்களின் விழாக்களை விமரிசையாகக் கொண்டாடிக்கொண்டுதான் இருக்கின்றன. தலித் மக்கள் இளவரசனின் மறைவை முக்கிய மானதொரு தினமாக நினைவுகூரக்கூடாதா? அதற்கான உரிமை அவர்களுக்குக் கிடையாதா? இளவரசனின் நினைவு தினம் மட்டும் ஏன் இவர்களுக்கு இவ்வளவு கோபத்தை ஏற்படுத்தவேண்டும்? ஒவ்வோர் ஆண்டும் இதேபோன்ற நிகழ்வுகள் நடைபெற்றால் என்னாகுமோ என்று ஏன் அவர்கள் அஞ்சவேண்டும்?

தலித்துகள் என்று வரும்போது பாமக தலைவர்களும் வன்னியர் சங்கத்தினரும் மட்டுமல்ல, ஒட்டுமொத்தச் சமூகமும் ஒன்று போலவே சிந்திக்கிறது, செயல்படுகிறது. தலித்துகள் அடித்தட்டில், அவர்களுக்குரிய இடத்தில் அடங்கிக்கிடக்கும் வரை ஒருவருக்கும் ஒரு பிரச்சினையும் இல்லை. கல்வி, பொருளாதாரம், வாழ்க்கைத் தரம் என்று அவர்கள் மேலே எழும்பி வர, வர சமூகம் கொதிநிலையைத் தொட்டுவிடுகிறது. நடக்கக் கூடாத பெருங்குற்றம் நடந்துவிட்டதுபோல் கொந்தளிக்கத் தொடங்குகிறது. எல்லாச் சாதிகளும் தங்களுக்கான அரசியலை முன்னெடுக்கலாம். தலித்துகள் அதனைச் செய்யும்போது அது வேறாக மாறிவிடுகிறது. காதல் மனிதப்பொதுவானது. ஆனால் தலித்துகளின் காதல் வேறுபட்டது. வாழ்வின் ஒவ்வொரு கட்டத்திலும் இந்தப் பாரபட்சமான அணுகுமுறையைத் தலித்துகள் காணவேண்டியிருக்கிறது. கடந்து வரவும் வேண்டியிருக்கிறது.

எதிர்பார்த்தபடியே இந்தக் கைதுகள் நத்தம் காலனியில் அச்சத்தை விதைத்துள்ளது. குற்றவாளிகள்போல் நாங்கள் பார்க்கப் படுகிறோம். ஓயாத கண்காணிப்பில் சிக்கிக்கொண்டிருக்கிறோம் என்கிறார்கள் அங்கிருப்பவர்கள். ‘இப்படி எந்நேரமும்

கண்காணிக்கப்படும்போது எப்படி எங்களால் இயல்பாக வாழமுடியும்?' என்கிறார் 37 வயது செல்வி. '1980களிலும் 1990களிலும் காவல்துறை இப்படித்தான் ஓயாமல் எங்களை ஒடுக்கிக்கொண்டிருந்தனர். எங்கள் ஒவ்வொருவரையும் மாவோயிஸ்டுகளாகவே அவர்கள் பாத்தனர். எதுவென்று நடந்தாலும் எங்கள்மீதுதான் சந்தேகம் திரும்பும். இப்போது மீண்டும் அந்தக் காலகட்டத்துக்குத் திரும்பிச் சென்று விட்டதுபோல் உணர்கிறோம். எதிர்காலம் எப்படி இருக்குமோ என்று கலக்கமாக இருக்கிறது.'

நிர்ணயிக்கப்பட்ட இலக்கு எட்டப்பட்டுவிட்டது என்றுதான் சொல்லவேண்டும். என்ன நடக்கவேண்டும் என்று அரசும் காவல்துறையும் நினைத்ததோ அதுவேதான் நடந்திருக்கிறது. இளவரசனின் நினைவிடம் இன்று பொலிவிழந்து காணப் படுகிறது. உறவினர்கள், அறிந்தவர்கள் போக இன்று இளவரசனை நினைவுகூர்வதற்கு அதிகம் பேர் இல்லை. தலித் சமூக வரலாற்றில் மறக்கப்பட்ட மற்றொரு நபராக அவர் மாறி நீண்டகாலம் ஆகிவிட்டது. திவ்யாவின் நினைவுகளிலாவது அவர் இருப்பாரா?

இறுதி அத்தியாயம்?

இளவரசனின் காதலோ அல்லது காதலுக்காக அவர் மேற்கொண்ட போராட்டங்களோ அல்ல, மரணமே அவருடைய அடையாளமாக மாறி நிற்பது துயரமானது. இளவரசனின் மரணம் குறித்து பலவிதமான யூகங்களும் சதிக் கோட்பாடுகளும் இணைய வெளியில் வலம் வர ஆரம்பித்தன. அவை ஊடகத்தின் கவனத்தைக் கவர்ந்தன. தங்கள் அரசியல் நிலைப்பாட்டுக்கேற்ப இளவரசனின் மரணத்தைச் சிலர் அர்த்தப்படுத்திக்கொண்டனர். தன் வாழ்க்கையை ஊடகம் பொறுப்புணர்வோடு அணுகியிருக்க வேண்டும் என்று வருந்தினார் இளவரசன். ஊடகம் மாறவில்லை. சாதியமைப்பு மாறவில்லை. சாதியக் கண்ணோட்டம் மாறவில்லை. பகை மாறவில்லை. எதுவுமே மாறவில்லை. இளவரசனின் மரணத்திலிருந்து யாரும், எதுவும் கற்றுக் கொண்டதுபோல் தெரியவில்லை.

தருமபுரி மாவட்ட காவல் துறை தொடங்கி சென்னை உயர் நீதிமன்றம்வரை அனைவரும் இளவரசன் தற்கொலை செய்து கொண்டார் எனும் முடிவுக்கே வந்து சேர்ந்திருந்தனர். இளவரசனின் கடிதம் தொடங்கி உடற்கூறு பரிசோதனை முடிவுகள் வரையிலான ஆதாரங்களை இவர்கள் உயர்த்திப் பிடித்தனர். கடும் மன உளைச்சலே இம்முடிவுக்கு இளவரசனைத் தள்ளியது என்பது அவர்கள் வாதம்.

இது உண்மையல்ல என்கிறார் இளவரசனின் தந்தை இளங்கோ. காவல் துறை வழக்கைத் துரிதமாக முடிப்பதில்தான் அக்கறை

கொண்டிருக்கிறதே தவிர உண்மையைக் கண்டறிவதில் அல்ல. எனவே காவல்துறையின் வாதத்தை ஏற்கமுடியாது என்பது இவர் குற்றச்சாட்டு. காவல் துறை தன்னிச்சையாகச் செயல்பட்டு இந்த முடிவுக்கு வந்திருக்கிறது என்பதைவிட அவர்களை அவ்வாறு செய்யச்சொல்லி மேலிடத்திலிருந்து உத்தரவு வந்துள்ளது என்பதே உண்மை. மேற்கொண்டு சாதிய மோதல்கள் எதுவும் ஏற்படாமல் இருக்கவேண்டுமானால் தற்கொலை என்று சொல்லி வழக்கை மூடுவதுதான் உசிதமாக இருக்கும் என்று அதிகாரிகள் கருதியிருக்கலாம். எனவே சிறப்பு விசாரணைக் குழு (எஸ்ஐடி) அமைத்து இளவரசனின் மரணத்தை விசாரிக்கவேண்டும் என்று கோரி பொதுநல மனுவொன்றை (ஙிக 21150/2013) சென்னை உயர் நீதிமன்றத்தில் தாக்கல் செய்தார் இளங்கோ.

தலித், மனித உரிமை செயற்பாட்டாளர்கள் இளவரசனின் மரணத்தை ஆணவக் கொலை என்றே அழைத்தனர். அறிக்கை களும் ஆதாரங்களும் தீர்ப்புகளும் முழு உண்மையை வெளிப்படுத்தவில்லை என்று அவர்கள் கருதினர். பதவியிலுள்ள நீதிபதியின் தலைமையில் விசாரணை ஆணையம் அமைக்கப்பட வேண்டும் என்று தொல். திருமாவளவன் கோரிக்கை வைத்தார். அக்கோரிக்கையை ஆட்சியிலிருந்த முதல்வர் ஜெ. ஜெயலலிதா ஏற்றுக்கொண்டார். ஓய்வுபெற்ற நீதிபதி சிங்காரவேலர் தலைமையில் 8 ஜூலை 2013 அன்று விசாரணை ஆணையமொன்று அமைக்கப்பட்டது.

இந்த ஆணையத்தின் அறிக்கை ஐந்தாண்டுகள் கழித்து, எடப்பாடி பழனிசாமி ஆட்சிக்காலத்தில் வெளிவந்தது. சென்னை உயர் நீதிமன்றத்தின் முடிவுதான் விசாரணை ஆணையத்தின் முடிவும். அதற்குமுன்பு என்னென்ன ஆதாரங்கள் அலசப்பட்டனவோ அதே ஆதாரங்களைத்தான் ஆணையமும் கணக்கில் எடுத்துக்கொண்டது. இளவரசனின் கடிதம், உடற்கூறு பரிசோதனை முடிவுகள், சந்தர்ப்ப சாட்சியங்கள் ஆகியவற்றின் அடிப்படையிலேயே ஆணையம் தன் அறிக்கையை தயாரித்திருந்தது. இந்த அறிக்கை இன்றுவரை மக்கள் பார்வைக்குக் கொண்டுவரப்படவில்லை. முழுமையாக இல்லாவிட்டாலும் அறிக்கையின் முக்கியப் பகுதிகளைத் தனிப்பட்ட முறையில் என்னால் பெறமுடிந்தது. அந்த அறிக்கை என்ன சொல்கிறது? சில முக்கியப் பகுதிகளை மட்டும் பார்ப்போம்.

•

அறிக்கையின்படி 4 ஜூலை 2013 அன்று மதியம் தருமபுரி ரயில் நிலையத்துக்கு அருகில் விரைந்துகொண்டிருந்த ரயில் வண்டியில் பாய்ந்து இளவரசன் தற்கொலை செய்துகொண்டார். கோயமுத்தூர் குர்லா விரைவு ரயில் (வண்டி எண் 10014) சரியாக 1.20 மணிக்கு இளவரசனை மோதித் தள்ளியிருக்கிறது. தருமபுரிக்கும் சிவாடிக்கும் இடையில் ரயில் தண்ட வாளத்துக்கருகில் அவர் உடல் 3.45 மணிக்குக் கண்டெடுக்கப் பட்டுள்ளது. தடங்கம் கிராம நிர்வாக அலுவலரான டி. ஜெயராமனின் புகாரைத் தொடர்ந்து ரயில்வே காவல்துறை வழக்கு பதிவு செய்திருக்கிறார்கள் (பிரிவு 174, இந்தியக் குற்றவியல் நடைமுறைச் சட்டம், குற்ற எண் 96/2013).

ரயில்வே காவல்துறையின் கோயமுத்தூர் பிரிவைச் சேர்ந்த டி.எஸ்.பி. கே. ராஜேந்திரன் என்பவர் முதலில் இந்த வழக்கை விசாரித்திருக்கிறார். தமிழ்நாடு டி.ஜி.பி உத்தரவின் பேரில் 6 ஜூலை அன்று ஹரூர் டி.எஸ்.பியான எம். சம்பத் என்பவருக்கு விசாரணை மாற்றிவிடப்பட்டிருக்கிறது. அதற்கு முந்தைய தினம், தருமபுரி மருத்துவமனையில் மூன்று மருத்துவர்களின் குழுவொன்று முதல் உடற்கூறு பரிசோதனையை நடத்தியிருக்கிறது. இளவரசனின் உடலில் உள்ள காயங்கள் ரயில் சக்கரங்களால் உண்டானவை என்பதை இந்தக் குழு கண்டறிந்திருக்கிறது. ரயிலின் பக்கவாட்டுப் பகுதி உடலைத் தாக்கியிருக்கிறது. காயமடைந்திருக்கும் இடது முன்கையில் கிரீஸ் கறை படிந்திருக்கிறது. தலையில் காயம் ஏற்பட்டுள்ளது. மரணத்துக்கு அதுவே காரணம். ரயில் விபத்துகளில் பொதுவாகத் தென்படும் அடையாளங்கள் இவை.

இளவரசனின் தந்தை இதை ஏற்க மறுத்ததைத் தொடர்ந்து சென்னை உயர்நீதிமன்றம் நான்கு மருத்துவர்கள் கொண்ட ஒரு குழுவை அமைத்தது. ராமச்சந்திரா மருத்துவமனையைச் சேர்ந்த டாக்டர் சம்பத் குமார், காஞ்சிபுரம் எஸ்ஆர்எம் பல்கலைக் கழகத்தைச் சேர்ந்த டாக்டர் கே. தங்கராஜ் ஆகிய அமைப்பு சாராதவர்களைக் கொண்டு இளவரசனின் உடல் மறு ஆய்வுக்கு உட்படுத்தப்பட்டது. முந்தைய உடற்கூறு பரிசோதனையின் காணொளிப் பதிவையும் இவர்கள் பார்வையிட்டனர். இளவரசனின் மரணத்தில் எந்தச் சர்ச்சையும் இல்லை. ஏற்கெனவே உடலைப் பரிசோதித்த மருத்துவர்கள் சரியான முடிவுக்கே வந்து சேர்ந்திருக்கின்றனர். இதில் ஐயத்துக்கு

இடமேயில்லை என்று அவர்கள் முடித்துக்கொண்டனர். இந்த வழக்கை விசாரித்துக்கொண்டிருந்த சிபி சிஐடி, சென்னை உயர் நீதிமன்றம், விசாரணை ஆணையம் ஆகிய மூவருக்கும் தங்கள் அறிக்கையை இவர்கள் சமர்ப்பித்தனர்.

அப்போதும் சர்ச்சைகள் ஓயாத நிலையில் 13 ஜூலை அன்று டாக்டர் டி.என். பரத்வாஜ், டாக்டர் மிலோ டாஃபின், டாக்டர் சுதிர் குமார் குப்தா ஆகிய மூன்று எய்ம்ஸ் மருத்துவர்களைக் கொண்டு இரண்டாம் உடற்கூறு பரிசோதனை நிகழ்த்தப்பட்டது. அதுவரை இளவரசனின் உடல் தருமபுரி அரசு மருத்துவமனையின் பிரேத அறையில் பாதுகாக்கப்பட்டு வந்தது.

தர்மபுரி அரசு மருத்துவமனையும் எய்ம்ஸ் மருத்துவமனையும் ஒரே முடிவுக்குத்தான் வந்து சேர்ந்திருந்தன. இரண்டுமே ரயில் வண்டி மோதியதால் ஏற்பட்ட காயங்களே இளவரசனின் மரணத்துக்குக் காரணம் என்று ஐயத்துக்கு இடமின்றி அறிவித்துள்ளன. இரண்டு அறிக்கைகளும் பல இடங்களில் ஒத்துப்போகின்றன. கனமான பொருள் (இந்த இடத்தில் ரயில் வண்டி சக்கரம்) மோதியதால் ஏற்பட்ட காயமே மரணத்துக்குக் காரணம். நொடிப் பொழுதில் மரணம் சம்பவித்திருக்கிறது. இறப்பதற்கு முன்பு இளவரசனின் உடலில் எந்தக் காயமும் இல்லை. இதன் பொருள் இளவரசன் யாராலும் தாக்கப்பட்டிருக்க வாய்ப்பில்லை. அவர்மீது முன்னதாக எந்த வன்முறையும் நிகழ்த்தப்படவில்லை. ஓரிடத்தில் மட்டும் மருத்துவர்களிடையே கருத்து வேறுபாடு இருந்தது என்பதையும் அது முக்கியமான இடம் என்பதையும் இங்கே சுட்டிக்காட்டவேண்டியிருக்கிறது. தமிழகத் தரப்பில் ஆய்வு செய்த மருத்துவர் ஒருவர், இளவரசன் தற்கொலைதான் செய்துகொண்டார் என்று முடிவு செய்துவிட முடியாது என்று தெரிவித்திருக்கிறார். கனமான பொருள் தலையில் மோதியதால் நேர்ந்த மரணம் என்று உறுதிபடச் சொல்லலாமே ஒழிய, அது ரயிலின் சக்கரம்தான் என்று உறுதியாகச் சொல்லிவிடமுடியாது என்பது அவர் வாதம்.

சென்னை உயர்நீதிமன்றம் மருத்துவ அறிக்கைகளை ஏற்றுக் கொண்டது. எய்ம்ஸ் அறிக்கையின்படி ரயிலில் பாய்வதற்கு முன்பு இளவரசன் மது அருந்தியிருக்கிறார். அவருடைய உள்ளுறுப்புகள் சேலத்தில் தடயவியல் பரிசோதகர்களால் ஆராயப்பட்டபோது எதில் ஆல்கஹாலின் தடங்கள் கண்டறியப்பட்டுள்ளன. இதுபோக வேறு நஞ்சு பொருள்கள் உடலில் காணப்படவில்லை. மன

அழுத்தம் காரணமாக இளவரசன் தற்கொலைப் பாதையைத் தேர்ந்தெடுத்திருக்கிறார் என்பதையே இவையெல்லாம் உணர்த்துகின்றன. இளவரசனின் மரணத்தில் சர்ச்சைகளுக்கோ சந்தேகங்களுக்கோ இடமில்லை. இவ்வாறு சொல்லி வழக்கை முடிவுக்குக் கொண்டுவந்தது சென்னை உயர் நீதிமன்றம். சென்னை உயர் நீதிமன்றத்தின் முடிவுதான் சிங்காரவேலர் ஆணையத்தின் முடிவும்.

இருளும் வெளிச்சமும்

உடலுக்கு அருகில் நான்கு பக்கங்கள் கொண்ட இளவரசனின் தற்கொலைக் கடிதம் கண்டெடுக்கப்பட்டதாகச் சொல்லப் பட்டது. கிராமத்தவர் ஒருவர்மூலம் அக்கடிதம் விசாரணை அதிகாரிகளிடம் ஒப்படைக்கப்பட்டிருக்கிறது. இளவரசன் எழுதியதுதானா என்பதைக் கண்டறிவதற்காக சென்னையிலுள்ள தமிழ்நாடு தடயவியல் துறையிடம் கடிதம் அனுப்பி வைக்கப் பட்டது. இளவரசனின் அறியப்பட்ட கையெழுத்தோடு ஒப்பிட்டுப் பார்த்ததன் அடிப்படையில் இளவரசன்தான் தற்கொலை கடிதத்தை எழுதினார் என்பது உறுதிசெய்யப் பட்டுள்ளது என்கிறது சிங்காரவேலர் ஆணையத்தின் அறிக்கை.

தமிழில் எழுதப்பட்ட கடிதத்திலிருந்து சில பகுதிகள் ஆணையத்தின் அறிக்கையில் இடம்பெற்றுள்ளன. முழுமையான கடிதம் இதுநாள்வரை வெளியிடப்படவில்லை. என் மரணத்துக்கு யாரும் காரணமில்லை என்னும் வரியும் தற்கொலைக்கான காரணத்தை விளக்கும் வரிகளும் தெளிவாக இடம்பெற்றுள்ளன. ஆணையத்தின் முடிவை உறுதி செய்யும் வரிகள் கவனமாகத் தேர்ந்தெடுத்துக் கொடுக்கப்பட்டுள்ளன என்று கருதுவதற்கும் இடமுண்டு. திவ்யாமீதான கள்ளம் கபடமற்ற காதலை வெளிப்படுத்தியிருப்பதோடு, தன்னைக் காண அவர் அனுமதிக்க வேண்டும் என்றும் இளவரசன் கேட்டுக்கொண்டுள்ளார். ‘அவளாவது வாழ்க்கையில் மகிழ்ச்சியோடு இருக்கவேண்டும்’ எனும் வரி, வாசிக்கும் எவரையும் உலுக்கியெடுக்கக்கூடியது.

மரணத்துக்கு முந்தைய நிகழ்வுகளையும் ஆணையத்தின் அறிக்கை விவரித்துச் செல்கிறது. 10 அக்டோபர் 2012 அன்று தருமபுரி நகரிலுள்ள கோட்டைப் பெருமாள் கோவிலில் ரகசியமாகத் திருமணம் செய்துகொண்டிருக்கின்றனர். இளவரசனின் பால்யகால நண்பர்களுள் ஒருவரான மனோஜ் குமார் என்பவர் சாட்சி கையெழுத்து போட்டிருக்கிறார். திவ்யாவின் பெற்றோரால் இத்திருமணத்தை ஏற்கமுடியவில்லை. 'திவ்யா தன் தந்தையோடு செல்ல மறுத்ததால் அவர் தற்கொலை செய்துகொண்டார்' என்கிறது அறிக்கை. கலவரம், வழக்கு, திவ்யாவின் பிரிவு அனைத்தும் விவரிக்கப்பட்டுள்ளது.

இளவரசனின் தற்கொலை முயற்சி அறிக்கையில் கவனம் பெற்றுள்ளது. மன உளைச்சலோடு இருந்த இளவரசன் 7 ஜூலை 2013 அன்று தன் மணிக்கட்டை அறுத்துக்கொண்டு தற்கொலை செய்துகொள்ள முயற்சி செய்துள்ளது குறித்து ஆணையம் விசாரணை மேற்கொண்டுள்ளது. சாட்சியங்கள் விசாரிக்கப் பட்டிருக்கிறார்கள். இந்நிகழ்வுக்குப் பிறகும் இளவரசன் மன உளைச்சலில்தான் இருந்தார் என்று அவர் நண்பர்களான பாரதி, கார்த்திக், மனோஜ் குமார் மூவரும் ஆணையத்திடம் தெரிவித்திருக்கிறார்கள். இளவரசனின் கைக்கடிகாரம் 1.20 மணிக்கு நின்றுபோயிருக்கிறது. மரணத்துக்குக் காரணமான ரயில் வண்டியின் நேரத்தோடு ஒப்பிடும்போது இது சரியாகவே இருக்கிறது என்கிறது ஆணையம்.

'திவ்யாவின் பிரிவைத் தாளமுடியாத இளவரசன் கடும் மன உளைச்சல் காரணமாகத் தற்கொலை செய்துகொண்டு இறந்து போயிருக்கிறார் என்றே எனது ஆய்வுகளும் விசாரணை முடிவுகளும் தெரிவிக்கின்றன' என்கிறார் நீதிபதி சிங்காரவேலு. இளவரசனின் மரணத்தை விசாரித்த அமைப்புகளுக்குத் தன் பாராட்டுகளைத் தெரிவித்திருக்கும் நீதிபதி, அப்போதைய எஸ்.பியான அஸ்ரா கர்கைக் குறிப்பிட்டு வாழ்த்தியிருக்கிறார். மனிதத்தன்மையோடு, நுணுக்கமாகவும் திறமையாகவும் இவ்வழக்கை அவர் விசாரித்திருக்கிறார். அவருடைய அர்ப்பணிப்பு காரணமாகவே வழக்கின் முக்கிய சாட்சியமான இளவரசனின் தற்கொலைக் கடிதம் கிடைத்திருக்கிறது என்று பாராட்டியிருக்கிறார் நீதிபதி. அஸ்ரா கர்க் மதுரை, திருநெல்வேலி மாவட்டங்களில் பணியாற்றியவர். கோவில்களில் அனுமதிக்கப் படாமலிருந்த தலித்துகளுக்காகப் போராடி அவர்களுக்கு அனுமதி வாங்கிக் கொடுத்தவர். சட்ட ஒழுங்கு பிரச்சினைகள்

ஏற்படாதவாறு பார்த்துக்கொண்டவர். அனைத்துச் சாதியினரும் ஒற்றுமையாக வாழ்வதற்கான சூழலை ஏற்படுத்திக்கொடுத்தவர் என்றும் நீதிபதி புகழ்ந்திருக்கிறார்.

அறிக்கையின் ஒரு முழுப் பக்கத்தை அஸ்ரா கர்குக்கும் அவருடன் பணியாற்றிய அதிகாரிகளுக்கும் ஒதுக்கியிருக்கிறார் நீதிபதி சிங்காரவேலு. தக்க சமயத்தில் அஸ்ரா கர்க் தலையீடு செய்யாமல் போயிருந்தால் தருமபுரியில் மூன்று கிராமங்களிலும் வெடித்த வன்முறை மிக மோசமான நிலையை அடைந்திருக்கும். பல உயிர்கள் பலியாகியிருக்கும். அவர் மேற்கொண்ட நடவடிக்கை களைப் பார்க்கும்போது வால்டர் தேவாரம் நக்ஸலைட்டுகளுக்கு எதிராக அவர் காலத்தில் மேற்கொண்ட நடவடிக்கைகளை நினைவுபடுத்துகிறது என்றும் நீதிபதி குறிப்பிட்டுள்ளார்.

ஆணையத்தைப் பொருத்தவரை வழக்கு முடிந்துவிட்டது. ஆனால் சர்ச்சைகள் முடிவுக்கு வரவில்லை. இளவரசனின் மரணம் தற்கொலை அல்ல என்கிறார் சாதி ஒழிப்பு முன்னணியைச் சேர்ந்த ரமணி. இவர் இளவரசனின் நெருங்கிய உறவினரும்கூட. இறப்பதற்கு முன்பு எழுதிய தற்கொலைக் கடிதத்தைத்தான் அனைவரும் ஆதாரமாகச் சுட்டிக்காட்டுகிறார்கள். ஆனால் அது பிரச்சினைக்குரியது. கடிதத்தின் முதல் பக்கத்தில் இருப்பது மட்டுமே இளவரசனின் கையெழுத்து. அதன்பிறகு வருபவை எல்லாம் எழுதிச் சேர்க்கப்பட்டவை. இளவரசன் நிச்சயமாகத் தாக்கப்பட்டிருக்கிறார். எவ்வளவு பேர், எங்கிருந்து வந்தவர்கள் உள்ளிட்ட தகவல்கள் சேகரிக்கப்பட்டிருக்கின்றன. தற்கொலை என்று வழக்கை மூடுவது பலருக்கு வசதியானதாக இருக்கும். ஆனால் அது உண்மையல்ல என்கிறார் ரமணி.

•

நீதிபதி சிங்காரவேலு ஆணையத்தின் அறிக்கை சுமார் 1,300 பக்கங்களை உள்ளடக்கியது என்பதை அரசு அதிகாரியிடமிருந்து அறிந்துகொள்ளமுடிந்தது. ஆணையம் மேற்கொண்ட விசாரணைகளின் முடிவுகளும் அந்த முடிவுகளின் அடிப்படையில் வந்து சேர்ந்த தீர்மானமும்தான் எனக்குக் கிடைத்த பகுதி. டெல்லியிலுள்ள உயர்மட்ட சிபிஐ அதிகாரியொருவரிடமிருந்து இது எனக்கு வந்து சேர்ந்தது. அதன் அடிப்படையில் ஃபிரண்ட்லைனில் நான் எழுதிய செய்திக் கட்டுரை (A Closed Chapter? 21 June 2019) பரவலான கவனத்தை

ஈர்த்தது. முதல் முறையாக ஆணையத்தின் அறிக்கையிலிருந்து நேரடியாக நான் மேற்கோள்களை அளித்திருந்தேன்.

இன்னமும் வெளிச்சத்துக்கு வராத ஓர் அறிக்கை உனக்கு மட்டும் எப்படிக் கிடைத்தது? அதை எப்படி நீ பதிப்பிக்கலாம்? யாரிடமிருந்து இதைப் பெற்றாய்? என்று தொடங்கிப் பல கேள்விகள் என்னை நோக்கிப் பாய்ந்து வந்தன. அரசு அலுவலகர்கள் தொடங்கி ஊடகத்துறையினர் வரை பலர் நான் வெளியில் கொண்டுவந்த அறிக்கையின் பகுதிகளைக் கண்டு வியப்படைந்தனர். அரசியல் செயற்பாட்டாளர்கள் சிலருக்கு என்மீது வருத்தம் ஏற்பட்டிருக்கும். அதை என்னால் புரிந்து கொள்ளமுடிகிறது. இளவரசனின் மரணம் ஓர் ஆணவக் கொலை என்று வாதிட்டு வந்த அவர்களால் ஆணையத்தின் அறிக்கையை மட்டுமல்ல, அதை வெளிப்படுத்திய என் நடவடிக்கையையும் ஏற்கமுடியாதுதான். அறிக்கை கைக்குக் கிடைத்திருந்தாலும் அதை நான் வெளிப்படுத்தியிருக்கக்கூடாது என்றே அவர்கள் நினைத்திருப்பார்கள். அதுவே சரியானது என்றும் அவர்கள் கருதியிருக்கலாம்.

இதில் எனக்கு எந்தக் குழப்பங்களும் இல்லை. அடிப்படையில் நான் ஒரு பத்திரிகையாளன். என் பணி மக்களிடம் செய்திகளைப் பகிர்ந்துகொள்வது. எது கண்களுக்குப் புலப்படுகிறதோ அதை மட்டுமல்ல, எது நம் பார்வையிலிருந்து மறைந்திருக்கிறதோ அதையும் நான் வெளியில் கொண்டுவரவேண்டியிருக்கிறது. எது நம்மிடமிருந்து வேண்டுமென்றே மறைக்கப்படுகிறதோ அதை நான் நாடிச் செல்லவேண்டியிருக்கிறது. இருளில் தொலைந்து கிடப்பவை வெளிச்சத்துக்கு வந்தே தீரும்; அதுவரை காத்திருப்பேன் என்று என்னால் சொல்லமுடியாது. இருளும் என் எல்லைக்கு உட்பட்டதுதான். அங்கும் நான் சென்றாகவேண்டும். அங்கிருந்தும் செய்திகள் சேகரித்தாகவேண்டும். சேகரித்ததை எழுதியாகவேண்டும். அது எனது அடிப்படை அறம். வரலாற்றின் முதல் வரைவைப் பத்திரிகையாளர்களே எழுதுகிறார்கள் என்பதில் எனக்கு அசைக்கமுடியாத நம்பிக்கை இருக்கிறது. அந்த நம்பிக்கையே இயங்குவதற்கான உத்வேகத்தை எனக்கு அளிக்கிறது.

விசாரணை ஆணையம் அமைப்பதன் நோக்கம் குறிப்பிட்ட வழக்கில் என்ன நடந்திருக்கிறது என்பதைக் கண்டறிந்து உண்மையை உள்ளவாறே வெளிப்படுத்துவதுதான். மக்களின்

வரிப்பணத்திலிருந்துதான் ஆணையத்துக்கான ஊதியம் சென்று சேர்கிறது. ஆண்டுக்கணக்கில் நேரம் செலவிட்டு, எண்ணற்றோரை வரவழைத்து சாட்சியங்கள் பெற்று, விசாரணைகள் நடத்தி, பலவிதமான ஆதாரங்களை மேற்பார்வையிட்டு, அனைத்துத் தரப்பு நியாயங்களையும் அலசி ஆராய்ந்த பிறகு இறுதியில் ஒரு முடிவுக்கு வரவேண்டும். எந்த அடிப்படையில் இந்த முடிவு எட்டப்பட்டிருக்கிறது, எப்படி விசாரணைகள் நடத்தப்பட்டிருக்கிறது என்பதையெல்லாம் எழுத்துப்பூர்வ அறிக்கையாக அரசுக்கு அளிக்கவேண்டும். ஆணையத்தின் அறிக்கையை அரசு வெளியிட்டு மக்கள் பார்வைக்கு எடுத்துச்செல்லவேண்டும். இவ்வாறு செய்வதன் மூலம் வழக்கு குறித்த சர்ச்சைகள் முடிவுக்கு வரும். அல்லது முடிவுக்குக் கொண்டுவருவதற்கு மேற்கொண்டு என்ன செய்யலாம் என்று ஆலோசிக்கமுடியும். இதுதான் நியதி. இப்படி நடக்கவேண்டும் என்பதுதான் அனைத்துத் தரப்பினரின் எதிர்பார்ப்பும்.

ஆனால் அரசு அமைக்கும் பெரும்பாலான ஆணையங்கள் தங்கள் விசாரணையை நடத்தி முடித்து அறிக்கையைச் சமர்ப்பித்த பிறகும் அரசு அவற்றை வெளியிடாமல் பூட்டி வைப்பதைப் பார்க்கிறோம். மிக அரிதாகவே அறிக்கைகள் பொதுவெளிக்கு வருகின்றன. சிங்காரவேலு ஆணையத்தின் அறிக்கையும் இதற்கு விதிவிலக்கல்ல. அரசு ஏன் இதனை வெளியிடத் தயங்கவேண்டும் என்பதற்கான காரணமும் விளங்கவில்லை. தமிழக அரசு காலம் தாழ்த்தாமல் அறிக்கையை வெளியிடவேண்டும் என்று விடுதலைச் சிறுத்தைகளின் தலைவர் தொல். திருமாவளவன் ஏற்கெனவே வேண்டுகோள் விடுத்திருந்தார். வேறு பல தரப்பினரிடமிருந்தும் இதே கோரிக்கை எழுந்துள்ளது. இருந்தும் அதிமுகவும் சரி, அவர்களுக்குப் பிறகு பொறுப்பேற்றுக்கொண்ட திமுகவும் சரி; இதுநாள் வரை ஆணையத்தின் அறிக்கையை வெளியிடவில்லை.

அரசு அமைக்கும் ஆணையங்கள் குறித்து தகவல் அறியும் உரிமைச் சட்டம்மூலம் எவிடென்ஸ் அமைப்பு திரட்டிய புள்ளிவிவரம் இது. 1991 தொடங்கி 45 விசாரணை ஆணையங்கள் அமைக்கப் பட்டிருக்கின்றன. ஓய்வு பெற்ற நீதிபதிகள் அல்லது அதிகாரிகள் அவற்றுக்குத் தலைமை வகித்திருக்கின்றனர். இவற்றுள் பெரும்பாலானவை பாதிக்கப்பட்டவர்களுக்கு எதிரான

முடிவுகளையே வெளியிட்டிருக்கின்றன. சிங்காரவேலு ஆணையம் 2.17 கோடி ரூபாயைச் செலவழித்திருக்கிறது. இதில் 1.98 கோடி ரூபாய் சம்பளத்துக்கு மட்டும் சென்றிருக்கிறது.

●

இளவரசனின் நினைவு தினம் நெருங்கும் ஒவ்வொரு முறையும் காவல் படை அவர் கிராமத்தை ஆக்கிரமித்துக்கொண்டுவிடுகிறது. அஞ்சலி செலுத்துவதற்கு வெகு சிலரே அனுமதிக்கப் படுகிறார்கள். உறவினர்கள்கூடக் குறிப்பிட்ட நேரத்துக்குள் மட்டுமே அனுமதிக்கப்படுகிறார்கள். கூட்டம் கூடாதவாறு, மக்கள் திரளாதவாறு பார்த்துக்கொள்கிறார்கள். அழுவதற்குக்கூட எங்களுக்கு அனுமதியில்லை. வதைமுகாமில் இருப்பதுபோல் உணர்கிறோம் என்கிறார் ரமணி. சாதிய ஏச்சு பேச்சுக்கு அஞ்சி திவ்யாவும் அவர் அம்மாவும் வெளியேறி, தருமபுரிக்குக் குடிபெயர்ந்து விட்டனர். திவ்யா ஒரு பள்ளியில் ஆசிரியராகப் பணியாற்றிவருவதாகச் சொல்லப்படுகிறது.

அசாத்தியமான வெறுமை எங்கும் நிறைந்திருப்பதை உணர முடிகிறது. வெளிச்சம் இருளுக்குள் மூழ்கித் தன்னைத் தொலைத்துக்கொண்டிருக்கிறது.

கண்ணகி - முருகேசன்

நஞ்சும் நெருப்பும்

'உம்மவன் முருகேசன் எங்கே?' என்று மருதுபாண்டி ஐந்தாறு ஆள்களோடு திரண்டு வந்து காலையிலேயே கத்தியபோது சாமிகண்ணு மிரண்டு போனார். என்ன விஷயம் என்று தயக்கத்தோடு கேட்டபோது, 'பத்தாயிரம் ரூவா கடன் வாங்கிட்டு இன்னிக்கு நாளைக்கின்னு இழுத்தடிக்கிறான்' என்று பதில் வந்தது. எங்கிருந்தாலும் தேடிப் பிடித்து உடனே கூட்டிவா என்று சொல்லி அவரை விரட்டினார்கள். அவர்கள் சொல்வது உண்மையல்ல என்பது தந்தைக்கு உடனடியாகப் புரிந்துவிட்டது. இவ்வளவு பெரிய தொகையைக் கடனாக வாங்குவதற்கோ, வாங்கி வைத்துவிட்டு ஓடி ஒளிந்துகொள்வதற்கோ நிச்சயம் வாய்ப்பில்லை. இது வேறு ஏதோ விவகாரம் என்பதை விளங்கிக் கொண்டுவிட்டார். என்னவாக இருக்கும்? பதைபதைத்தபடி முருகேசனைத் தேடி ஓடத் தொடங்கினார்.

அடுத்து முருகேசனின் தம்பி வேல்முருகன் வழிமறிக்கப் பட்டிருக்கிறார். அதே விசாரணை. எங்கே முருகேசன்? எனக்குத் தெரியவில்லை என்று அவர் சொன்னதை மருதுபாண்டி ஏற்கவில்லை. வேல்முருகனை இழுத்து வந்து ஓர் அறைக்குள் தள்ளி, கட்டி வைத்து அடிக்க ஆரம்பித்தார்கள். சத்தம் கேட்டு பக்கத்திலிருந்த சித்தப்பா அய்யாசாமி ஓடி வந்திருக்கிறார். குப்பநத்தம் ஊராட்சி மன்றத் தலைவராக இருப்பவர். உடனே அவரைப் பிடித்துக்கொண்டார்கள். முருகேசன் என் முன்னால்

வரும்வரை வேல்முருகனை விடுவிக்கப்போவதில்லை. போ, உடனே அவனை இழுத்து வா!

சித்தப்பாவுக்கும் என்ன நடந்தது, எதற்காக முருகேசனைத் தேடுகிறார்கள் என்று புரியவில்லை. ஆனால் முருகேசன் எங்கிருக்கக்கூடும் என்பதை ஒருவாறு யூகித்துவிட்டார். அவர் யூகம் சரியாகவே இருந்தது. கடலூர் மாவட்டத்திலுள்ள விருதாச்சலம் தாலுக்காவில் அமைந்திருக்கும் வண்ணான்குடிகாடு என்னும் கிராமத்திலுள்ள அக்கா வீட்டில் பதுங்கியிருந்தார் முருகேசன். விவரம் சொல்லி, அவரை அழைத்துக்கொண்டு வண்டி பிடித்து புதுக்கூரைப்பேட்டை வந்து மருதுபாண்டியிடம் ஒப்படைத்தார் சித்தப்பா. நான் என் வாழ்நாளில் செய்த மாபெரும் தவறு என்று இந்நிகழ்வைக் கண்ணீரோடு பின்னர் நினைவு கூர்கிறார் அவர்.

முருகேசனைக் கண்டதும் இரையைக் கண்ட வேட்டை விலங்குபோல் பாய்ந்து பிடித்து கண்மூடித்தனமாகத் தாக்கத் தொடங்கினார்கள். கையையும் காலையும் கட்டி, ‘சொல்லு, பொண்ணை எங்க ஒளிச்சி வச்சிருக்க?’ என்று முருகேசனிடம் திரும்பத் திரும்பக் கேட்டு தாக்கியிருக்கிறார்கள். அலறியபடி தடுக்க வந்த குடும்பத்தினரை, ஆண் பெண் பேதமின்றி அடித்துத் துவைத்திருக்கிறார்கள். தெரியாது, தெரியாது என்று அரற்றிக் கொண்டிருந்த முருகேசனைக் கிட்டத்தட்ட கழுத்தை நெறித்துக் கொன்றிருப்பார்கள். அப்போதும் வாய் திறக்க மறுத்த நிலையில் அடுத்த நிலை சித்திரவதை ஆரம்பமானது. கிராமத்துக்கு அருகில் நெய்வேலி பழுப்பு நிலக்கரி நிறுவனம் சோதனைக்காக பல குழிகளை வெட்டி வைப்பது வழக்கம். அப்படித் தோண்டப் பட்டிருந்த 300 அடி குழியொன்றில் முருகேசன் தலைகீழாக கீழே இறக்கப்பட்டார். தாள மாட்டாத ஒரு கணத்தில், விழுப்புரம் மூங்கில்துறைப்பட்டில் உறவினர் வீட்டில் கண்ணகி தங்கியிருந்ததை முருகேசன் ஒப்புக்கொண்டார். உண்மையான வேட்டை அதன்பிறகுதான் தொடங்கியது.

கடலூர் மாவட்டம் விருத்தாச்சலம் அருகிலுள்ள குப்பநத்தம் புதுக்காலனியைச் சேர்ந்தவர் முருகேசன். சிதம்பரத்திலுள்ள அண்ணாமலைப் பல்கலைக்கழகத்தில் இளங்கலை பொறியியல் துறையில் இணைந்து படித்து வந்தவர். அதே பல்கலையில் வணிகவியல் துறையைத் தேர்ந்தெடுத்திருந்தார் துரைசாமியின் மகள் கண்ணகி. அவரைக் காதலித்தது முருகேசனின் முதல்

குற்றம். தான் காதலிப்பது வன்னியர் சாதியைச் சேர்ந்த ஒரு பெண்ணை என்று தெரிந்திருந்தும் ஒரு தலித்தான முருகேசன் அவரை மணந்துகொண்டது இரண்டாவது குற்றம். 5 மே 2003 அன்று கடலூரில் சார் பதிவாளர் அலுவலகத்தில் இருவரும் ரகசியமாகத் திருமணம் செய்துகொண்டபோது முருகேசனுக்கு 25 வயது, கண்ணகிக்கு 22.

ஆபத்தை முன்னுணர்ந்து மூங்கில்துறைப்பட்டில் தன் மனைவியைப் பாதுகாப்பாகத் தங்க வைத்திருக்கிறார் முருகேசன். கண்ணகி சிறிது காலம் தலைமறைவாக இருந்தால் நிலைமை மாறும். திருமணத்தை ஏற்றுக்கொண்டுவிடுவார்கள் என்று முருகேசன் நம்பிக்கொண்டிருந்தார் போலிருக்கிறது. திருமணம் குறித்த தகவல் கிடைத்ததும் ஆத்திரத்தின் உச்சத்துக்குச் சென்று விட்டது கண்ணகியின் குடும்பம். கண்களில் மின்னும் வெறியோடு மருதுபாண்டி தன் தங்கை கண்ணகியை இழுத்துச் சென்றபோது முருகேசனின் நம்பிக்கை உடைந்து சிதறியிருக்கவேண்டும்.

என்ன நடந்திருக்கிறது என்பதை உணர்ந்ததும் முருகேசனின் குடும்பத்தினர் மேலும் பீதியடைந்தனர். காடு, கரை எல்லா வற்றையும் தந்துவிடுகிறோம். என் மகன் செய்த தவறை மன்னித்து இத்தோடு விட்டுவிடுங்கள் என்று கையெடுத்துக் கும்பிட்டிருக் கிறார்கள். மேலும், வசை, மேலும் தாக்குதல். இவர்களிடம் இனியும் பேசிப் பலனில்லை என்பதை உணர்ந்து, விருத்தாச்சலம் காவல் நிலையத்துக்கு விரைந்திருக்கிறார்கள். வன்முறைத் தாக்குதல் நடைபெற்றிருக்கிறது; நாங்கள் குறி வைத்துத் தாக்கப்படுகிறோம்; எங்கள் மகன் பரிதாபமான நிலையில் கொலைக் கூட்டத்தாரிடையே சிக்கிக்கிடக்கிறான் என்று கலக்கத்தோடு முறையிட்ட பிறகும் வழக்குப் பதிவு செய்ய மறுத்ததோடு, அவர்களையெல்லாம் அங்கிருந்து விரட்டியும் அடித்திருக்கிறார்கள் காவலர்கள்.

அதற்குள் அருகிலுள்ள முந்திரிக்காட்டுக்குள் ஊரே திரண்டிருந்தது. முருகேசனின் கையையும் காலையும் கட்டி கீழே தள்ளியிருந்தார்கள். தள்ளியுள்ள ஒரு மரத்தில் கண்ணகியும் கட்டப்பட்டிருந்தார். காரில் இழுத்து வரும்போதே போதுமான அளவுக்கு அவரைச் சித்திரவதை செய்திருந்தார்கள். முருகேசனின் சித்தப்பாவையும் பிடித்துக் கட்டியிருந்தார்கள். என்ன செய்ய வேண்டும், எப்படிச் செய்யவேண்டும் என்று அனைத்தும் ஏற்கெனவே முடிவு செய்யப்பட்டிருந்தது.

நஞ்சு தயாராக இருந்தது. முருகேசனுக்கு அதை ஊட்டும் பணியை மருதுபாண்டி ஏற்றுக்கொண்டிருந்தார். எல்லோரும் பார்த்துக் கொண்டிருக்கும்போதே முருகேசனின் மூக்கு, காது வழியாக நஞ்சு செலுத்தப்பட்டது. பல்லைக் கடித்தபடி, வாயை இறுக்க மூடியிருந்த கண்ணகிக்கும் அதேபோல் நஞ்சு புகட்டப்பட்டது. கத்தல், கதறல் எதுவும் பொருட்படுத்தப்படவில்லை. புட்டியிலிருந்து எடுக்கப்பட்ட நஞ்சுபோல் தோன்றவில்லை அது. மனித மூளையில் ஊறிக்கொண்டிருந்ததுதான் கை வழியாக, விரல் வழியாகக் கசிந்து வந்திருக்கிறது. முருகேசனின் குடும்பமே கதறிக்கொண்டிருந்திருக்கிறது. கண்ணகியின் குடும்பத்தினரும் இருந்திருக்கிறார்கள். இருவரையும் நன்கறிந்த ஊர் மக்களும் அங்கேதான் இருந்திருக்கிறார்கள். அங்கே என்ன நடந்து கொண்டிருக்கிறது என்பதை அவர்கள் உணர்ந்திருந்தார்களா? உணர்ந்த பிறகும் ஏன் அமைதியில் உறைந்து கிடந்தார்கள்? ஒருவர்கூட ஏன் தடுக்க முன்வரவில்லை? எதிர்த்து ஒரு குரலும் ஏன் கிளம்பவில்லை? அந்தக் காட்டிலுள்ள மரம்போல் அசையாமல் மனிதர்கள் நின்றுவிட்டது ஏன்? ‘ஊரே தெரண்டிருக்க ரண்டு உசுரும் போயிருச்சு’ என்கிறார் அய்யாசாமி. இது நடந்தது 8 ஜூலை 2003 அன்று.

வேலை முடிந்தபாடில்லை. விழுந்து கிடந்த இரு உடல்களையும் சேகரித்துக்கொண்டார்கள். மிகக் கவனமாகப் பெண்ணின் உடலை அவருடைய சாதிக்கான சுடுகாட்டுக்கு எடுத்துச் சென்றார்கள். பையனின் உடலுக்குச் சுடுகாட்டுக்கு அருகிலுள்ள ஓடையே போதுமானது என்று அவர்களுக்குத் தோன்றியது. வன்முறைக்குச் சாதியில்லை. இன்ன சாதியைச் சேர்ந்த மனிதர்கள்தான் சக மனிதர்களை அடிக்கலாம், உதைக்கலாம், நஞ்சு கொடுத்து கொல்லலாம் என்று எந்தச் சட்டமும் எங்கும் இருப்பதுபோல் தெரியவில்லை. கொன்ற பிறகு உடலை எரிக்கும் பணியை எல்லோரும் செய்துவிடமுடியாது. இடைநிலைச் சாதியைச் சேர்ந்தவர்கள் அப்பணியைச் செய்யக்கூடாது. முருகேசனின் உடலை மட்டுமல்ல அவர் காதலித்து மணந்த கண்ணகியின் உடலையும் தலித்துகள்தான் தீயிட்டு எரித்தாகவேண்டும். உண்மையில் அதுதான் நடந்தது. திருமணமான இரு மாதங்களில் இருவரும் காற்றில் கலந்தனர்.

இந்த இரட்டைக் கொலைகளை ஓராண்டுக்குப் பிறகு முதல் முதலில் வெளியுலகுக்குக் கொண்டுவந்தது தமிழ் இதழ் ஒன்றில் பணியாற்றிக்கொண்டிருந்த உள்ளூர் நிருபர்தான்.

18 பிப்ரவரி 2007 அன்று உண்மை அறியும் குழுவொன்று (பேரா.அய்.இளங்கோவன், ஆதவன் தீட்சண்யா, வழக்கறிஞர்கள் லூஸி, செபாஸ்டியன், ரஜினிகாந்த், மங்கம்மாள், செங்கொடி, மூர்த்தி உள்ளிட்டோர் அதில் இடம்பெற்றிருந்தனர்) கடலூர் குப்பநத்தம் கிராமத்துக்குச் சென்று முருகேசன் குடும்பத்தாரிடம் மேற்கொண்ட உரையாடலிலிருந்து மேலே சில மேற்கோள்கள் அளிக்கப்பட்டிருக்கின்றன. முருகேசனும் கண்ணகியும் தாக்கப்பட்டது தொடங்கி அவர்களுடைய உடல் எரிக்கப்பட்டது வரையிலான கொடூரமான நிகழ்வுகளை நேரடியாகக் கண்டவர்கள் இவர்கள். காடெங்கும் ஆக்கிரமித்துப் பரவிய மரண ஓலத்தை அவர்களால் தங்கள் வாழ்நாளில் மறக்கமுடியாது.

ஆணவப் படுகொலை என்னும் பதத்தைத் தமிழகம் முதல் முதலாகப் பாவிக்கத் தொடங்கியது இந்நிகழ்வுக்குப் பிறகுதான். கொலை அல்ல, கொலைகள். இதற்குமுன்பே இத்தகைய நிகழ்வுகள் நடந்திருக்கின்றன என்றாலும் சாதிய மோதல், சாதியக் கொலை என்றெல்லாம் அவை அழைக்கப்பட்டு வந்தன. சாதியம் எப்படி இயல்பானதாக, எங்கும் நிறைந்ததாக இருக்கிறதோ அதேபோல் சாதியக் கொலைகளும் இயல்பானவையாகவும் அவ்வப்போது நிகழ்பவையாகவும் கருதப்பட்டு வந்தன.

முருகேசன், கண்ணகி நிகழ்வு அந்நிலையை மாற்றியமைத்தது. இது வழக்கமான குற்றச்செயலல்ல. வழக்கமான சட்ட ஒழுங்குப் பிரச்சினையல்ல. தங்கள் சாதிப் பெருமிதத்தை உயர்த்திப் பிடிப்பதற்காக, தங்கள் குடும்பப் பெருமிதத்துக்கு ஏற்பட்டுவிட்ட ‘கறையை’ அழிப்பதற்காக, ஆணவத்தின் உச்சத்தில் நிகழ்த்தப் பட்ட கொலைகள் இவை. கொலை எனும் செயல் மட்டுமல்ல; அதைச் செய்யத் தூண்டிய சாதிப் பெருமித உணர்வு எனும் அச்சுறுத்தலையும் நாம் இங்கே கணக்கில் கொண்டாகவேண்டும். அந்த வகையில் முருகேசன் கண்ணகி ஆணவக் கொலைகள் தனிக்கவனத்தோடு ஆராயப்படவேண்டியது அவசியமாகிறது.

நத்தை வேகத்தில் நீதி

பட்டவர்த்தனமாக ஊர் மக்கள் முன்பாக நடத்தப்பட்ட கொலைகள் என்பதால் முருகேசன், கண்ணகி வழக்கில் நீதி கிடைப்பதில் எந்தச் சிக்கலும் இருந்திருக்கமுடியாது என்று நீங்கள் நினைத்தால் தவறு.

குற்றம் நடந்தது 7-8 ஜூலை 2003 அன்று. இருந்தும் 17 ஜூலை அன்றுதான் விருதாச்சலம் காவல்துறை வழக்குப் பதிவு செய்தது. எப்படிப்பட்ட குற்றம், நோக்கம் என்ன, குற்றவாளிகள் யார் போன்ற அனைத்தும் அனைவருக்கும் தெரியும் என்றாலும் காவல்துறை இந்த இரட்டைக் கொலைகளைப் பெரிதாகவே எடுத்துக்கொண்டதாகவே தெரியவில்லை. மிகவும் மெத்தனமாக வழக்கைப் பதிவு செய்து விசாரணையைத் தொடங்கியவர்கள் திடுதிடுப்பென்று அதிர்ச்சியூட்டும் வகையில் கைது நடவடிக்கையை மேற்கொண்டார்கள்.

கண்ணகியின் அப்பா துரைசாமி, அண்ணன் மருதுபாண்டி உள்ளிட்ட நான்கு பேரோடு சேர்த்து முருகேசனின் அப்பா சாமிக்கண்ணு, சித்தப்பா அய்யாசாமி உள்ளிட்ட நான்கு பேரும் கைது செய்யப்பட்டனர். கொலை செய்தவர்கள் தரப்பில் நான்கு பேர். கொலையுண்டவர்கள் தரப்பில் நான்கு பேர். நான்கு வன்னியர்கள். நான்கு தலித்துகள். சட்டத்தின் முன்பு அனைவரும் சமம் என்பதை இப்படிப் புரிந்துகொண்டுவிட்டார்கள் போலிருக்கிறது!

முருகேசனையும் கண்ணகியையும் இந்த எட்டு பேரும் சேர்ந்து துன்புறுத்தினார்களாம். எட்டு பேரும் சேர்ந்து மரத்தில் கட்டிப்போட்டு அடித்தார்கள். பிறகு நஞ்சூட்டிக் கொன்று, எரித்து முடித்தார்களாம். சொல் பேச்சு மீறி காதல் திருமணம் செய்துகொண்டதால் மனம் வெகுண்டு முருகேசனை அவருடைய பெற்றோரும் கண்ணகியை அவருடைய பெற்றோரும் கொன்று எரித்துவிட்டார்கள் என்று வழக்குப் பதிவு செய்திருக்கிறார்கள் விருதாச்சலம் காவலர்கள். பாதிக்கப்பட்டவர்களும் குற்றவாளி களாக முத்திரை குத்தப்பட்டு கடலூர் சிறையில் அடைக்கப் பட்டனர். என்னை ஏன் கைது செய்கிறீர்கள் என்று கேட்ட சாமிக்கண்ணு காவலரால் தாக்கப்பட்டிருக்கிறார். 23 தினங் களுக்குப் பிறகு எட்டு பேருக்கும் ஒன்றாகப் பிணை கிடைத்திருக்கிறது.

அப்படிக் கிடைத்த பிணைக்குப் பின்னாலும் ஓர் அரசியல் இருக்கிறது. கண்ணகியின் அப்பா துரைசாமி ஊராட்சி மன்றத் தலைவராக இருப்பவர். அவர் 30 நாள்கள் சிறையில் இருந்தால் அவருடைய பதவி பறிபோய்விடும் என்று அரசு வழக்கறிஞர் கேட்டுக்கொண்டதற்கு இணங்க கடலூர் மாவட்ட நீதிபதி முன்னதாகவே அவரை பிணையில் விடுவித்திருக்கிறார். மகனைப் பறிகொடுத்து நிற்கும் சாமிக்கண்ணு 36 நாள்கள் சிறையில் அவதிப்படவேண்டியிருந்தது. காவல்துறை தொடங்கி நீதிமன்றம் வரை அவர்களுக்கிருந்த செல்வாக்கையே இது உணர்த்துகிறது. நேர் மாறாக, தலித் என்பதால் சொந்த ஊரிலேயே முருகேசனின் குடும்பத்துக்கு ஆதரவோ அனுதாபமோ கிடைக்கவில்லை. ஆக மொத்தம் சாதிதான் இங்கே அனைத்தையும் தீர்மானிக்கும் ஒரே சக்தி. நீதி, நியாயம், சமத்துவம் ஆகிய மானுட விழுமியங்களும் கூட சாதியால் வெற்றிகரமாக வளைக்கப்படுகின்றன என்பதற்கு இன்னுமோர் உதாரணம் இந்த வழக்கு.

உள்ளூரில் இப்படித்தான் நடக்கும் என்பதை அனுபவப்பூர்வமாக உணர்ந்ததும் சாமிக்கண்ணுவை மனுதாரராகக் கொண்டு சென்னை உயர் நீதிமன்றத்தில் வழக்குத் தொடுக்கப்பட்டது. துரைசாமி உள்ளிட்டவர்களின் பிணையை ரத்து செய்யவேண்டும் என்றும் சிபிஐ வழக்கை விசாரிக்கவேண்டும் என்றும் அவர்கள் கோரிக்கை வைத்திருந்தனர். மறைந்த உயர் நீதிமன்ற நீதிபதி அசோக் குமார் துரைசாமியின் பிணையை ரத்து செய்தார். நடந்திருப்பது காட்டுமிராண்டித்தனமான கொலை என்று சொல்லி 22 ஏப்ரல் 2004 அன்று வழக்கை சிபிஐக்கும் மாற்றினார்.

மூத்த வழக்கறிஞர் பொ. ரத்தினம், சமூக ஆர்வலர் கோ. சுகுமாரன் தலைமையில் ஒரு சிறு குழு முனைப்போடு இயங்கியதால் நிகழ்ந்த மாற்றம் இது. 'தமிழ்நாடு அம்பேத்கர் சட்ட உதவி மையம்' எனும் அமைப்பின்கீழ் இவர்கள் அனைவரும் திரண்டு நின்று ஆதரவுக்கரம் நீட்டியதால்தான் உடைந்து போகும் நிலையிலிருந்த வழக்கு உயிர் பெற்றது. விருத்தாச்சலத்திலிருந்து செங்கல்பட்டு நீதித்துறை நடுவர் நீதிமன்றத்துக்கும் அங்கிருந்து கடலூர் சிறப்பு நீதிமன்றத்துக்கும் வழக்கு மாற்றப்பட்டதை இங்கே குறிப்பிட்டுச் சொல்லவேண்டியிருக்கிறது. இறுதியாக, கடலூரில்தான் வன்கொடுமைத் தடுப்புச் சட்டத்தின்கீழ் வழக்கு விசாரணைக்கு வந்தது. சட்டப்படி, இயல்பாக ஒரு விசாரணையை நடத்துவதற்கு இவ்வளவு சிரமப்படவேண்டியிருக்கிறது.

சிபிஐ தனது புலன் விசாரணையை விரிவாக மேற்கொண்டது. நஞ்சு இருந்த புட்டி, இரண்டு சில்வர் டம்ளர்கள் உள்ளிட்டவை களத்தில் கிடைத்த தடயங்களாக எடுத்துக்கொள்ளப்பட்டன. குற்றத்தை நிரூபிக்கப் பிரதானமாகச் சாட்சியங்களே பட்டியலிடப் பட்டிருந்தனர். எனவே சாட்சியங்களை முறையாக வரவழைக்கப் பட்டு அவர்களுடைய வாக்குமூலங்களை சிபிஐ திரட்டிக் கொண்டது. துரைசாமி, மருதுபாண்டி மற்றும் உறவினர்கள் ஆகியோரோடு சட்டத்தை வளைத்துப் பொய் வழக்குப் பதிவு செய்த விருத்தாசலம் காவல் நிலைய ஆய்வாளர், உதவி ஆய்வாளர் உள்ளிட்ட 15 பேர் குற்றவாளிகளாகப் பட்டியலில் இணைக்கப் பட்டனர். காழ்ப்போடு சேர்க்கப்பட்டிருந்த பெயர்கள் கவனமாக நீக்கப்பட்டன. குற்றவாளிகள் சாட்சியங்களை செல்போனில் அழைத்து மிரட்டியதற்கான உரையாடல் பதிவுகளையும் சிபிஐ திரட்டியிருந்தது.

குற்றப்பத்திரிகையில் இடம்பெற்ற இரு காவல் அதிகாரிகள், தமிழ்மாறன் மற்றும் செல்லமுத்து. முதலாமவர், தேவர், இரண்டாமவர் வேட்டுவக் கவுண்டர். கொல்லப்பட்ட இடத்துக்கு இந்த இருவருமே சென்றிருக்கிறார்கள். எரிந்துகொண்டிருந்த உடல் பாகங்களைப் பார்வையிட்டிருக்கிறார்கள். அதற்கான சாட்சிகளும் இருந்திருக்கிறார்கள். விசாரணையின் போக்கை வேண்டுமென்றே திசை மாற்றியவர்கள் இவர்கள்தாம். இதைப் பின்னர் நீதிபதியும் ஒப்புக்கொண்டார். குற்றவாளிகள் ஆதிக்கச் சாதியினர் என்பதால் இந்தக் காவலர்கள் அவர்களுக்கு ஆதரவாக இயங்கியிருப்பது கண்கூடு. பாதிக்கப்பட்டவர்களோடு அல்ல,

குற்றவாளிகளுடன் உடன் சேர்ந்து நிற்கவேண்டும் என்று இவர்கள் நினைத்து இயங்கியதற்குப் பின்னாலுள்ளது அப்பட்டமான சாதிப் பற்று மட்டுமே.

வாக்குமூலம் அளித்த பலர் பின்னர் பிறழ் சாட்சியங்களாக மாறியதும் நிகழ்ந்தது. சாட்சியம் அளிக்கவேண்டியவர் மர்மமான முறையில் மரணமடைந்த நிகழ்வும் பரபரப்பாகப் பேசப்பட்டது. மா. செல்வராசு என்பவர் புதுக்கூரைப்பேட்டை அருகில் கடலூர் விருதாச்சலம் சாலையில் மயங்கிக் கிடந்திருக்கிறார். மருத்துவ மனைக்குச் செல்லும் வழியில் அவர் உயிர் பிரிந்திருக்கிறது. கண்ணகி முருகேசனைக் கொன்றவர்கள்தான் இதற்குக் காரணம் என்று இருநூறுக்கும் அதிகமானோர் திரண்டு காவல் துறையில் முறையிட்டதைத் தொடர்ந்து, செல்வராசுவின் மனைவியின் புகாரின் பேரில் வழக்குப் பதிவு செய்யப்பட்டது.

நேரடியான, மறைமுகமான மிரட்டல்கள், அழுத்தங்கள், பின்னணி சதி வேலைகள், தடங்கல்கள் அனைத்தையும் கடந்து ஒவ்வொரு அடியாக எடுத்து வைத்து வழக்கு முன்னோக்கிச் சென்றுகொண்டிருந்தது. நீதிக்கான பயணம் எளிதானதல்ல என்பதை முருகேசன் தரப்பினர் நன்கு உணர்ந்திருந்தனர் என்றாலும் வழக்கு நீண்டுகொண்டே போனதும் அலைக் கழிப்புகள் அதிகரித்துக்கொண்டே போனதும் அவர்களை உடலளவில் மட்டுமின்றி மனரீதியாகவும் கடுமையாகப் பாதித்தது. 'வழக்கைத் திரும்பப் பெற்றுக்கொள்!' என்றும் 'அவர்கள் கொடுக்கும் பணத்தை வாங்கிக்கொள்!' என்றும் எதிர்பாராத திசைகளிலிருந்தெல்லாம் அழுத்தம் வந்துகொண்டே இருந்தது. 'ஒருவேளை நமக்குச் சாதகமான தீர்ப்பு வந்தாலும் பாதிக்கப்படப்போவது நாம்தான். அவர்களை மேலும் மேலும் பகைத்துக்கொண்டு அதே ஊரில் நாம் எப்படி வாழ்வது?' என்று சுற்றத்தாரே கலங்கித்தான் போனார்கள். என்ன நடந்தாலும் சரி, நீதி கிடைக்கும்வரை ஓயப்போவதில்லை என்பதில் முருகேசனின் அப்பாவும் மற்றவர்களும் உறுதியோடு இருந்தனர்.

ஆண்டுக்கணக்கில் நீண்டு சென்ற பிறகு ஒரு வழியாக விசாரணையை முடித்துக்கொண்டு 690 பக்க இறுதி அறிக்கையை 14 மார்ச் 2010 அன்று கடலூர் சிறப்பு நீதிமன்றத்தில் சமர்ப்பித்தது சிபிஐ.

பெருமிதம் கொள்ள எதுவுமில்லை!

‘இப்போதும் ஒன்றும் கெட்டுப்போய்விடவில்லை, வாபஸ் வாங்கிவிடுங்கள்’ எனும் விநோதமான அறிவுரையை வழக்கு நடைபெற்ற காலம் நெடுகிலும் முருகேசனின் குடும்பத்தார் எதிர்கொண்டபடியே இருந்தனர். பேசித் தீர்த்துக்கொள்ள வேண்டிய பிரச்சினை மட்டுமே இது என்று அவர்கள் நம்பினர் போலிருக்கிறது. எளியவர்கள் மட்டுமல்ல போராளிகளாகக் கருதப்பட்ட சில அரசியல்வாதிகளுமேகூட இதே அறிவுரையைத்தான் வழங்கியிருக்கிறார்கள் என்பதை இன்று பார்க்கும்போது ஆச்சரியமாக மட்டுமின்றி அதிர்ச்சியாகவும் இருக்கிறது. காவல்துறையின் போக்கும் கடுமையாகக் கண்டிக்கத் தக்கது. ஏசுவது, மிரட்டுவது, பொய் வழக்கு போடுவது என்று பாதிக்கப்பட்டவர்களை உளவியல்ரீதியில் தொடர்ந்து வதைத்து வந்திருக்கின்றனர். ‘ரவுடி லிஸ்ட்ல சேர்த்து என்கவுண்டர்ல போட்டுத் தள்ளிருவோம்’ என்றுகூட மிரட்டியிருக்கிறார்கள்.

வழக்கை நடத்துவதற்கு முருகேசன் தரப்பு வழக்கறிஞர் பொ. ரத்தினம் மிகவும் பிரயத்தனப்படவேண்டியிருந்தது. ஒன்று அதிகார வர்க்கம் அளவு கடந்த மெத்தனத்தோடு நடந்துகொள்ளும். அல்லது, ஏதேனும் காரணம் காட்டி ஒன்று மாற்றி ஒன்று முட்டுக்கட்டைகளைப் போட்டுக்கொண்டே இருக்கும். இவற்றையெல்லாம் சமாளித்து முன்னேறுவதற்குள் போதும் போதுமென்றாகிவிடும். இயல்பாக நடக்கவேண்டிய விஷயங்

களுக்குக்கூடப் போராடவேண்டியிருப்பதை என்னவென்று சொல்ல? என்று வருந்துகிறார் ரத்தினம்.

இடர்ப்பாடுகளைக் கண்டு அஞ்சி நாம் விலகிவிடுவோம், வழக்கைக் கைவிட்டுவிடுவோம் என்று அவர்கள் நினைத்திருந்தனர் போலிருக்கிறது! சிபிஐ அனுபவமற்ற விசாரணை அதிகாரி ஒருவரை நியமித்தபோது நாங்கள் எதிர்த்தோம். அனுபவமுள்ளவர்தான் நியமிக்கப்படவேண்டும் என்று கேட்டுக் கொண்டோம். பொய் குற்றச்சாட்டுகளிலிருந்து பாதிக்கப் பட்டோரை விடுவிப்பதும் எளிதானதாக இருக்கவில்லை என்கிறார் ரத்தினம்.

இரட்டைக் கொலைகள் நடந்து 18 ஆண்டுகள் கழித்து, சிபிஐ தனது அறிக்கையைச் சமர்ப்பித்து பத்து ஆண்டுகள் கழித்து ஒரு வழியாக கடலூர் சிறப்பு நிதிமன்றம் தனது தீர்ப்பை 24 செப்டெம்பர் 2021 அன்று அளித்தது. நீதிபதி உத்தமராஜா தனது தீர்ப்பை வாசித்து முடித்தபோது காலச்சக்கரம் பல சுற்றுகள் சுற்றி முடித்திருந்தன.

நாம் தொடக்கத்தில் பார்த்த உடுமலை சங்கர் கொலை வழக்கில் சான்றுகள் போதுமான அளவுக்குச் சேகரிக்கப்பட்டிருந்த போதிலும் அவரைக் கொல்ல சதித் திட்டம் தீட்டப்பட்டது என்பதைச் சந்தேகத்துக்கு இடமின்றி நிரூபிக்கமுடியவில்லை. எனவே, கௌசல்யாவின் தந்தை சின்னசாமி விடுவிக்கப்பட்டார். முருகேசன் கண்ணகி வழக்கில் நல்லவேளையாக அப்படி எதுவும் நடக்கவில்லை. இருவரையும் கொல்வதற்கு விரிவாகச் சதித் திட்டம் தீட்டப்பட்டது என்பதைப் போதுமான சாட்சியங்களைக் கொண்டு சந்தேகத்துக்கு இடமில்லாத வகையில் முருகேசன் தரப்பு வழக்கறிஞர்கள் நிரூபித்தனர். சாட்சியங்கள் எந்த இடத்திலும் முரணான தகவல்களை அளிக்காமல் ஒரே சீராக தங்கள் வாக்குமூலங்களை அளித்திருந்ததும் கவனிக்கத்தக்கது.

முருகேசனின் சகோதரிகளுள் ஒருவரான தமிழரசி, சின்னப்பிள்ளை, சாமிக்கண்ணு, வேல்முருகன், பழனிவேலு (முருகேசனின் தம்பி) ஆகியோர் வலுவான சாட்சியங்களை அளித்தனர். தயவு செய்து முருகேசனை விட்டுவிடுங்கள் என்று கொல்லப்படுவதற்கு இறுதிக்கணம் வரை நாங்கள் கண்ணீர் விட்டுக் கதறி மன்றாடினோம் என்று தங்கையும் அம்மாவும் அளித்த சாட்சியம் வலு சேர்ந்தது. முருகேசனுக்கு என்ன நடந்தது என்பதைப் படிப்படியாக இருவரும் விவரித்தனர். தாக்கியவர்,

நஞ்சு புகட்டியவர் அனைவரையும் பெயர் குறிப்பிட்டு அடையாளம் காட்டினார் தமிழரசி.

கடைசியாக முருகேசனையும் கண்ணகியையும் எங்கே பார்த்தீர்கள் என்னும் கேள்விக்கு அனைவரும் ஒன்றுபோலவே பதிலளித்திருக் கின்றனர். கண்ணகியின் குடும்பத்தினரே இருவரையும் கடத்திச் சென்றனர் என்பதிலும் அவர்கள் கட்டுப்பாட்டில்தான் இருவரும் இறுதிக் கணங்களில் சிக்கியிருந்தனர் என்பதும் குற்றத்தை நிரூபிக்கப் போதுமானதாக இருந்தது. இருவரையும் நாங்கள் கொல்லவில்லை என்பதை நிரூபிக்கவேண்டிய கடமை கண்ணகியின் வீட்டினரையே சாரும். ஆனால் அவர்களால் அதைச் செய்ய இயலவில்லை என்கிறது தீர்ப்பு.

கடமை தவறியதற்காகவும் குற்றத்துக்கு உடந்தையாக இருந்ததற் காகவும் தமிழ்மாறன், செல்லமுத்து ஆகிய இரு காவலர்களை சிபிஐ தனது குற்றப்பத்திரிகையில் குறிப்பிட்டிருந்ததும் வன்கொடுமைத் தடுப்புச் சட்டத்தின்கீழும் இந்திய தண்டனைச் சட்டத்தின்கீழும் அவர்கள்மீது வழக்குப் பதிவு செய்யப் பட்டிருந்ததும் ஒரு முக்கியத் திருப்புமுனையை ஏற்படுத்தியது என்கிறார் கோ. சுகுமாரன். பக்கச் சார்பின்றிச் செயல்படவேண்டிய காவல் துறை ஆதிக்கச் சாதியினருக்குத் துணையாகவும் பாதிக்கப்பட்டவர்களுக்கு எதிராகவும் செயல்பட்டதற்கான ஆதாரங்கள் திரட்டப்பட்டிருந்தன. சதிக் கோட்பாட்டோடு இந்த ஆதாரங்கள் பொருந்தி வந்தன. மறுக்கமுடியாத ஆதாரங்களின் அடிப்படையில் சிறப்பு நீதிமன்றம் இருவருக்கும் ஆயுள் தண்டனை விதித்தது. மேலும், 351(1)(a) பிரிவின் கீழும் இந்தியக் குற்றவியல் நடைமுறைச் சட்டம் பிரிவு 3இன் கீழும் இருவருக்கும் தலா 3 லட்சம் அபராதம் விதிக்கப்பட்டது. இத்தொகை பாதிக்கப் பட்டோரைச் சென்றடையும்.

'அபத்தமான கற்பனைக் கதைகளை' உருவாக்கி முருகேசன் தரப்பினருக்கு இவர்கள் மன உளைச்சலை ஏற்படுத்தியிருந்ததை நீதிபதி தனது தீர்ப்பில் கவனப்படுத்தினார். 'வன்னியர் சாதிப் பெருமிதத்தை' உயர்த்திப் பிடிக்கும் வகையில்தான் தேவையற்ற கைதுகள் நடைபெற்றிருக்கின்றன என்பதையும் தெளிவாகவே தீர்ப்பு குறிப்பிட்டுள்ளது. கொல்லப்பட்டவர் ஒரு தலித் என்று தெரிந்தும் வன்கொடுமைத் தடுப்புச் சட்டத்தை அவர்கள் தவிர்த்தது ஏன் என்னும் கேள்வியையும் நீதிபதி எழுப்பினார். முதல் தகவல் அறிக்கையில் பல பிரச்சினைகள் இருந்தாலும்

குற்றம் நடந்திருக்கிறது என்பதை அது தெளிவாகவே பதிவு செய்திருக்கிறது. குற்றம் நடந்தது தெரியும் என்றாலும் தமிழ் இதழொன்றில் செய்தி வரும்வரை, கிராம நிர்வாக அலுவலர் முன்பு குற்றவாளிகள் சரணடையும்வரை முதல் தகவல் அறிக்கை பதிவு செய்யப்படாததைத் தீர்ப்பு கண்டித்தது. உடந்தைக்கு இதைவிடப் பெரிய ஆதாரம் இருந்துவிடமுடியாது அல்லவா?

கண்ணகியின் அண்ணன் மருதுபாண்டி (குற்றவாளி எண் 2) 120B, 302, 147, 347, 364, 149, 201 மற்றும் வன்கொடுமைத் தடுப்புச் சட்டம் 3(1)(X), 3(2)(5) ஆகியவற்றின்கீழ் குற்றம்சாட்டப்பட்டிருந்தார். அவருக்கு மரண தண்டனை விதிக்கப்பட்டது. இதை உறுதி செய்யவேண்டிய பொறுப்பு சென்னை உயர் நீதிமன்றத்தைச் சாரும் என்று குறிப்பிட்டது தீர்ப்பு.

கண்ணகியின் அப்பா துரைசாமிக்கு (குற்றவாளி எண் 1) பல ஆயுள் தண்டனைகள் விதிக்கப்பட்டன. கூடுதலாக இந்திய தண்டனைச் சட்டம், வன்கொடுமைத் தடுப்புச் சட்டம் ஆகியவற்றின்கீழும் பல ஆண்டுகள் சிறைத் தண்டனை அளிக்கப்பட்டது. முருகேசன் தரப்பில் பொய் குற்றச்சாட்டில் இணைக்கப்பட்டிருந்த அய்யாசாமி, குணசேகரன் இருவரும் விடுவிக்கப்பட்டனர். ஐயத்துக்கு இடமின்றி இவர்களுடைய குற்றம் நிரூபிக்கப்படவில்லை என்பதே விடுவிப்புக்கான காரணம்.

தீர்ப்பு 202 பக்கங்களுக்கு நீண்டு சென்றது. நடந்திருப்பது கொடூரமான குற்றம், மனிதகுலத்துக்கு எதிரான செயல் என்றது தீர்ப்பு. சாதியப் பெருமிதத்தையும் சமூக வெறுப்பையும் கடைப்பிடிப்பவர்களுக்கு இந்தத் தண்டனை ஒரு பாடமாக அமையவேண்டும் என்றும் வலியுறுத்தியிருந்தது. எந்த மழுப்பலுமின்றிச் சாதி ஆணவக் கொலையை அதன் பெயரைச் சொல்லிக் குறிப்பிட்ட முக்கியமான தீர்ப்பாக இதனைக் கொள்ளமுடியும். வழக்கைச் சரியாக நடத்தாத காரணத்தால் காவலர்களுக்கு ஆயுள் தண்டனை விதிக்கப்பட்டது தமிழ்நாட்டில் அநேகமாக இதுவே முதல் முறையாக இருக்கும்.

இதே மாதிரியான ஒரு வழக்கில் (லதா சிங் வழக்கு) உச்ச நீதிமன்றம் அளித்த தீர்ப்பைச் சுட்டிக்காட்டி, சாதிப் பெருமிதக் கொலையில் பெருமிதம் கொள்ள ஏதுமில்லை என்று வலியுறுத்தியது சிறப்பு நீதிமன்றத்தின் மேற்படி தீர்ப்பு. பழங்கால, நிலப்பிரபுத்துவ மனோநிலையில் ஊறிக்கிடக்கும், கொடூர மனம்

கொண்டவர்களால் மட்டுமே இத்தகைய கொலைகளைப் புரியமுடியும். சாதி ஆணவத்தோடு நிகழ்த்தப்படும் இக்கொலைகள் அரிதினும் அரிதானவை என்றே கொள்ள வேண்டியிருக்கும். மரண தண்டனை மட்டுமே இதற்கு வழங்க இயலும். இத்தகைய காட்டுமிராண்டித்தனங்களை நாம் தடுத்து நிறுத்தியாகவேண்டும். நம் தேசத்துக்கே இவை அவமானத்தை ஏற்படுத்த வல்லவை. சாதியின் பெயரால் ஆணவக்கொலை புரியவேண்டும் என்று இனியும் நினைப்பவர்களுக்குத் தூக்கு மேடை காத்துக்கொண்டிருக்கிறது என்னும் எச்சரிக்கையையும் இதே தீர்ப்பில் காணமுடிகிறது.

நாம் செய்வது தவறு எனும் உணர்வே இல்லாமல் பட்ட வர்த்தனமாக இவர்கள் கொடூரமான குற்றத்தை நிகழ்த்தியிருக் கிறார்கள். எந்தவிதமான சஞ்சலமோ வருத்தமோ இவர்களிடம் இல்லை. மற்றவர்கள் மனதில் அச்சத்தை விதைக்கும் வகையில் இருவரையும் கொன்றிருக்கிறார்கள் என்கிறது தீர்ப்பு. பாதிக்கப் பட்டோருக்கு அரசும் இழப்பீடு வழங்கவேண்டும் என்றும் நீதிபதி உத்தமராஜா கேட்டுக்கொண்டார். தீர்ப்பின் இறுதிவரை தமிழில் அமைந்திருந்தது.'

●

'ஒருவருக்கு மரண தண்டனை, மற்ற 12 பேருக்கு ஆயுள் தண்டனை' எனும் கடலூர் சிறப்பு நீதிமன்றத் தீர்ப்பை எதிர்த்துத் தண்டிக்கப்பட்டவர்கள் சென்னை உயர் நீதிமன்றத்தில் மேல்முறையீடு செய்தனர். பி.என். பிரகாஷ், நக்கீரன் ஆகிய நீதிபதிகளைக் கொண்ட அமர்வு இதனை விசாரித்தது. தற்கொலை வழக்கு என்று முதலில் பதிவு செய்யப்பட்டு பின்னரே கொலை வழக்கமாக மாற்றப்பட்டது என்றும் சம்பவத்தை நேரில் பார்த்த சாட்சியங்களே இல்லை என்றும் தண்டிக்கப்பட்டவர்கள் வாதிட்டனர். மேலும், குற்றம் சாட்டப்பட்டவர்களில் பட்டியலினத்தைச் சேர்ந்தவர்களும் இடம்பெற்றிருப்பதால் வன்கொடுமைத் தடுப்புச் சட்டத்தின்படி இந்த வழக்கை விசாரிக்கமுடியாது என்றும் வாதிட்டனர். நடந்திருப்பது ஆணவக் கொலைதான்; அதற்குப் போதுமான சாட்சியங்கள் இருக்கின்றன என்று அரசுத் தரப்பினர் விளக்கமளித்தனர்.

இந்நிலையில் 8 ஜூன் 2022 அன்று சென்னை உயர் நீதிமன்றம் தனது தீர்ப்பை வெளியிட்டது. மருது பாண்டிக்கு விதிக்கப்பட்டிருந்த

மரண தண்டனை ஆயுள் தண்டனையாகக் குறைக்கப்பட்டது. கண்ணகியின் அப்பா துரைசாமி உள்ளிட்ட 10 பேருக்கு வழங்கப்பட்டிருந்த ஆயுள் தண்டனை உறுதி செய்யப்பட்டது. முன்னதாக ஆயுள் தண்டனை விதிக்கப்பட்டிருந்த துரைசாமியின் உறவினர்கள் ரங்கசாமி, சின்னதுரை இருவரும் விடுவிக்கப் பட்டனர். காவலர் தமிழ்மாறனுக்கு வழங்கப்பட்டிருந்த ஆயுள் தண்டனை ரத்து செய்யப்பட்டு 2 ஆண்டுகள் சிறையும் வன்கொடுமைத் தடுப்புச் சட்டத்தின்கீழ் ஓராண்டு சிறையும் அளிக்கப்பட்டன.

●

பேருந்து வசதிகூட இல்லாத ஊரிலிருந்து ஒரு தலித் பட்டதாரி உருவாகி வருவதென்பது எவ்வளவு அசாத்தியமானது, எந்த அளவுக்குக் கடினமானது என்பது எங்களுக்குத்தான் தெரியும் என்று மனம் நிறைந்த வருத்தத்தோடு நினைவுகூர்கிறார் முருகேசனின் தம்பி வேல்முருகன். முருகேசனுக்கு பெங்களூருவில் வேலை கிடைத்திருக்கிறது. ஏழாயிரம் வரை சம்பளம் பேசியிருக் கிறார்கள். தன் திறமையால் நிச்சயம் முருகேசன் இன்னும் இன்னும் மேலே வளர்ந்து சென்றிருப்பார். அவருடைய வளர்ச்சி ஊரிலுள்ள மற்ற தலித்துகளுக்கும் ஊக்கமூட்டுவதாக அமைந்திருக்கும் என்று ஏங்குகிறார் வேல்முருகன். முருகேசன் எனும் தனிமனிதன் மட்டுமல்ல, ஒரு சமூகத்தின் கூட்டுக்கனவும் சேர்த்தே அழிக்கப்பட்டிருக்கிறது.

சுவாதி - கோகுல்ராஜ்

ஒரு கொடூரமான கொலை

திருச்செங்கோட்டிலுள்ள அர்த்தநாரீஸ்வரர் கோயிலில்தான் கடைசியாக கோகுலைப் பார்த்திருக்கிறார்கள். ஒரு பெண்ணும் உடனிருந்திருக்கிறார். இருவரும் ஒரே கல்லூரியில் இளங்கலைப் பட்டப்படிப்பை (மின்னணு மற்றும் தகவல் தொடர்பு பொறியியல்) முடித்திருந்தார்கள். படிப்பு நிறைவடைந்து ஒரு மாதமான நிலையில் ஒரு நாள், அம்மா, கல்லூரிக்குப் போய் மார்க் ஷீட் உள்ளிட்ட சான்றிதழ்களை வாங்கி வருகிறேன் என்று காலையில் சொல்லிவிட்டு வீட்டைவிட்டுக் கிளம்பிச் சென்றிருக்கிறார் கோகுல். இது நடந்தது 23 ஜூன் 2015 அன்று. அதன்பின் என் மகனை நான் உயிரோடு பார்க்கவில்லை என்று வெடித்து அழுகிறார் 40 வயது வி. சித்ரா.

சில மாதங்களுக்கு முன்பு இதே திருச்செங்கோட்டில் உலகின் கவனத்தை ஈர்க்கும்படியான ஒரு சம்பவம் நடந்தது. காரணம் ஒரு புத்தகம். 'கிராமப்புறங்களில் நள்ளிரவில் கூட்டங்கள் நடைபெறுவதாகக் கேள்விப்பட்டோம். சர்ச்சைக்குரிய அந்தப் புத்தகத்திலிருந்து சில பக்கங்களைப் பிரதியெடுத்து எல்லோருக்கும் விநியோகிக்கிறார்கள். குறிப்பாக, பெண்களிடம் அளித்துப் படித்துப் பார்க்குமாறு கேட்டுக்கொள்கிறார்கள். பிரசாரம்போல் இதைச் செய்துகொண்டிருக்கிறார்கள்' என்கிறார் நாமக்கல்லைச் சேர்ந்த ஓர் ஆசிரியர்.

அந்தப் புத்தகம், பெருமாள் முருகன் எழுதிய மாதொருபாகன். திருச்செங்கோடு கோயில் திருவிழா குறித்த தவறான சித்திரத்தை அளிப்பதோடு அப்பகுதிவாழ் கொங்குச் சமூகத்தினரை, குறிப்பாகப் பெண்களை இழிவு செய்யும் நோக்கோடு இந்நாவல் எழுதப்பட்டுள்ளது என்பதுதான் குற்றச்சாட்டின் சாரம். பெருமாள் முருகன் மீதான வெறுப்புப் பிரசாரத்தின் ஒரு பகுதியாகத்தான் மேலே கண்ட நள்ளிரவுச் சந்திப்புகள் நடத்தப்பட்டிருக்கின்றன.

கொங்கு வேளாளர் என்று அறியப்படும் கவுண்டர்கள் மேற்கு தமிழகத்தில் செல்வாக்கு மிக்கவர்களாக இருந்து வருகின்றனர். எங்கே சாதிப் பெருமித உணர்வு அபரிமிதமாகத் தலை தூக்குகிறதோ அங்கே சாதிக் காவலர்கள் தோன்றிச் செழிப்பது வழக்கம். பண்பாட்டைக் காப்பது, மரபை உயர்த்திப் பிடிப்பது தூய்மை பேணுவது என்றெல்லாம் சொல்லிக்கொண்டு இவர்கள் செய்வதெல்லாம் ஒடுக்குமுறைதான். பெருமாள் முருகனின் புதினத்தை எதிர்ப்பதன்மூலம் அவர்கள் தங்கள் சாதியை, சாதியின் இருப்பை, அதன் செல்வாக்கை உறுதி செய்துகொள்கின்றனர். ஓர் எழுத்தாளருக்கு எதிராக, அவர் படைப்புக்கு எதிராகத் தொடங்கிய நச்சுப் பிரசாரம் சிறிது சிறிதாக விரிவடைந்து சூழலை மாசுபடுத்தத் தொடங்கியது. கோகுலைப் பற்றிக்கொண்டது அந்த மாசுதான்.

சேலம் மாவட்டத்தைச் சேர்ந்த ஓமலூரில் சாஸ்தா நகர் எனும் பகுதியில் வசித்து வந்தார் 21 வயது கோகுல் ராஜ். கோகுலின் அண்ணன் கலைச்செல்வனும் பொறியியல் பட்டதாரிதான். கோகுலுக்கு என்ன நடந்தது என்பதை முதலில் தெரிந்து கொண்டவர் அவர்தான். கோகுலுடன் இணைந்து கோயிலுக்குச் சென்ற சுவாதிதான் கலைச்செல்வனைக் கைப்பேசியில் அழைத்து அவர் தம்பிக்கு என்ன நடந்தது என்பதைப் பதற்றத்தோடு விவரித்திருக்கிறார். 20 வயது சுவாதி நாமக்கல் மாவட்டத்திலுள்ள பரமத்தி வேலூர் எனும் பகுதியைச் சேர்ந்தவர். நானும் கோகுலும் மலையுச்சியில் அர்த்தநாரீஸ்வரர் கோயிலுக்குச் சென்றிருந்தோம். அங்கே பேசிக்கொண்டிருந்தபோது சிலர் எங்களை அடையாளம் கண்டு நெருங்கி வந்தனர். தங்களோடு புறப்பட்டு வருமாறு கோகுலை அவர்கள் மிரட்டினார்கள். கோகுல் மறுத்தபோது, பலவந்தப்படுத்தி இழுத்துச் செல்லத் தொடங்கியிருக்கிறார்கள்.

எந்த வாகனத்தில் கோகுலைக் கடத்திச் சென்றிருக்கிறார்கள் என்பதையும் சுவாதி கவனித்து நினைவில் வைத்திருந்திருக்கிறார். வெள்ளை நிற எஸ்யூவி சொகுசு கார். ‘தீரன் சின்னமலை பேரவை’

எனும் பெயர் அதில் பொறிக்கப்பட்டிருந்தது. யுவராஜ் என்பவரைச் சந்திக்க வருமாறு கோகுல் வற்புறுத்தப் பட்டிருக்கிறார். கோகுலை வண்டிக்குள் திணித்த பிறகு சுவாதியிடம் திரும்பி, வீட்டுக்குப் போ என்று உத்தரவிட்டிருக் கிறார்கள். அவருடைய கைப்பேசியைப் பறித்துக்கொண்ட பிறகு அவரை விரட்டியிருக்கிறார்கள். இது எப்போது நடந்தது என்பதையும் சுவாதி தெரிவித்திருக்கிறார். காலை 10 மணியிலிருந்து மதியத்துக்குள்.

கோகுலைத் தனியாகச் சந்தித்ததற்கான காரணத்தையும் சுவாதி சொல்லியிருக்கிறார். நாங்கள் ஒரே வகுப்பில் படிக்கிறோம். இருவரும் நண்பர்கள் மட்டுமே. கோகுலுக்குக் கொஞ்சம் பணம் தேவைப்பட்டிருக்கிறது. என்னிடம் கேட்டார். அதைக் கொடுப்பதற்காகத்தான் கோயிலுக்குச் சென்றிருந்தேன். பணத் தேவைக்கு விளக்கமும் சொல்லப்பட்டிருக்கிறது. என்னுடைய கைப்பேசி பழுதடைந்துவிட்டது என்று கோகுல் சொன்னார். எனவே நான் ஆயிரம் ரூபாயை எடுத்துக்கொண்டுபோய் அவரிடம் கொடுத்தேன். அதன் பிறகு இருவருமே மலையேறி சாமியைப் பார்க்கச் சென்றோம்.

கோயிலுக்குள் பொருத்தப்பட்டிருந்த கண்காணிப்பு காமிரா பதிவுகள் சுவாதியின் தகவல்களை உறுதி செய்துள்ளன. இருவரும் காலை சரியாக 10.52 மணிக்கு கோயிலுக்குள் நுழைந்திருப்பதைக் கருவறைக்கு அருகிலுள்ள காமிராக்கள் (1,2,3 மற்றும் 4) படம் பிடித்துள்ளன. ஒரு மணி நேரம் கழித்து, 11.50 மணிக்கு இருவரும் கோயிலைவிட்டு வெளியேறுகின்றனர். அப்போது அவர்களுடன் அடையாளம் தெரியாத சிலரும் காணப்படுகின்றனர். நான்கு பேர் கோகுலைச் சுற்றி வளைத்திருக்கிறார்கள்.

இரவு வரை கோகுல் திரும்பி வராததால் அம்மா, அண்ணன் இருவரும் திருச்செங்கோடு காவல் நிலையம் சென்று புகாரளித்திருக்கிறார்கள். இந்திய தண்டனைச் சட்டம் 363ஆம் பிரிவின்கீழ் காணாமல் போனவரைக் கண்டறிவதற்காக வழக்குப் பதிவு செய்யப்படுகிறது. இதற்கிடையில் கோகுலின் நண்பரும் வழக்கறிஞருமான பார்த்திபன் காவல் நிலையத்துக்கு விரைந்து வருகிறார். அவர் பகுஜன் சமாஜ் கட்சியின் சேலம் மாவட்டச் செயலாளரும்கூட. உங்கள் விசாரணையை அந்த இளம் பெண்ணிடமிருந்து நீங்கள் ஏன் தொடங்கக்கூடாது? அவருடன் இருந்தபோதுதானே கோகுல் காணாமல் போயிருக்கிறார்? காவல்

துறை இதற்கு உடன்பட்டு சுவாதியை வரவழைத்து விசாரணை நடத்தியிருக்கிறார்கள். அண்ணன் கலைச்செல்வனிடம் பகிர்ந்துகொண்ட அதே தகவல்களை வரிசைக்கிரமமாக மீண்டும் காவலர்களோடு பகிர்ந்துகொண்டிருக்கிறார் சுவாதி.

கோகுல் ராஜ் பறையர் சாதியைச் சேர்ந்தவர். சுவாதி கவுண்டர் சமூகத்தைச் சேர்ந்தவர். கோகுலைக் கடத்திச் சென்ற தீரன் சின்னமலை பேரவையைச் சேர்ந்த யுவராஜ் சுவாதியின் சாதியைச் சேர்ந்தவர். கோகுல் மிரட்டப்பட்டிருக்கிறார், இழுத்துச் செல்லப் பட்டிருக்கிறார். சுவாதி வெறுமனே எச்சரித்து விடப்பட்டிருக் கிறார். எந்தச் சாதிய உணர்வு சுவாதியைப் பாதிப்பின்றிப் பார்த்துக்கொண்டதோ அதே சாதிய உணர்வுதான் கோகுல்மீது வெறுப்போடு பாய்ந்திருக்கிறது.

மறுநாள் காலை கோகுலின் உடல் கண்டெடுக்கப்பட்டது. இளவரசனின் மரணத்தை நினைவுகூரும் வகையில் அதே போல் ஒரு ரயில் பாதை. அதே போல் சற்று தள்ளி ஓர் உடல். இந்த முறை கோகுலின் தலை தனியே துண்டிக்கப்பட்டுக் கிடந்தது. ஈரோடுக்கு அருகிலுள்ள கிழக்கு தொட்டிப்பாளையம் கிராமத்துக்கு அருகிலுள்ள ரயில் தண்டவாளத்தில் கிடந்திருக்கிறது உடல். தகவல் தெரிவிக்கப்பட்டதும் கோகுல் வீட்டிலிருந்து அலறியபடி ஓடிவந்திருக்கிறார்கள். ஆம், என் மகன்தான் என்று வெடித்து அழ ஆரம்பித்திருக்கிறார் சித்ரா. புன்னகையோடு விடைபெற்றுச் சென்ற தனது மகனை இருபத்து நான்கு மணி நேரம் கழித்து சடலமாக, அதுவும் கொடூரமான நிலையில் வைத்து அவர் பார்க்கவேண்டியிருந்ததை என்னவென்று சொல்வது?

சாதி எனும் ஆயுதம்

தண்டவாளத்துக்கு அருகில் உடல் கிடைத்ததும், கோகுல் ராஜ் தற்கொலை செய்துகொண்டு இறந்துபோயிருக்கலாம் என்றே முதலில் சந்தேகப்பட்டது திருச்செங்கோடு காவல் துறை. காணாமல் போனதாக முன்னர் பதிந்திருந்த வழக்கை இந்தியக் குற்றவியல் நடைமுறைச் சட்டம் *174 (3)* (ஐநு) பிரிவின்கீழ் சந்தேகத்துக்குரிய முறையில் நடைபெற்ற தற்கொலையாக மாற்றிப் பதிவு செய்தனர். உடல் ஈரோடு மருத்துவமனைக்கு அனுப்பி வைக்கப்பட்டது. தற்கொலைக் கடிதமொன்றைக் கண்டெடுத்தாகவும் சொல்லப்பட்டது.

வழக்கு செல்லும் திசையைக் கண்டதும் கோகுலின் குடும்பத்தினருக்கு என்ன செய்வதென்று தெரியவில்லை. கோகுலைத் தட்டிப்பறித்ததுபோல் நீதியையும் தட்டிப் பறித்து விடுவார்களோ என்று அவர்கள் இடிந்துபோயினர். இந்த நேரத்தில் நண்பர்களின் ஆதரவுக்கரம் மட்டும் நீண்டு வராமலிருந் திருந்தால் அவர்கள் முழுக்கக் குலைந்துபோயிருக்கலாம். நண்பர்களின் உதவியோடு அடுத்தடுத்த நடவடிக்கைகள் மேற்கொள்ளப்பட்டன.

முதலாவதாக, பிஎஸ்பி, விசிக உள்ளிட்ட கட்சிகள் கோகுல்ராஜின் உடல் வைக்கப்பட்டிருந்த மருத்துமனையை முற்றுகையிட்டுப் போராடத் தொடங்கின. நடந்திருப்பது தற்கொலையல்ல. கோகுல்ராஜ் கொடூரமான முறையில் கொல்லப்பட்டிருக்கிறார்.

காவல் துறை உடனடியாகக் கொலை வழக்குப் பதிவு செய்யவேண்டும் என்று இக்கட்சியினர் முழக்கமிட்டனர். அடுத்ததாக, குடும்பத்தினர் கேட்டுக்கொண்டதைத் தொடர்ந்து ஈரோடு மாவட்ட நிர்வாகம் கோகுலின் உடலைச் சேலத்திலுள்ள அரசு மோகன் குமாரமங்கலம் மருத்துவமனைக்கு இடமாற்றியது. தொடர்ந்து, வழக்கறிஞர் பார்த்திபன், கோகுலின் உடல் கூராய்வு நடுநிலையோடு, சுதந்திரமாக நடத்தப்படுவதை உறுதி செய்யவேண்டும் என்று கோரி சென்னை உயர்நீதிமன்றத்தில் ஒரு மனு தாக்கல் செய்திருந்தார்.

நீதிபதி தமிழ்ச்செல்வன் இந்த மனுவை விசாரித்தார். மனுதாரரின் கோரிக்கை நியாயமானது. சமர்க்கப்பட்டிருக்கும் புகைப் படங்களைப் பார்க்கும்போது கொலை நடந்திருப்பதற்கான சாத்தியம் இருந்திருக்கும் என்றே தோன்றுகிறது. அரசு மருத்துவர்கள் குழுவொன்று அமைத்து உடலைக் கூராய்வு செய்து அறிக்கை அளிக்கவேண்டும் என்று அவர் உத்தரவிட்டார். அதன்படி, சேலம் மோகன் குமாரமங்கலம் அரசு மருத்துவக் கல்லூரியைச் சேர்ந்த டாக்டர் கே. மோகன், டாக்டர் பி. சம்பத்குமார் தலைமையிலான மருத்துவக் குழுவொன்றை அமைத்தார். இவர் ஸ்ரீராமச்சந்திரா மருத்துவக் கல்லூரியில் தடயவியல் துறையில் தலைமைப் பொறுப்பு வகிப்பவர். சேலம் மருத்துவக் கல்லூரியைச் சேர்ந்த கே. கோகுலராமன், ஆர். சங்கீதா ஆகிய இரு மருத்துவர்களும் குழுவில் இடம்பெற்றிருந்தனர்.

27 ஜூன் 2015 அன்று உடல் சீராய்வு நடந்து முடிந்தது. மறுநாள் சம்பவ இடத்துக்கு நேரில் சென்று பார்வையிட்டனர். அதன்பின் தங்கள் அறிக்கையை சென்னை உயர்நீதிமன்றத்தில் மருத்துவர்கள் சமர்ப்பித்தனர். இந்த அறிக்கையை திருச்செங்கோடு டிஎஸ்பி விஷ்ணுபிரியாவுக்கு நீதிமன்றம் அனுப்பி வைத்தது. இந்த வழக்கின் சிறப்பு விசாரணை அதிகாரியாக அவர் நியமிக்கப் பட்டிருந்தார்.

மருத்துவ அறிக்கை தெளிவாக இருந்தது. கழுத்துப் பகுதியிலுள்ள ஆழமான வெட்டுக்காயங்கள்தான் மரணத்துக்குக் காரணம். மழுங்கிய பொருளொன்றினால் மண்டை ஓடு கடும் பலத்தோடு தாக்கப்பட்டிருக்கிறது. கூராய்வு நடைபெறுவதற்கு மூன்று நான்கு நாள்களுக்கு முன்னால் மரணம் சம்பவித்திருக்கலாம். கழுத்திலுள்ள காயங்கள் மரணத்துக்கு முன்பு ஏற்படுத்தப் பட்டிருக்கின்றன என்பதைத் தெளிவாக அறிக்கை

குறிப்பிடுகிறது. இந்தக் காயங்களைப் பார்க்கும்போது ரயில் விபத்து போல் தோன்றவில்லை. கூரான ஆயுதம் கொண்டு கழுத்துப் பகுதி தாக்கப்பட்டிருக்கிறது.

கோகுல் தற்கொலை செய்துகொண்டிருக்க முடியாது. அவர் கொலைதான் செய்யப்பட்டிருக்கவேண்டும் என்பதை மருத்துவ அறிக்கை சந்தேகத்துக்கு இடமின்றி சுட்டிக்காட்டியதைத் தொடர்ந்து திருச்செங்கோடு காவல்துறை வழக்கை மீண்டும் திருத்தியமைத்தது. இந்தியக் குற்றவியல் நடைமுறைச் சட்டம் 302ஆம் பிரிவின்கீழ் கொலை வழக்கு பதிவு செய்யப்பட்டது. கோகுலைக் கடத்திச் சென்ற குழுவின் அடையாளங்கள் தெளிவாக காமிராவில் பதிவாகியிருந்த நிலையில், பத்து பேர் கொண்ட சந்தேகப் பட்டியலொன்று உருவானது. ஒன்பது பேர் உடடினயாகக் கைது செய்யப்பட்டனர். தீரன் சின்னமலை கவுண்டர் பேரவையைச் சேர்ந்த யுவராஜ் தப்பிச் சென்றிருந்தார். முதன்மைக் குற்றவாளியாக அவர் பெயரே இடம்பெற்றிருந்தது.

•

யுவராஜுக்கும் கோகுலுக்கும் தனிப்பட்ட முறையில் ஏதேனும் விரோதமா என்றால் இல்லை. ஒருவேளை கோகுலின் குடும்பத்தினர் யாரையாவது பழி தீர்ப்பதற்காக இச்செயலைச் செய்திருப்பாரா என்று யோசித்தால் அதுவும் இல்லை. அப்படியானால் சுவாதியை அவருக்குத் தெரிந்திருக்கும் என்று நினைத்தால் அப்படியும் இல்லை. இருவரையும் அவருக்குத் தெரியாது. யுவராஜைப் பொருத்தவரை இருவருமே அந்நியர்கள். இருந்தும் ஏன் கோகுல் கடத்தப்பட்டார்? ஏன் கொடூரமாகத் தாக்கப்பட்டார்? ஏன் அவருடல் ரயில் தண்டவாளத்துக்கு அருகில் வீசப்பட்டது? தற்கொலைபோல் அந்த மரணத்தைக் காண்பிக்கவேண்டும் என்று ஏன் திட்டமிடவேண்டும் அவர்?

ஒரே சொல்லில் சொல்லவேண்டுமானால் சாதி. சுவாதியைத் தனது சாதியைச் சேர்ந்தவராக அடையாளம் கண்டிருக்கிறார் யுவராஜ். பொதுவெளியில் ஒரு தலித்தோடு அவர் ஒன்றாக இருப்பதை, உரையாடுவதை அவரால் சகித்துக்கொள்ளமுடியவில்லை. அவரைப் பொருத்தவரை இது சுவாதியின் தனிப்பட்ட தேர்வல்ல. சுவாதி ஒரு சுதந்திரமான, தனி உயிரல்ல. ஒரு கவுண்டர் சாதிப் பெண் என்பதுதான் அவர் அடையாளம். அந்த அடையாளமும்கூட அவருடைய தேர்வல்ல. பிறப்போடு ஒட்டி வருவது. எனவே பிரிக்கமுடியாதது.

அப்படி அகற்றமுடியாத அடையாளம் கோகுலுக்கும் உண்டு. சமூக அடுக்கில் கீழ்நிலையில் இருக்கவேண்டும் என்று கோகுலுக்கு விதிக்கப்பட்டிருக்கிறது. சுவாதியோடு மலையேறிச் சென்று அர்த்தநாரீஸ்வரர் கோயிலுக்குச் சென்றதன்மூலம் கோகுல் தனது அடையாளத்தை மட்டுமல்ல சுவாதியின் அடையாளத்தையும் சிதைத்துவிட்டார். இதை சுவாதியோ அவர் குடும்பத்தினரோ உணராமல் போகலாம். கோகுலோ அவர் குடும்பத்தினரோ இதைக் கண்டுகொள்ளாமல் இருக்கலாம். ஆனால் யுவராஜுக்கு அது சாத்தியமில்லை. ஏனென்றால், தன்னுடைய சாதியைக் காப்பதற்காக உருவான கலாசார காவலர் அவர்.

கலாசாரக் காவலர்கள் எவ்வாறு அச்சமின்றி இயங்குகிறார்கள், தங்களுக்கான பலத்தை எங்கிருந்து அவர்கள் பெற்றுக்கொள் கிறார்கள் என்பதைப் புரிந்துகொள்ள பெருமாள் முருகனிடம் நாம் திரும்பிச் சென்றாகவேண்டும். இதே போன்ற கலாசாரக் காவலர்களிடமிருந்துதான் அவருக்கான எதிர்ப்புகள் தோன்றி, வலுப்பெற்றன. மாதொருபாகனில் இடம்பெறும் அதே அர்த்தநாரீஸ்வரர் கோயிலிலிருந்துதான் கோகுல் கடத்தப் பட்டிருக்கிறார்.

கலாசாரக் காவலர்கள் சுயமாகத் தோன்றுபவர்கள், சுயமாகத் தங்களை நியமித்துக்கொள்பவர்கள். பாதுகாப்பு வளையம்போல் இயங்கி, தங்கள் சாதி மக்களை அயலவர்களிடமிருந்து காப்பாற்ற வேண்டும் என்பதுதான் இவர்கள் தங்களுக்குத் தாங்களே வகுத்துக்கொண்ட லட்சியம். அந்த லட்சியத்தைக் காக்க எந்த எல்லைக்கும் செல்ல இவர்கள் தயங்குவதில்லை. சாதியமைப்பு சட்ட அமைப்பைக் காட்டிலும் வலுவானது என்னும் நம்பிக்கையே இவர்களை இவ்வாறு இயக்குகிறது. எங்கள் மரபை, மண்ணை, கலாசாரத்தை, மதத்தைக் காக்கிறோம் என்று சொல்லிக்கொண்டாலும் அடிப்படையில் அவர்கள் உயர்த்திப் பிடிப்பது தங்கள் சாதித் தூய்மையைத்தான்.

பிள்ளைப்பேறு வேண்டி கோயில் திருவிழாவில் உறவு கொள்ளும் சடங்கொன்றையும் அவ்வாறு உண்டாகும் குழந்தையை சாமிக் குழந்தை என்று சொல்லி ஏற்கும் வழக்கத்தையும் மாதொருபாகனில் பெருமாள் முருகன் குறிப்பிட்டிருப்பார். அது ஒரு புனைவு. அந்நாவல் வெளிவந்தபோது அது பெரிய அளவில் வாசிக்கப்படவில்லை, விவாதிக்கப்படவில்லை. ஆங்கில

மொழிபெயர்ப்பு வெளிவந்து அதை வெளியிலிருப்போர் சிலர் வாசித்து, கொதித்துப் போய் கொங்கு மண்டலத்திலிருப் போருக்குத் தெரியப்படுத்தியிருக்கிறார்கள். கலாசாரக் காவலர்கள் உடனடியாகக் களத்தில் குதித்தனர். நம் திருச்செங்கோட்டை, நம் அர்த்தநாரீஸ்வரர் கோயிலை, நம் சாதியை, நம் பெண்களை இந்நாவல் மோசமான முறையில் சித்திரித்துள்ளது. இதை நாம் சும்மா விடக்கூடாது!

மளமளவென்று எதிர்ப்பு அறிக்கைகள் குவியத் தொடங்கின. பெருமாள் முருகனின் படைப்பு எங்கள் பண்பாட்டை, மதத்தை இழிவு செய்கிறது. அதை நாங்கள் பொறுத்துக்கொள்ள மாட்டோம் என்று இந்து முன்னணியைச் சேர்ந்த ராம கோபாலன் எச்சரித்தார். புத்தகத்தை உடடினயாகத் தடை செய்யவேண்டும். அதைத் தவிர வேறு எது செய்தாலும் ஏற்றுக்கொள்ளமாட்டோம் என்றார் கொங்குநாடு மக்கள் தேசியக் கட்சியைச் சேர்ந்த ஈ.ஆர். ஈஸ்வரன். எங்கள் பெண்களின் ஒழுக்கத்தைக் கொச்சைப்படுத்தி விட்டார். எங்கள் மக்கள் கொந்தளித்துப் போயிருக்கிறார்கள் என்றார் ஸ்ரீஅர்த்தநாரீஸ்வரர் கிரிவல நலச் சங்கமத்தைச் சேர்ந்த பொன். கோவிந்தராஜ். ஊர் பேர் தெரியாத உதிரி அமைப்புகள், சாதிக் குழுக்கள் தொடங்கி நன்கறியப்பட்ட இந்துத்துவ அமைப்புகள் வரை அனைவரும் இந்த விவகாரத்தில் ஒரே புள்ளியில் திரண்டு நின்றனர்.

திருச்செங்கோட்டு மக்கள் படித்தவர்கள், வர்த்தக நலன்களில் அக்கறை கொண்டவர்கள். இப்படியொரு சர்ச்சை எப்படி அவர்களுக்கு மத்தியில் வெடித்தது என்பது வியப்பாக இருக்கிறது என்கிறார் எழுத்தாளரும் பெருமாள் முருகனின் நண்பருமான க.வை. பழனிசாமி. ஒரு கற்பனைக் கதைக்கு இவ்வளவு மூர்க்கத்தனமான எதிர்ப்பு வருவது உண்மையிலேயே துயரமானது. எழுத்தாளர் என்ன எழுதவேண்டும், என்ன எழுதக்கூடாது என்பதை எழுத்தோடு தொடர்பில்லாத குழுக்கள் முடிவு செய்வதை நாம் அனுமதிக்கக்கூடாது என்கிறார் இவர்.

ஆனால் கலாசாரக் காவலர்கள் யார் அனுமதிக்காகவும் காத்துக் கொண்டிருக்கவில்லை. இந்துத்துவ அமைப்புகள் தங்களுக்குப் பின்னால் அணிவகுத்து நிற்பதைக் கண்டதும் இவர்கள் மேலதிக தீவிரத்தோடு எதிர்ப்புகளை முன்னெடுத்தனர். சாதியவாதமும் மதவாதமும் ஒன்றிணைந்து நிற்பதைக் கண்டதும் பிரதான திராவிடக் கட்சிகளான திமுக, அதிமுக இரண்டும்

அமைதியாகிவிட்டன. சிபிஎம், விசிக, சிபிஐ, சிபிஐ (எம்எல்) போன்ற கட்சிகள்தான் படைப்பாளரின் உரிமையைக் காக்க வேண்டும் என்று குரல் கொடுத்தன. சமூகத்தில் சாதி வெறுப்பு எந்த அளவுக்கு ஊடுருவியிருக்கிறது என்பதையே பெருமாள் முருகன் விவகாரம் வெளிப்படுத்துகிறது என்று வேதனையோடு குறிப்பிட்டார் தொல். திருமாவளவன். திமுகவின் அமைதி மேலும் பரவலாகக் கேள்விக்கு உட்படுத்தப்பட்ட பிறகு, பெருமாள் முருகனுக்கான எதிர்ப்பு என்பது 'அருவருப்பூட்டும் செயல்' என்று அன்றைய பொருளாளர் மு.க. ஸ்டாலின் அறிக்கை வெளியிட்டார்.

அறிவுச்சமூகத்திடமிருந்து உலகளவில் ஆதரவு வந்தாலும் அரசியல் களம் அமைதி காத்ததற்கான காரணம் வெளிப்படையாது என்றார் ஆய்வாளர் வீ. அரசு. இது சாதிச் சாயம் கலந்த விவகாரம். சாதியை, பண்பாட்டை அவமதித்ததாகக் குற்றம்சாட்டப்படும் எழுத்தாளரை ஆதரிப்பது அவப்பெயரை உண்டாக்கும் என்றே நினைத்திருப்பார்கள். ஓட்டு வங்கியை மனத்தில் வைத்துதான் கட்சிகள் செயல்படுகின்றன என்பதை மறந்துவிடவேண்டாம்!

9 ஜனவரி 2015 அன்று திருச்செங்கோட்டில் வெற்றிகரமாக நடைபெற்ற முழுக் கடையடைப்பு அச்சமூட்டுவதாக இருந்தது. சட்ட ஒழுங்கு குலையும் அளவுக்கு நிலைமை கைமீறிச் சென்று விடுமோ என்று அஞ்சிய மாவட்ட நிர்வாக அதிகாரிகள் இரு தரப்பினருக்கும் இடையில் 'சமரசம்' ஏற்படுத்துகிறோம் என்று சொல்லிக்கொண்டு பெருமாள் முருகனிடமிருந்து நிபந்தனையற்ற மன்னிப்பைச் சட்ட விரோதமாக எழுதிப் பெற்றுக்கொண்டனர். இந்நிகழ்வுகள் கலாசாரக் காவலர்களை மேலும் ஊக்கப் படுத்தியதில் வியப்பேதுமில்லை. நம்மை யாரும் எதுவும் செய்யமுடியாது எனும் நம்பிக்கை பலமடைந்தது. நாம் சட்டத்துக்கும் மேலானவர்கள் என்னும் மயக்கம் அவர்களை ஆட்கொண்டது.

‘கோகுலை வாழ விட்டிருக்கலாம்!’

யுவராஜ் போன்ற கலாசாரக் காவலர்கள் தோன்றுவதற்கும் இயங்குவதற்கும் தோதான களமாக கொங்கு மண்டலம் திகழ்கிறது. கவுண்டர்கள் விவசாயத்தைப் பிரதானமாகக் கருதியவர்கள். ஒரு கட்டத்தில் விவசாயத்திலிருந்து படிப்படியாக நகர்ந்து, ஆழ்குழாய்க் கிணறு தோண்டுதல், போக்குவரத்து, வாகனக் கட்டமைப்பு, கால்நடைப் பண்ணை, கல்வி உள்ளிட்ட துறைகளில் நுழைந்து வெற்றிகரமாகத் தங்களை நிறுவிக் கொண்டனர். தமிழகத்தின் பிற பகுதிகளோடு ஒப்பிடுகையில் கொங்கு மண்டலம் முக்கியத் தொழில்நுட்ப மையமாகத் திகழ்வதற்கு கவுண்டர்களின் வர்த்தக நுழைவு ஒரு முக்கியக் காரணம்.

கொங்கு மண்டலத்தின் இதயப் பகுதி என்று திருச்செங் கோட்டையும் மலையுச்சியில் அமைந்திருக்கும் அர்த்தநாரீஸ்வரர் கோயிலையும் சொல்லமுடியும். சமீப காலங்களில் தொலை தூரங்களிலிருந்தெல்லாம் பக்தர்கள் இக்கோயிலுக்குத் திரண்டு வருவதும் கிரிவலம் செல்வதும் புது வழக்கமாக மாறியிருக்கிறது. இக்கோயிலை மையப்படுத்தி பல சிறிய, பெரிய வர்த்தக நிறுவனங்கள் இயங்கிவருகின்றன.

கொங்கு மண்டலத்தின் பிரமிக்க வைக்கும் இந்த வர்த்தக வெற்றியோடு சாதியம் தன்னைக் கச்சிதமாகப் பிணைத்துக் கொண்டது. செல்வம், செல்வாக்கு, சாதியம் மூன்றும்

பிரிக்கமுடியாதபடி ஒன்று சேர்ந்தன. இந்தக் கலவை கலாசாரக் காவலர்கள் செழித்து வளர்வதற்குத் தோதானதாக அமைந்து விட்டது. சாதி அடையாளத்தின் பின்னால் பல்வேறு தரப்பினரையும் ஒன்று திரட்ட ஆரம்பித்தனர். பெருமாள் முருகனின் நூலிலிருந்து பகுதிகளைப் பிரதியெடுத்து வினியோகம் செய்து பரப்புரை மேற்கொண்டவர்கள் இவர்கள்தாம். இந்தப் பரப்புரை எதிர்பார்த்த பலனைக் கொடுத்தது. ஏற்கெனவே சாதிய உணர்வோடு இருந்தவர்கள் மேலும் தீவிரமடைந்தனர். அதுவரை சுய சாதி அடையாளத்துக்கு அழுத்தம் கொடுக்காமல் இருந்தவர்களை இந்தப் பரப்புரை மாற்றியமைத்தது.

மற்றொரு பக்கம், பெண் சிசுக்கொலையும் கருக்கலைப்பும் அதிகம் நிகழும் பகுதிகளாகவும் இவை முன்னரே அறியப் பட்டுள்ளன. வரதட்சணைக்குப் பயந்து பெண் குழந்தைகளைத் தவிர்க்கும் குடும்பங்களை அதிகம் காணமுடியும். சேலத்திலுள்ள ஓமலூர், பெண் சிசுக்கொலைக்குப் பெயர் போன இடம். அரசும் தனியார் தொண்டு அமைப்புகளும் தொடர்ந்து இப்பகுதியில் இயங்கியிராவிட்டால் ஆயிரக்கணக்கான பெண் குழந்தைகளைக் காப்பாற்றமுடியாமல் போயிருந்திருக்கும். அப்போதைய முதல்வர் ஜெயலலிதா தொட்டில் குழந்தைகள் திட்டத்தை சேலத்தில்தான் தொடங்கினார் என்பது நினைவுகூரத்தக்கது.

ஆணாதிக்கமும் பெண்களை உடைமையாகக் கருதும் போக்கும் எல்லா இடங்களிலும் இருக்கின்றன என்றாலும் இங்கே குறிப்பிடத்தக்க அளவுக்குக் கூர்மையாக வெளிப்படுவதைக் காணமுடியும். சாதியம் கண்ணுக்குத் தெரியாமல் வெளிப்படும் இடங்கள் இவை. கோகுல் ராஜின் மரணத்தை ஆராயும்போது கொங்கு மண்டலத்தின் இந்தச் சாதிய, பொருளாதார, அரசியல் பின்புலத்தை மனத்தில் கொள்வது அவசியமாகிறது.

●

காணாமல் போன யுவராஜைத் தேடத் தொடங்கும்போது அவரைப் பற்றிய வேறு சில தகவல்களும் கிடைத்திருக்கின்றன. ஏராளமான மோசடி வழக்குகள் முன்பே அவர்மீது பதிவு செய்யப்பட்டிருக் கின்றன. இவை போக, சேலம், ஈரோடு மாவட்டங்களில் கிரிமினல் குற்றச்சாட்டுகளும் இருந்திருக்கின்றன.

ஒரு பக்கம் தேடுதல் வேட்டை நடைபெற்றுக்கொண்டிருக்க, மற்றொரு பக்கம் கோகுலின் உடல் வைக்கப்பட்டிருந்த சேலம்

மருத்துவமனைக்கு வெளியே ஒரு விசித்திரமான போராட்டம் தொடங்கியிருந்தது. கோகுலின் மரணத்துக்கு நீதி வாங்கித் தரவேண்டும் என்ற பொறுப்பை யார் ஏற்பது என்பதில் தலித் அமைப்புகளுக்கு இடையில் போட்டி உருவாகியிருந்தது. சென்னை உயர் நீதிமன்றத்தில் மனு சமர்ப்பித்திருந்த பார்த்திபன், கோகுலின் நண்பர் என்றும் பிஎஸ்பி கட்சியின் மாவட்டச் செயலாளர் என்றும் பார்த்தோம். கோகுல் காணாமல் போனபோது காவல் நிலையத்துக்கு நேரில் வந்தவர் இவரே என்றும் பார்த்தோம். ஆனால் கோகுலின் தாய் மாறுபட்ட அறிக்கை யொன்றை வெளியிட்டார். பார்த்திபன் மனு சமர்ப்பித்ததே எனக்குத் தெரியாது. எங்கள் சார்பாக அல்ல, அவரே தன்னிச்சையாக நீதிமன்றத்தை நாடியிருக்கிறார் என்றார் சித்ரா. அவருடைய நடவடிக்கைகளை ஏற்கமுடியாது என்றும் திட்டவட்டமாகச் சொல்லிவிட்டார்.

விடுதலைச் சிறுத்தைகள் கட்சியின் நுழைவுக்குப் பிறகு பகுஜன் சமாஜ் கட்சி இந்த வழக்கிலிருந்து பின்வாங்கி, மறைந்துவிட்டது. தலித் விவகாரத்தில் நாங்கள் மட்டுமே தலையிடுவோம் என்று விசிக வலியுறுத்துவதை ஏற்கமுடியாது; அரசியல் லாபத்துக் காகவே அவர்கள் இப்போது இதைக் கையிலெடுத்துள்ளனர் என்பது பார்த்திபனின் குற்றச்சாட்டு. 'கோகுல் என்னுடைய நண்பர். ஆரம்பத்திலிருந்தே நான் அவருடைய குடும்பத்தினரோடு சேர்ந்து நின்றுகொண்டிருக்கிறேன். காவல் துறையும் மாவட்ட நிர்வாகமும் வழக்கை அவசர அவசரமாக முடித்து வைக்கவிருந்த நிலையில் நான் தலையிட்டு நீதிமன்றத்தில் மனு செய்தேன். அதிலென்ன தவறு? நீதி வேண்டும் என்பதற்காகத்தானே அவ்வாறு செய்தேன்? அதன்பிறகுதான் இது கொலை வழக்காக மாறியது? அவர்கள் (விசிக) வேண்டுமென்றே எங்கள்மீது குற்றம் சாட்டுகிறார்கள். கோகுலின் குடும்பத்தினரையும் மூளைச்சலவை செய்துவிட்டார்கள்.'

விசிகவின் மாணவர் அணியின் சேலம் மாவட்டச் செயலாளர் அ. வசந்த் இந்தக் குற்றச்சாட்டை மறுக்கிறார். 'தமிழ்நாட்டைப் பொருத்தவரை அரசியல்ரீதியாகவும் சமூகரீதியாகவும் நாங்கள் பலமிக்க தலித் அமைப்பாகத் திகழ்கிறோம். தலித்துகள் பாதிக்கப் படும்போதெல்லாம் உதவிக்கு வருகிறோம். எங்களுடையது ஓர் இயக்கம். இத்தகைய வழக்குகளில் தலையிட்டுதான் செல்வாக்கை வளர்த்துக்கொள்ளவேண்டும் என்று எந்த

அவசியமும் இல்லை. இது பெரிய விவகாரம். எங்களால் மட்டுமே இதைத் தீர்க்கமுடியும்.'

சேலத்தைச் சேர்ந்த தமிழ்நாடு மக்கள் உரிமை இயக்கத்தின் தலைவர் பூமொழி இந்த விளக்கத்தை ஏற்கத் தயாராகயில்லை. 'கோகுல் விஷயத்தில் மனித உரிமை இயக்கங்கள் பல விலகி நிற்பதற்குக் காரணம் தலித் அமைப்புகளுக்கு இடையில் நடைபெற்றுவரும் மோதல்கள்தாம். இந்த விவகாரத்தை யார் கையகப்படுத்துவது என்று அவர்கள் சண்டையிட்டுக் கொண்டிருக்கையில் பாதிக்கப்படுவது என்னவோ ஏழைகள்தாம்' என்கிறார் இவர்.

'கால் நூற்றாண்டுக் காலமாக இதுபோன்ற விஷயங்களில் கவனம் செலுத்திப் போராடி வருகிறோம். ஒடுக்கப்பட்டோருக்கு நீதி பெற்றுத் தருவதே எங்கள் நோக்கம். அதற்கான தார்மிக உரிமையை நாங்கள் பெற்றிருக்கிறோம். மக்கள் எங்கள்மீது நம்பிக்கை வைத்திருக்கிறார்கள். எந்தக் காரணத்துக்காகவும் அவர்களை நாங்கள் கைவிடமாட்டோம்' என்கிறார் விசிகவின் பொதுச்செயலாளர் ரவிக்குமார்.

ஓர் ஆணவக் கொலையின் பின்னணியில் இப்படியோர் போட்டி நடைபெற்றிருக்கிறது என்பதையும் நாம் தெரிந்துகொள்ளத்தான் வேண்டியிருக்கிறது. மனிதன் தொட்டு உருவாக்கிய அனைத்து விதமான அமைப்புகளிலும் சாதி ஊடுருவி இரண்டறக் கலந்திருக்கிறது எனும்போது கடும் போட்டி நிலவும் அரசியல் அமைப்பை மட்டும் அது விட்டு வைக்குமா என்ன?

●

எல்லாம் முடிந்தபிறகு கோகுலின் உடல் அவர் குடும்பத்தினரிடம் ஒப்படைக்கப்பட்டது. ஜூலை 2ஆம் தேதி சேலத்திலிருந்து 20 கிமி தூரத்திலுள்ள ஓமலூர் எனும் பகுதிக்கு ஊர்வலமாக உடல் கொண்டு செல்லப்பட்டது. அங்கே நடைபெற்ற இரங்கல் கூட்டத்தில் தொல். திருமாவளவன் பங்கேற்றுப் பேசினார்.

தன் சகோதரனின் நினைவுகளில் மூழ்கிக்கிடந்தார் கலைச் செல்வன். 'அவன் கவிதைகளை மிகவும் நேசித்தான். பல கவிதைகளை எழுதியிருக்கிறான். அவற்றுள் ஒடுக்கப்பட்டோரின் பிரச்சினைகளைப் பேசும் கவிதைகள் நிறைய இருந்தன. மறைமலையடிகளின் தத்துவத்திலும் கோகுலுக்கு மிகுந்த ஈடுபாடு

இருந்தது.’ கோகுலின் நோட்டு புத்தகங்களை ஏனோ காவல் துறையினர் கைப்பற்றி எடுத்துச் சென்றுவிட்டனர். கோகுல் தனது கவிதைகளை அவற்றில்தான் எழுதி வைத்திருந்தார்.

கோகுலின் அப்பா வேங்கடாசலம் தமிழ்நாடு அரசுப் போக்குவரத்துக் கழகத்தில் ஓட்டுநராகப் பணியாற்றியவர். இருபதாண்டுகளுக்கு முன்பு பணியாற்றிக்கொண்டிருக்கும் போதே இறந்துவிட்டார். அம்மாதான் தன்னந்தனியாக இரு குழந்தைகளையும் தூக்கி வளர்த்து, பெரியவர்களாக்கியிருக் கிறார்கள். ‘எவ்வளவோ கஷ்டப்பட்டுதான் அம்மா எங்களைப் படிக்க வைத்தார்’ என்கிறார் கலைச்செல்வன். ‘காதல் கனவெல்லாம் இல்லை அவனிடம். நிறைய படிக்கவேண்டும், சாதிக்கவேண்டும் எனும் கனவில்தான் மூழ்கிக்கிடந்தான். இந்தக் கொடுமை நடக்காமல் இருந்திருந்தால் நாங்கள் பாட்டுக்கு எங்கள் வழியில் வாழ்ந்திருப்போம்.’

‘படித்தவரை போதும்!’

உங்கள் சாதியைச் சேர்ந்த ஒரு பெண்ணைக் காதலித்ததற்காக கோகுல் ராஜ் கொல்லப்பட்டதை நீங்கள் ஏற்கிறீர்களா?

கொங்குநாடு ஜனநாயகக் கட்சியின் (கேஜேகே) மாநில அமைப்பாளரான 35 வயது கே. கோபால் ரமேஷிடம் இக்கேள்வியை முன்வைத்தேன். தனது கொங்கு வேளாளர் அடையாளத்தை மிகுந்த பெருமிதத்தோடும் முன்னிறுத்திக் கொள்பவர் இவர். ‘அனைத்து சமுதாய பாதுகாப்பு பேரவை’ எனும் பெயரில் இயங்கிவந்த ஓர் அமைப்பிலிருந்து ஜி.கே. நாகராஜ் பிரிந்து வந்து கேஜேகேவைத் தோற்றுவித்தபோது மிகுந்த ஆர்வத்தோடு இணைந்துகொண்டார் கோபால் ரமேஷ். முன்னதாக, உ. தனியரசு தலைமையிலான தமிழ்நாடு கொங்கு இளைஞர் பேரவையின் ஈரோடு நகர இளைஞர் அணிச் செயலாளராக இருந்திருக்கிறார். கோகுல்ராஜ் கொலை வழக்கில் முதன்மைக் குற்றவாளியான யுவராஜ் இதே அமைப்பின் இளைஞர் அணித் தலைவராக சங்ககிரியில் பதவி வகித்தவர் என்பது குறிப்பிடத்தக்கது.

‘கோகுல்ராஜின் மரணம் துயரமானது, அதிர்ச்சியூட்டக்கூடியது’ என்றபடி உரையாடலைத் தொடங்கினார் கோபால் ரமேஷ். ‘நடந்திருப்பது கொலையென்றால் அதை எவ்வகையிலும் நியாயப்படுத்தமுடியாது. தனிப்பட்ட முறையில் இது எனக்கு வருத்தத்தையே ஏற்படுத்துகிறது.’

கோகுல் ராஜ் கொலையை நீங்கள் ஏற்கவில்லை, நல்லது. அவர் காதலை ஏற்பீர்களா? உங்கள் சாதியைச் சேர்ந்த ஒரு பெண்ணை அவர் காதலித்திருந்தால் அது தவறென்று சொல்வீர்களா? 'ஆம்' என்கிறார் கோபால் ரமேஷ். 'கோகுல் ராஜ் ஒரு தலித். அதை அவர் உணர்ந்திருக்கவேண்டும். தன் எல்லை என்னவென்பதை அவர் நிச்சயம் தெரிந்து வைத்திருக்கவேண்டும். எல்லைகள் பிறப்பின் அடிப்படையில் தீர்மானிக்கப்படுகின்றன. நாங்கள் பிற சாதிகளை மதிக்கிறோம். அவர்களை எந்த வகையிலும் நாங்கள் தொந்தரவு செய்வதில்லை. மற்றவர்களும் அதேபோல் நடந்துகொள்ள வேண்டும் என்பதே எங்கள் எதிர்பார்ப்பு. அமைதி நிலவவேண்டு மென்றால், நாம் அனைவரும் சேர்ந்து 'லட்சுமணக் கோட்டை' மதிக்கவேண்டும். எல்லைக்கோடுகள் மீறப்படும்போது பிரச்சினைகள் தோன்றுகின்றன.'

கோகுல் ராஜ் அவருக்கென்று வகுக்கப்பட்டிருக்கும் வட்டத்துக்குள் வாழ்ந்திருக்கவேண்டும். தன் கனவுகளை அவர் எல்லைக்கு உட்பட்டே வளர்த்துக்கொண்டிருக்கவேண்டும் என்கிறார் கோபால் ரமேஷ். கோகுல் ராஜுக்கும் அந்தப் பெண்ணுக்கும் இடையில் நீங்கள் ஏன் மூக்கை நுழைக்கவேண்டும் எனும் கேள்விக்கு அவர் அளித்த பதில் இது. 'ஏனென்றால் நாங்கள் கொங்கு வேளாளர்கள். எங்கள் பெண்களை நாங்கள் மிக உயர்வாக மதிக்கிறோம் என்கிறார் கோபால் ரமேஷ். எங்கள் குடும்பத்துப் பெண்களை நாங்கள் இளவரசிகளாகவே பார்க்கிறோம். அன்போடு செல்லம் கொடுத்து, ஊட்டி ஊட்டி வளர்க்கிறோம். நம் மரபுகளை, பழக்கவழக்கங்களை வளர்ப்பவர்கள் அவர்கள். அவர்களுக்கு அவப்பெயர் நேராமல் பார்த்துக்கொள்ள வேண்டியது எங்கள் கடமையல்லவா?'

இப்படிப் பெருமிதத்தோடு இவர் குறிப்பிடும் மரபு, கலாசாரம், பழக்கவழக்கம் என்பதன் பொருள் சாதிய மரபு, சாதிய கலாசாரம், சாதிய பழக்கவழக்கம் என்பதுதான். லட்சுமணக் கோட்டை ஒரு பெண் மீறும்போது அது தனிப்பட்ட மீறலாக இருப்பதில்லை. ஒட்டுமொத்த சாதி சமூகத்தின் மீறலாகவே பார்க்கப்படுகிறது. எனவே ஒட்டுமொத்த பெண்களையும் பாதுகாப்பதன்மூலம் சாதியமைப்பைப் பாதுகாக்கமுடியும் என்பது இவர்கள் நம்பிக்கை.

'எங்கள் பெண்கள் வெறுமனே குழந்தைகளைக் கவனித்துக் கொள்பவர்களாக மட்டும் இருக்கவில்லை. எங்கள் குடும்பத்தை நடத்துபவர்களே அவர்கள்தாம்' என்கிறார் கோபால் ரமேஷ்.

'அவர்கள் மிகக் கடுமையாக உழைக்கிறார்கள். எவ்வளவு குறைவான வருமானம் வந்தபோதும் சிக்கனமாகச் செலவிட்டு, ஓரளவு சேமிக்கவும் இவர்களால் முடியும். ஓபிசி பிரிவைச் சேர்ந்த பலர் வெற்றிகரமானவர்களாகத் திகழ்பவர்களுக்குக் காரணம் இவர்கள்தாம். சேமிப்பு எனும் வழக்கமே கொங்கிலிருந்துதான் தொடங்கியது, தெரியுமா? என்னுடைய 75 வயது அப்பா தினமும் பால் கறந்து விற்று, ஒரு நாளைக்கு ரூ.350 சம்பாதிக்கிறார். என் 64 வயது அம்மாவும் மோர், தயிர் விற்றுச் சம்பாதித்துக்கொண்டுதான் இருக்கிறார். எங்கள் குடும்பங்களுக்கிடையே நெருக்கமான பிணைப்புகள் உள்ளன. எங்கள் சமூகப் பண்பாட்டு நெறி முறைகளை நாங்கள் கவனமாகப் பாதுகாக்கிறோம்.'

ஆனால் இந்த வேலைகளெல்லாம் செய்தால் போதுமா? மரபும் கலாசாரமும் காப்பது மட்டும்தான் பெண்களின் வேலையா? பெண்களுக்குக் கல்வி முக்கியம் என்று நீங்கள் நினைக்க வில்லையா? 'ஒரு சமூகம் முன்னுக்கு வருவதற்குக் கல்வி அவசியம் என்பதை ஏற்கிறேன். ஆனால் அது ஒன்றையே நோக்கமாகக் கொண்டு பிற சமூக விழுமியங்களை நாம் மறந்து விடக்கூடாது. பல்லாண்டுகளாக நாம் கற்று வைத்திருப்பதைக் கல்வியின் பெயரால் துறந்துவிடக்கூடாது.'

ஒரு பெண் எதுவரை படிக்கலாம் என்பதற்கும் ஒரு லட்சுமணக் கோடு வைத்திருக்கிறார். 'என்னைப் பொருத்தவரை 18 வயதுவரை ஒரு பெண் படிக்கலாம். 19 வயதுக்குமேல் படிப்பது அவளையும் அவள் குடும்பத்தையும் அசுத்தப்படுத்திவிடும். சமூகத்தில் மேலான நிலையை அடைந்துவிட்டோம், போதுமான பணம் இனி கிடைக்கும் என்றொரு மாயத் தோற்றத்தைக் கல்வி கொடுத்து விடும். ஆனால் கல்வி ஆபத்தானது என்பதை அவர்கள் புரிந்து கொள்வதில்லை. நம் சாதிப் பெருமிதத்துக்கு அது மாபெரும் அச்சுறுத்தலாக இருக்கிறது.'

சாதித் தூய்மை காப்பது எந்த அளவுக்கு முக்கியம் என்பதையும் தனி நபர் ஒழுங்கு ஏன் அவசியம் என்பதையும் இளையோருக்குப் பரப்புரை செய்து வருவதாகச் சொல்கிறார் கோபால் ரமேஷ். இந்த நவீனக் காலத்தில் இப்படியொரு பரப்புரை தேவைதானா என்றால் ஆம் என்கிறார். ஒரு சமூகமாக நாங்கள் ஏற்கெனவே நன்றாக வாழ்ந்துவருகிறோம்; நன்றாக முன்னேறி வருகிறோம் எனும் போது ஏன் கல்விக்கு அளவு கடந்த முக்கியத்துவம் அளிக்கவேண்டும்? குறிப்பாக, பெண்களுக்கு ஏன் அதைத்

திணிக்கவேண்டும்? குடும்ப அமைப்பு கற்றுக்கொடுக்காத எதைக் கல்வி புதிதாகக் கற்றுக்கொடுத்துவிடப்போகிறது?

கல்வி தேவையற்ற குழப்பங்களை விளைவிக்கிறது என்கிறார் கோபால் ரமேஷ். '18 வயதுக்குப் பிறகு பெண்களுக்குத் திருமணம் செய்து வைத்துவிடவேண்டும். ஒருவேளை உயர் கல்வி படிக்க வேண்டும் என்று ஒரு பெண் விரும்பினால் திருமணத்துக்குப் பிறகு படித்துக்கொள்ளட்டும்.' திருமணம் வேண்டாம், படிக்கிறேன் என்று பெண்கள் சொல்வது கவலையளிக்கக்கூடிய போக்காக இவருக்குத் தோன்றுகிறது. அப்படிப்பட்ட பெண்கள் பெருகுவது சாதியமைப்புக்கு எதிரானது என்று இவர் அஞ்சுகிறார். 'ஆண்கள் வணிகத்தில் ஈடுபடுகிறார்கள். பெண்கள் படித்துக்கொண்டிருக் கிறார்கள். படித்தவரை போதும் என்றால் மேலும் படித்தால்தான் மேலும் சம்பாதிக்கமுடியும் என்கிறார்கள்.'

ஆண்களுக்கு அளிப்பதற்கு வேறொரு அறிவுரையை இவர் வைத்திருக்கிறார். 'வணிகம் முக்கியம். சம்பாத்தியம் முக்கியம். அதற்கு முன்னால் முதலில் நம் பெண்களைத் திருமணம் செய்து கொள்ளுங்கள். அப்போதுதான் கோகுல் ராஜ் போன்ற சம்பவங்கள் நிகழாமல் தடுக்கமுடியும்.'

பழமைவாதி என்றோ அல்லது வேறு எப்படியோ என்னை நீங்கள் அழைத்துக்கொள்ளுங்கள், எனக்குக் கவலையில்லை என்று தீர்க்கமாகச் சொல்கிறார் கோபால் ரமேஷ். 'கோகுல் ராஜின் மரணத்தை நான் நியாயப்படுத்தவில்லை. அதே சமயம், எங்களை அசுத்தப்படுத்தும் எந்தச் செயலையும் நாங்கள் அனுமதிக்க மாட்டோம். எக்காரணம் கொண்டும் எங்கள் சாதி அடையாளத்தை நாங்கள் விட்டுக்கொடுக்கமாட்டோம்.'

கொலையிலிருந்து தற்கொலைக்கு

சென்னை உயர் நீதிமன்றத்தின் உத்தரவின் பேரில் நடத்தப்பட்ட உடல் கூறாய்வு அறிக்கை கோகுல் ராஜின் மரணம் கொலைதான் என்பதை உறுதிப்படுத்திய பிறகும் இல்லை, அது தற்கொலை என்று தொடர்ந்து சாதிக்குழுக்கள் வாதிட்டுக்கொண்டிருந்தன. ஒரு பக்கம் யுவராஜை காவல்துறை தேடிக்கொண்டிருந்தது. இன்னொரு பக்கம் யுவராஜ் தடாலடியாக பல வீடியோக்களை வாட்ஸ் அப் மூலமாக அனுப்பிக்கொண்டே இருந்தார். நான் என் விருப்பப்படி எதையும் செய்வேன், ஒருவரும் என்னை ஒன்றும் செய்துவிடமுடியாது என்னும் மமதை அவர் குரலில் அப்பட்டமாக வெளிப்பட்டது. காவல் துறையோ அரசோ தன்னை எதுவும் செய்யாது என்பது அவருடைய தீவிரமாக நம்பிக்கை. இந்த அசாத்திய நம்பிக்கையை, துணிவை அவருக்கு அளித்தது சாதியைத் தவிர வேறொன்றுமில்லை.

சேலம் மாவட்டத்திலுள்ள சங்ககிரி எனும் பகுதியைச் சேர்ந்தவர் யுவராஜ். ஆழ்துளைக் கிணறு உருவாக்கும் பணியில் இருந்தவர். இது வெளித்தோற்றத்துக்கு. மற்றபடி, பலவிதமான மோசடிச் செயல்களுக்காக மேற்குப் பகுதியில் பிரசித்தி பெற்றவர். சாதி அடையாளத்தை முதன்மையானதாகக் கருதியிருக்கிறார். தீரன் சின்னமலை கவுண்டர் பேரவைமூலமாகச் சாதிப் பெருமித உணர்வைத் தன் மக்களுக்குப் பரப்பி வந்திருக்கிறார். குறிப்பாக, தலித் ஆண்களோடு கவுண்டர் பெண்கள் பழகக்கூடாது என்பது அவருடைய பரப்புரைகளுள் முக்கியமானது. நம் சமூகத்துப்

பெண்களைக் கவனிப்பது நம் அனைவரின் பொறுப்பு. எங்கும், யாரும் தவறிழைக்காதவாறு காப்பது நம் கூட்டுக்கடமை என்று இளைஞர்களிடம் பேசி வந்திருக்கிறார். தேடப்படும் குற்றவாளியாக மாறியிருக்கிறோம் என்பது தெரிந்தும் அச்சமின்றித் தனது சாதிப் பெருமிதப் பரப்புரையை மேற்கொண்டு வந்திருக்கிறார். வாட்ஸ் அப் போதாது என்று தொலைக்காட்சி சானல்களுக்கும் பேட்டி கொடுக்கத் தொடங்கியிருந்தார்.

கோகுல்ராஜ் வழக்கை விசாரித்து வந்தவர் திருச்செங்கோடு காவல் துணைக் கண்காணிப்பாளராக (டிஎஸ்பி) இருந்த விஷ்ணுப்ரியா. ஏழு மாதங்களுக்கு முன்புதான் அவர் இக்காவல் நிலையத்தில் பணியமர்த்தப்பட்டார். கோகுல்ராஜ் வழக்கை நீங்கள்தான் விசாரிக்கவேண்டும் என்று மேலிருப்பவர்கள் கேட்டுக் கொண்டதால்தான் இந்த வழக்கு அவர் கரங்களுக்கு வந்து சேர்ந்தது. தற்கொலை வழக்கைக் கொலை வழக்காக மாற்றியவர் இவரே. இறந்துபோனது ஒரு தலித் என்பதால் பட்டியலிடப்பட்ட சாதி மற்றும் பட்டியலிடப்பட்ட பழங்குடியினர் (வன்கொடுமைகள் தடுப்பு) சட்டம், 1989இன் கீழ் வழக்கைப் பதிவு செய்து விசாரணையைத் தொடங்கியிருந்தார் விஷ்ணுபிரியா.

தொடங்கும்போதே கடும் நெருக்கடிகள். ஊடகங்களில் தோன்றுகிறார், பேசுகிறார். வாட்ஸ் அப் அனுப்பிக் கொண்டிருக்கிறார். ஆனால் கைது மட்டும் செய்யமுடியவில்லை. இது வெளிப் பிரச்சினை என்றால் உள்ளே அதற்கு மேல் கொடுமை. உயர் பதவியில் இருந்தபோதும், விஷ்ணுபிரியாவால் தான் விரும்பிய திசைகளில் செல்லவோ விரும்பியபடி வழக்கை முன்னெடுத்துச்செல்லவோ இயலவில்லை. ஒவ்வொரு கட்டத்திலும் அவர் இடர்பாடுகளைச் சந்திக்கவேண்டியிருந்தது. அதைச் செய்யாதே, இதைச் செய்யாதே என்று யாரேனும் முட்டுக்கட்டை போட்டுக்கொண்டே இருந்தார்கள். யுவராஜை இயக்கிய அதே சக்திதான் நம்மையும் அலைக்கழிக்கிறது என்பதைப் புரிந்துகொள்ள விஷ்ணுபிரியாவுக்கு அதிக நேரம் ஆகவில்லை. ஒரு தலித்தாக அது அவரைக் கடுமையாகப் பாதித்தது.

விசாரணையின் போக்கைத் திட்டவட்டமான முறையில் மாற்றியமைக்கும் நோக்கத்தோடு சில அரசியல் குழுக்கள் முனைப்போடு இயங்கி வந்ததை அவர் கண்டார். 'மேலிடத்திலிருந்து மட்டுமல்ல கீழே பணிபுரிந்துகொண்டிருந்த

சில காவல் துறை அதிகாரிகளும் ஒத்துழைக்க மறுத்ததை விஷ்ணுபிரியாவால் தாங்கிக்கொள்ளமுடியவில்லை' என்கிறார் அவருடைய தந்தை எம். ரவி. புதுச்சேரி அரசில் பணியாற்றிவருபவர்.

16 செப்டெம்பர் 2015 அன்று சொந்த ஊரான கோண்டூருக்கு வந்து வீட்டில் விநாயகர் சதுர்த்தி கொண்டாடியிருக்கிறார். 'அவர்தான் பூஜை செய்தார். நன்றாக சமஸ்கிருத பஜனைப் பாடல்கள் பாடினார். இன்னொரு நாள் எங்களோடு இருந்துவிட்டுப் போயேன் என்று கேட்டேன். இல்லை, வேலை இருக்கிறது. கோகுல்ராஜ் வழக்கில் ஒரு முக்கியமான துப்பு கிடைத்திருக்கிறது. மறுநாள் திருச்செங்கோடு போயாகவேண்டும் என்று சொல்லி விட்டார். அதன்பின் என்ன நடந்தது என்று எங்களுக்குத் தெரியாது' என்கிறார் ரவி. நீங்கள் பார்த்தபோது விஷ்ணுபிரியா எப்படி இருந்தார் என்று நான் கேட்டதற்கு, எப்போதும் போல் இயல்பாகவே இருந்தார் என்றார். தனது மன உளைச்சலைத் தனக்குள் போட்டு மறைத்து வைத்திருந்தார் போலிருக்கிறது. செப்டெம்பர் 18ஆம் தேதியன்று 27 வயது விஷ்ணுபிரியாவின் உடல் கண்டெடுக்கப்பட்டது. திருச்செங்கோட்டில் அவருடைய இல்லத்தில் தூக்கில் அவர் உடல் தொங்கிக்கொண்டிருந்தது. தற்கொலை என்று சொல்லப்பட்டது.

விஷ்ணுபிரியாவின் மரணம் தமிழகம் முழுக்க அதிர்ச்சி அலைகளை உண்டாக்கியது. மனித உரிமைக் காவலர்களும் தலித் செயற்பாட்டாளர்களும் உடனடியாகக் களத்தில் குதித்தனர். ஒரு தலித் இளைஞனின் கொலையை விசாரித்து வந்த ஒரு தலித் அதிகாரியின் மரணத்தைத் தற்கொலை என்று சொல்லி முடித்துக் கொள்வதை அனுமதிக்கமுடியாது. சிபிஐ இதை விசாரிக்க வேண்டும் என்று அவர்கள் கோரினர்.

கோண்டூரில் இறுதிச் சடங்குகள் நடைபெற்று முடிந்தன. 'என் மகள் தைரியமானவர், புத்திசாலி. அவர் நிச்சயம் தற்கொலை செய்துகொண்டிருக்க மாட்டார். பாதிக்கப்பட்டவர்களுக்கு உதவவேண்டும் என்னும் எண்ணம் கொண்டவர். அதுவே அவர் கனவாக இருந்தது. அந்தக் கனவோடுதான் காவல் துறையிலும் சேர்ந்துகொண்டார். ஆனால் அங்கே அதிர்ச்சியும் ஏமாற்றமும்தான் காத்திருந்தது. கடுமையான அடக்குமுறையும் கொடுங்கோன்மையும் நிலவும் இடம் அது. என் மகளைப் போன்ற நேர்மையான அதிகாரிகளுக்கு அங்கே இடமில்லை' என்று

வருந்துகிறார் ரவி. 'மாலை 5 மணிக்கு எங்களை அழைத்து விஷயத்தைச் சொன்னார்கள். நம்பவே முடியவில்லை.'

விஷ்ணுபிரியாவோடு உடன் படித்தவரும் அவருடைய நண்பருமான கே. மகேஷ்வரி ராமநாதபுரம் மாவட்டத்திலுள்ள கீழக்கரை சப் டிவிஷன் காவல்துறையில் டிஎஸ்பியாக இருப்பவர். விஷ்ணுபிரியா எவ்வாறு கைவிடப்பட்டார் என்பதைத் தெளிவாக வெளியில் பகிர்ந்துகொண்டார் இவர். 'ஏழைகளுக்கும் பாதிக்கப்பட்டவர்களுக்கும் உதவவேண்டும் என்று விரும்பியவர் விஷ்ணுபிரியா. கோகுல்ராஜ் கொலை வழக்கை விசாரிக்கத் தொடங்கிய பிறகு தனக்கு நேர்ந்த எல்லா மோசமான விஷயங்களையும் அவர் என்னோடு பகிர்ந்துகொண்டார். தற்கொலை செய்துகொண்டதாகச் சொல்லப்பட்ட செப்டெம்பர் 18ஆம் தேதியன்றுகூடச் சில மணி நேரங்களுக்கு முன்பு என்னை அழைத்தார். என்னால் அப்போது அழைப்பை எடுக்கமுடிய வில்லை. நான் திரும்ப அழைத்தபோது, (நாமக்கல்) எஸ்பி கூப்பிடுகிறார். நான் பிறகு பேசுகிறேன் என்றுதான் சொன்னார்.'

சேலம் அரசு மருத்துவமனையில் விஷ்ணுபிரியாவின் உடலைக் கண்டதும் கதறியழுதிருக்கிறார் மகேஷ்வரி. மேலதிகாரிகள்தான் இதற்குக் காரணம். குறிப்பாக நாமக்கல் எஸ்.பி., எஸ்.ஆர். செந்தில்குமார்தான் விஷ்ணுபிரியாவைத் துன்புறுத்தி வந்தவர். சிலருடைய பெயர்களைச் சொல்லி, குண்டர் சட்டத்தில் இவர்களையெல்லாம் உள்ளே தள்ளு என்று விஷ்ணுபிரியாவிடம் அவர் சொல்லியிருக்கிறார். அவர்கள் அப்பாவிகள் என்பதை உணர்ந்ததும் விஷ்ணுபிரியா மறுத்திருக்கிறார். அதனால் எஸ்பியின் கடும் கோபத்தை அவர் சம்பாதித்துக்கொள்ள வேண்டியிருந்தது என்கிறார் மகேஷ்வரி. நீ இந்த வேலைக்குப் பொருத்தமானவளே இல்லை என்றும் எதற்கும் உதவாத நபர் என்றும் கோபத்தோடு எல்லோர் முன்னிலையிலும் அவர் விஷ்ணுபிரியாவைத் திட்டி அவமானப்படுத்தியிருக்கிறார். ஒரு பெண்ணாகவும் தலித்தாகவும் இருந்ததால் இரட்டை அவமானத்தை என் நண்பர் சந்திக்கவேண்டியிருந்தது என்று வெடிக்கிறார் மகேஷ்வரி.

இப்படி வெளிப்படையாகக் குற்றஞ்சாட்டுகிறீர்களே, உங்களுக்குப் பயமில்லையா என்று கேட்டதற்குத் திடமாக மறுக்கிறார். 'என்ன விளைவுகள் வரும் என்று தெரியும். எதிர்கொள்ளத் தயாராகவே இருக்கிறேன். என்னையோ

விஷ்ணுபிரியாவையோ யாரேனும் தவறாகக் குற்றம்சாட்டிவிட முடியுமா? ஒரேயொரு தேநீராவது நாங்கள் காசு கொடுக்காமல் வாங்கி பருகியிருப்போமா? அந்தச் சாதிக்கு ஆதரவாக நடந்து கொண்டோம், இந்தச் சாதிக்கு எதிராக நடவடிக்கை எடுத்தோம் என்று யாராவது எங்களைக் குறை சொல்லமுடியுமா? இன்னும் எவ்வளவு காலம் நாங்கள் இந்தத் தாக்குதல்களை எல்லாம் சகித்துக்கொண்டிருக்கவேண்டும்? பெண் அதிகாரிகளைத் துன்புறுத்தும் அநீதியான வழக்கம் எப்போது ஒழியப்போகிறது?'

கீழக்கரையில் எனக்கொரு நல்ல எஸ்பி (மயில்வாகனன்) கிடைத்துள்ளார். அவர் எனக்குக் குரு போன்றவர். பாவம், விஷ்ணுபிரியாவுக்கு அந்த அதிர்ஷ்டம் அமையவில்லை என்று வருந்துகிறார் மகேஷ்வரி. எதிர்பார்த்ததைப் போலவே இவருடைய சொற்கள் காவல் துறைக்குள் பலத்த சர்ச்சைகள் ஏற்படுத்தின. குறிப்பாக, பெண்கள் சக அதிகாரிகளாலும் மேலிடத்திலிருப்போராலும் நடத்தப்படும் விதம் விவாதங்களைக் கிளப்பியது. ஒரு வழியாக, பூனைக்கு மணி கட்டும் வேலையை இந்தப் பெண் அதிகாரி செய்திருக்கிறார் என்று பெயர் சொல்ல விரும்பாத, நீண்ட அனுபவமிக்க ஒரு காவல் துறை அதிகாரி ஆசுவாசத்தோடு கூறினார்.

மகேஷ்வரியின் ஆதங்கத்தை, கோபத்தை ரவியும் பகிர்ந்து கொள்கிறார். 'பாலினம் சார்ந்து, அறம் சார்ந்து பல முக்கியமான பாடங்களைப் படித்துக்கொள்ளவேண்டிய இடத்தில் காவல் துறை இருக்கிறது. காலம் மாறிவிட்டது. முதுகலைப் பட்டம் பெற்றவர்கள்கூட இன்று கான்ஸ்டபிள் பதவிக்கு விண்ணப்பம் அனுப்புகிறார்கள். அவர்கள் தகுதியை உணர்ந்து நல்லவிதமாக மரியாதையோடு அவர்களை நடத்தவேண்டும். ஆனால் மூத்த அதிகாரிகள் பலர் நிலப்பிரபுக்கள் போல் அவர்களிடம் நடந்து கொள்கின்றனர். மக்களிடமிருந்து அல்ல, சகப் பணியாளர்களிட மிருந்தும் இந்த அதிகாரிகள் விலகி நிற்கின்றனர்' என்கிறார் ரவி.

இதில் எதுவுமே புதிதல்ல என்கிறார் முன்னாள் டிஜிபி திலகவதி. 'நான் பணியாற்றிய காலத்திலேயே இதுபோன்ற துன்புறுத்தல் களைப் பெண்கள் எதிர்கொண்டிருக்கின்றனர். நானும் இதற்கு விதிவிலக்கல்ல. உங்களுக்குக் கீழே பணிபுரிபவர்கள்கூட உங்களை மோசமாக நடத்தவே துணிவார்கள். எல்லாத் துறைகளையும் போல் காவல் துறையிலும் பெண்கள் பாரபட்சத்தோடுதான் நடத்தப்படுகின்றனர். இதற்குத் தீர்வு

மனமுடைந்துபோவதல்ல, மாறாக எதிர்த்து நின்று போராடுவதன் மூலமே நிலைமையை மாற்றமுடியும். அக்காலத்தில் நாங்கள் பாலினப் பாகுபாடுக்கு எதிராகக் கடுமையாகப் போராடினோம். சட்டம்தான் நம் அனைவரையும் நிர்வகிக்கிறது. நாம் அதற்கு மட்டுமே கட்டுப்படவேண்டும். அந்த வகையில் நாம் அனைவரும் சமம் என்றெல்லாம் அப்போது வலியுறுத்தியிருக் கிறோம். இப்போது செய்யவேண்டியதும் அதேதான்.'

விஷ்ணுபிரியாவின் மரணம் ஏதேனும் மாற்றத்தை ஏற்படுத்துமா? 'இல்லை என்கிறார் திலகவதி. எதுவும் மாறாது. ஆணாதிக்கம் அவ்வளவு எளிதாக மறையக்கூடியதல்ல. இறுதிவரை தொடர்ந்து போராடவேண்டும். பெண்கள் தங்கள் வாழ்நாள் முழுக்க எதிர்கொள்ளவேண்டிய பிரச்சினை இது'. தமிழ்நாடு மக்கள் உரிமை இயக்கத்தின் நிறுவனர் பூமொழியின் கருத்தும் இதுவேதான். 'நிலப்பிரபுத்துவ மனநிலையோடு இருக்கும் அதிகாரிகளால்தான் விஷ்ணுபிரியா போன்றவர்கள் இறந்து போகிறார்கள். 2006 முதல் 2013வரை தமிழகக் காவல் துறையில் 200 தற்கொலைகள் நடைபெற்றுள்ளன. மகாராஷ்டிராவுக்கு அடுத்த இடத்தில் நாம் இருக்கிறோம்' என்கிறார் இவர்.

'காவல் துறையினர் சங்கம் அமைத்துக்கொள்ள அனுமதி அளிக்கப்படவேண்டும். அவர்கள் தங்கள் பிரச்சினைகளை விவாதிப்பதற்கு இடமளிக்கவேண்டும். ஆண்களைக் காட்டிலும் பெண் காவலர்கள் கூடுதல் பிரச்சினைகளைச் சந்திக்கின்றனர். சமூகரீதியாகவும் உளவியல்ரீதியாகவும் துன்புறுத்தப்படும் பெண் பணியாளர்களின் குறைகளை நிவர்த்தி செய்வதற்குத் தக்க வழிமுறைகள் காவல் துறைக்குள் இருக்கவேண்டியது அவசியம். மிக முக்கியமாக, மனிதத்தன்மைகொண்ட ஓரிடமாகக் காவல் துறை மாறவேண்டும்' என்கிறார் பூமொழி.

விஷ்ணுபிரியாவின் மரணத்தை சிபிஐ விசாரிக்கவேண்டும் எனும் கோரிக்கையை அப்போதைய முதல்வர் ஜெ. ஜெயலலிதா ஏற்கவில்லை. அதேசமயம் விஷ்ணுபிரியா, கோகுல்ராஜ் இருவருடைய மரணங்களையும் விசாரிக்கும் பொறுப்பை நாமக்கல் மாவட்டத்திலிருந்து பறித்து சிபி சிஐடி பிரிவுக்கு மாற்றினார்.

‘ரத்தச் சரித்திரம்’

கோகுல்ராஜ் கொல்லப்பட்டு மூன்று மாதங்களுக்குப் பிறகு, அவ்வழக்கை விசாரித்த டிஎஸ்பி விஷ்ணுபிரியா இறந்து கிட்டத்தட்ட 1 மாதத்துக்குப் பிறகு 11 அக்டோபர் 2015 அன்று யுவராஜ் சரணடைந்தார். எல்லா ஊடகங்களிலும் அச்சமின்றி உலாவரும் ஒரு குற்றவாளியை ஏன் காவல் துறையால் மட்டும் கைது செய்யமுடியவில்லை என்று எல்லாத் திசைகளிலிருந்தும் அழுத்தம் கூடி வந்த பிறகே யுவராஜ் இந்த முடிவை எடுத்தார்.

ஆம், இறுதிவரை காவல் துறை அவரைக் கைது செய்யவில்லை. சரி போகட்டும் என்பதுபோல் அவராகவே விருப்பப்பட்டு நாமக்கல்லில் சிபி சிஐடி அலுவலகத்தில் வந்து சரணடைந்தார் யுவராஜ். செல்வாக்குமிக்க ஓர் அரசியல் தலைவர்போல் தனது பரிவாரங்களைத் திரட்டிக்கொண்டு, புன்னகையோடு கையசைத்துக்கொண்டே அவர் வந்து சேர்ந்த விதம் பல கதைகளைச் சொன்னது. யுவராஜைக் குண்டர் சட்டத்தின்கீழ் தடுப்புக் காவலில் வைக்குமாறு 2 டிசம்பர் 2015 அன்று அப்போதைய நாமக்கல் மாவட்ட ஆட்சியர் தட்சிணாமூர்த்தி உத்தரவிட்டார்.

இதற்கிடையில் கோகுல்ராஜ் குடும்பம் நான்கரை நிமிடப் பதிவொன்றைப் பொதுவெளியில் பகிர்ந்துகொண்டது. கோகுல்ராஜ் இறுதியாகச் சந்தித்த சுவாதியின் குரல் அது. நாங்கள் காதலர்கள் அல்ல, நண்பர்கள்தாம் என்று சுவாதி அதில்

வாக்குமூலம் கொடுத்திருந்தார். வா, வந்து யுவராஜிடம் பேசு என்று சொல்லி ஒரு கும்பல் கோகுல்ராஜை இழுத்துச் சென்றது என்றும் சுவாதி குறிப்பிட்டிருந்தார்.

கோகுல்ராஜ் கொலை வழக்கில் ஏற்கெனவே இருவரைக் கைது செய்திருந்தார் விஷ்ணுபிரியா. அடுத்து யுவராஜைக் கைது செய்யும் திட்டத்தில் இருந்தபோது இறந்துபோனார். யுவராஜ் சரணடைந்ததைத் தொடர்ந்து அவரது சகோதரர் தங்கதுரை, கார் ஓட்டுநர் பி. அருண் உள்ளிட்ட 15 பேர் கைது செய்யப்பட்டனர். ஏற்கெனவே கைது செய்யப்பட்ட இருவரோடு சேர்த்து மொத்தம் 17 பேர் இப்போது சிறையில் அடைக்கப்பட்டனர். வழக்கு சிபி சிஐடிக்கு மாற்றப்பட்டதைத் தொடர்ந்து விசாரணைகள் தீவிரம் பெற்றன. 7 ஜனவரி 2016 அன்று சிபி சிஐடி 725 பக்கங்கள் கொண்ட குற்றப்பத்திரிகையைத் தாக்கல் செய்தது. கைது செய்யப்பட்டுள்ள 17 பேருக்கும் கோகுல்ராஜ் கொலையில் தொடர்பு இருப்பதாக அறிக்கை குறிப்பிட்டது. முதன்மைக் குற்றவாளியாக யுவராஜும் இரண்டாம் நிலைக் குற்றவாளியாக ஓட்டுநர் அருணும் பட்டியலிடப்பட்டிருந்தனர்.

கோகுல்ராஜ் வழக்குக்கும் எனக்கும் தொடர்பில்லை; எனக்குப் பிணை வழங்கவேண்டும் என்று வேலூர் சிறையிலிருந்த யுவராஜ் தரப்பிலிருந்து ஒரு மனு சமர்ப்பிக்கப்பட்டது. இந்தக் கோரிக்கையை ஏற்று மே 2016இல் உயர் நீதிமன்றம் நிபந்தனை ஜாமீன் வழங்கியது. புன்னகையோடு கையசைத்தபடி வெளியில் வந்தார் யுவராஜ். சட்டத்தைக் காட்டிலும் சாதி வலுவானது என்று உள்ளுக்குள் அவர் மகிழ்ந்திருக்கவேண்டும். அந்த மகிழ்ச்சி நீண்டகாலம் நீடிக்கவில்லை. அவருக்கு அளிக்கப்பட்டிருந்த ஜாமீனுக்கு உச்ச நீதிமன்றம் இடைக்காலத் தடை விதித்தது. ஆகஸ்ட் மாதம் மீண்டும் யுவராஜ் கைது செய்யப்பட்டார்.

இந்நிலையில், பள்ளிப்பாளையத்தைச் சேர்ந்த சந்திரசேகரன், அவர் மனைவி ஜோதிமணி இருவரும் 2017ஆம் ஆண்டு இறந்ததைத் தொடர்ந்து குற்றம்சாட்டப்பட்டவர்களின் எண்ணிக்கை 17 பேரிலிருந்து 15 பேராக மாறியது. கைதுக்கு எதிராக அவர்கள் தரப்பு தொடர்ந்த மேல் முறையீடு செய்து கொண்டிருந்தது. இந்த மேல்முறையீட்டை விசாரித்த உச்ச நீதிமன்றம், 18 மாதங்களுக்குள் விசாரணையை முடிவுக்குக் கொண்டுவரவேண்டும் என்று 2017ஆம் ஆண்டு உத்தரவிட்டது.

அதுவரை எந்த நீதிமன்றமும் அவருக்குப் பிணை வழங்கக்கூடாது என்றும் கேட்டுக்கொண்டது. தொடர்ந்து, கோகுல்ராஜின் தாய், சகோதரர், தோழி என்று 106 பேர் அரசுத் தரப்புச் சாட்சிகளாகச் சேர்க்கப்பட்டனர். 30 ஆகஸ்ட் 2018 அன்று அவர்களிடம் விசாரணை ஆரம்பமானது.

இந்த வழக்கில் கோகுல்ராஜின் தாய் சித்ரா அவ்வப்போது இடையீடு செய்துகொண்டே இருக்கவேண்டியிருந்தது. அரசு கூடுதல் வழக்கறிஞராக பா. மோகனை நியமிக்கவேண்டும் என்று சித்ரா விடுத்த கோரிக்கையை நாமக்கல் மாவட்ட ஆட்சியர் நிராகரித்தார். ஓய்வுபெற்ற ஒருவர் அரசு கூடுதல் வழக்கறிஞராக நியமிக்கப்பட்டார். நாமக்கல் நீதிமன்றம் இவ்வழக்கை நடத்தும் விதம் திருப்திகரமாக இல்லை என்பதால் சென்னை உயர்நீதிமன்றத்தை அணுகினார் சித்ரா. சட்டம் தனது கடமையைச் செய்வதற்கான சாத்தியம் நாமக்கல்லில் குறைவு. எனவே பா. மோகனை நியமிக்கவேண்டும் என்று மீண்டுமொருமுறை கோரினார்.

சென்னை உயர்நீதிமன்றம் அவர் மனுவை ஏற்றுக்கொண்டது. மொத்தம் 41 சாட்சியங்களை விசாரித்த பிறகே என்னை அவர்கள் ஏற்றுக்கொண்டனர் என்று நினைவுகூர்கிறார் மோகன். ஆனால் அப்போதும் சிக்கல் தீரவில்லை. உயர் நீதிமன்றம் ஆணை பிறப்பித்த பிறகும் அரசு கூடுதல் வழக்கறிஞராக மோகனை அஇஅதிமுக நியமனம் செய்யவில்லை. மீண்டும் சித்ரா தலையிட்டு, வழக்கை வேறோர் இடத்துக்கு மாற்றுமாறு உயர் நீதிமன்றத்துக்குக் கோரிக்கை வைத்தார். இந்தக் கோரிக்கை ஏற்கப்பட்டது. வழக்கு விசாரணை நாமக்கல் முதன்மை அமர்வு நீதிமன்றத்திலிருந்து மதுரை வன்கொடுமை தடுப்பு சிறப்பு நீதிமன்றத்துக்கு மே 2019இல் மாற்றப்பட்டது. ஆனால் அங்கும் போதுமான நீதிபதிகள் நியமிக்கப்படாததால் விசாரணை துரிதமாக நடத்தப்படவில்லை. நீண்ட போராட்டத்துக்குப் பிறகே நீதிபதி சம்பத்குமார் நியமிக்கப்பட்டார்.

செப்டெம்பர் 2020இல் அப்போதைய உச்ச நீதிமன்றத் தலைமை நீதிபதி ஷரத் போப்டே தலைமையிலான மூன்று நீதிபதிகளைக் கொண்ட குழு கோகுல்ராஜ் வழக்கு விவரங்களை விசாரித்து, நடைபெற்றிருப்பது ஆணவக்கொலை என்பதைத் திட்டவட்டமாக உறுதிப்படுத்தியது. கொடூரமான முறையில் கோகுல்ராஜ் கொலை செய்யப்பட்ட விதத்தைக் கண்டு

அதிர்ச்சியை வெளிப்படுத்திய நீதிபதிகள், யுவராஜுக்குப் பிணை என்னும் பேச்சுக்கே இனி இடமில்லை என்றும் வலியுறுத்தியது.

யுவராஜ்மீது ஏற்கெனவே சில வழக்குகள் பதிவு செய்யப் பட்டிருந்தன என்று பார்த்தோம். அவற்றுள் ஒன்று, கொங்கு மண்டலத்தில் பெரும் பரபரப்பை ஏற்படுத்திய 2012 ஈமு கோழி மோசடி வழக்கு. அதில் குற்றம்சாட்டப்பட்டிருந்த மூவரில் ஒருவர் யுவராஜ். ஈமு கோழி வளர்த்து பெரும் செல்வந்தராகலாம் எனும் திட்டத்தால் கவரப்பட்டு பல்லாயிரக்கணக்கானோர் லட்சக்கணக்கில் இவர்களிடம் முதலீடு செய்து ஏமாந்துள்ளனர். இந்த மோசடி வழக்கு கோவை முதலீட்டாளர்கள் நலப் பாதுகாப்பு நீதிமன்றத்தில் நடைபெற்று வந்தது. இந்த வழக்கில் ஆகஸ்ட் 2021இல் வெளிவந்த தீர்ப்பின்படி யுவராஜ் உள்ளிட்ட மூவருக்கும் பத்தாண்டு சிறைத் தண்டனை அளிக்கப்பட்டது. கைதானபோது எப்படிப் புன்னகையோடு காட்சியளித்தாரோ அதேபோல் இத்தீர்ப்பையும் அலட்டிக்கொள்ளாமல் எதிர் கொண்டார் யுவராஜ். காவலர்களோடு இயல்பாகப் பேசிச் சிரித்தபடி அவர் தோன்றும் புகைப்படம் சலசலப்பை ஏற்படுத்தியது. இந்தப் பத்தாண்டு சிறை அடுத்து வரும் தீர்ப்புக்கான முன்னோட்டமாக அமைந்துபோனது.

எல்லோரும் எதிர்பார்த்துக் காத்திருந்த தீர்ப்பு 8 மார்ச் 2022 அன்று மதுரை சிறப்பு நீதிமன்றத்தில் வெளியானது. 106 சாட்சியங்கள் விசாரிக்கப்பட்டனர். 500 சான்றுகள், 74 தடயப் பொருள்கள் பரிசோதிக்கப்பட்டன. சுவாதி பிறழ் சாட்சியாக மாறி, கோகுல்ராஜ் யாரென்றே எனக்குத் தெரியாது என்று அறிவித்தார். முன்பே வேறு சிலரும் இதேபோல் பிறழ் சாட்சியங்களாக மாறியிருந்தனர். முதன்மை குற்றவாளியான யுவராஜ்மீதான குற்றத்தை நிரூபிக்கும் வகையிலான துல்லியமான சாட்சியங்கள் கிடைக்காமல் போனது. திருச்செங்கோடு மலையில் பதிவான சிசிடிவி காட்சிகள், ஊடகங்களுக்கு யுவராஜ் அளித்த நேர்காணல்கள் போன்றவற்றை பா. மோகன் முன்னிறுத்தி வாதங்களைக் கட்டமைத்தார். தான் மலையில் ஏறியதை யுவராஜே ஓர் ஊடகப் பேட்டியில் சொல்லியிருந்தது அதுவரையிலான புலன் விசாரணையில் இடம்பெறாமல் இருந்தது. இப்போது அதுவும் இணைத்துக்கொள்ளப்பட்டது.

விசாரணை எப்படி நடைபெற்றது என்பதையும் கோகுல்ராஜின் தாய் சித்ரா நீதிமன்றத்திடமிருந்து என்ன எதிர்பார்த்தார்

என்பதையும் நீதிபதி சம்பத்குமாரின் தீர்ப்பிலிருந்து தெரிந்து கொள்ளலாம். அரசு சிறப்புக் குற்றத்துறை வழக்கறிஞர் தனது வாதத்தில் கோகுல்ராஜ் கொலை செய்யப்பட்டது மிகவும் கொடூரமான ஆணவக் கொலை என்றும், குற்றத்தின் தன்மை மிகவும் கடுமையானது என்றும், எனவே அதற்குத் தகுந்தார்போல தண்டனை வழங்க வேண்டும் என்றும், ஒடுக்கப்பட்ட சமுதாயத்தைச் சேர்ந்த கோகுல்ராஜ் கொலை செய்யப்பட்டுள்ளார். இந்த வழக்கு அரிதிலும் அரிதான வழக்காகக் கருதப்பட வேண்டும், 1,2 ஆகிய எதிரிகள்தான் இந்தக் கொலைக்கு மூலக்காரணம் என்றும் வாதிட்டார்.

'பிரிவு 15 ஏ(5) பட்டியல் இனத்தவர் மற்றும் பழங்குடியினர் வன்கொடுமை தடைச்சட்டத்தின்கீழ் புகார்தாரர் சித்ராவிடம், 'எதிரிகளுக்கு வழங்கப்பட உள்ள தண்டனை பற்றி ஏதும் கூற விரும்புகிறாரா?' எனக் கேட்டபோது, அவர், 'மரண தண்டனை வழங்க வேண்டும்' எனக் கேட்டுக் கொண்டார். எதிரிகள் தரப்பில் ஆஜரான வழக்கறிஞர், நீதிமன்றத்தின் முடிவுக்கு விட்டு விடுவதாகத் தெரிவித்தார்.'

கோகுல்ராஜோடு சேர்ந்து அவர் கனவுகளும் கொல்லப்பட்டதை நீதிபதி கவனத்தில் எடுத்துக்கொண்டார். *'இறந்துபோன கோகுல்ராஜ் பொறியியல் படிப்பை முடித்த இளைஞர், அவரது விதவைத் தாயான சித்ராவின் இளைய மகன். கோகுல்ராஜ் நிச்சயமாக வாழ்க்கையில் ஒரு பெரிய இடத்தை அடைய வேண்டுமென்ற கனவோடு இருந்திருப்பார். அதுபோல தனது இளைய மகனின் நிழலில் மற்றும் பாதுகாப்பில் தனது கடைசிக்காலம் வரையில் சந்தோஷமாக வாழலாம் என்று ஒரு கனவுடன் இருந்திருப்பார். ஆனால், மேலே கண்ட எதிரிகளால் அந்தக் கனவு சிதைக்கப்பட்டுள்ளது.'*

விசாரணையின் முடிவில் யுவராஜுக்கு மூன்று ஆயுள் தண்டனைகளும் ஐந்தாயிரம் ரூபாய் அபராதமும் விதிக்கப் பட்டது. அருணுக்கும் அதே மூன்று ஆயுள் தண்டனைகள் கிடைத்தன. குமார் என்கிற சிவக்குமார், சதீஷ்குமார், ரகு என்கிற ஸ்ரீதர், ரஞ்சித் ஆகியோருக்குத் தலா இரண்டு ஆயுள் தண்டனைகளும் சந்திரசேகர், பிரபு, கிரிதர் ஆகியோருக்குத் தலா ஒரு ஆயுள் தண்டைனையும் வழங்கப்பட்டன.

நடைபெற்றிருப்பது வெறும் கொலையல்ல, ஆதிக்கச் சாதி வெறியின் வெளிப்பாடு என்பதைத் தனது 368 பக்கத் தீர்ப்பில்

அழுத்தமாகச் சுட்டிக்காட்டினார் நீதிபதி சம்பத்குமார். 'காதலுக்குச் சாதி, மதம், இனம் முக்கியமல்ல. ஆதிக்கச்சாதி என்ற ஆணவத்தால் எதிரிகள் தாழ்த்தப்பட்ட பொறியியல் படித்த ஓர் இளைஞனைத் தங்கள் சாதியைச் சேர்ந்த பெண்ணைக் காதலித்துள்ளார் என்ற சந்தேகம் கொண்டு அந்த இளைஞன் கொடூரமாகக் கொலை செய்யப்பட்டுள்ளார். ஓர் ஆணுக்கும் பெண்ணுக்கும் இடையே காதல் ஏற்படுவது உணர்வு மற்றும் மனது சம்பந்தப்பட்ட விஷயம். அதைப் பல சரிதங்களும் இதிகாசங்களும் நமக்கு உணர்த்துகின்றன. காதலுக்குச் சாதி, மதம், இனம் போன்றவை முக்கியம் அல்ல. அவற்றால் காதலைத் தடுக்கவோ அழிக்கவோ முடியாது. கோகுல்ராஜின் ஆணவக் கொலை ஆதிக்கச்சாதி வெறியின் மற்றொரு ரத்தச் சரித்திரம்.'

சாதி எனும் சாத்தான்

ஆணவக் கொலைகள் குறித்து வெளிவந்துள்ள தீர்ப்புகளில் மதுரை சிறப்பு நீதிமன்றத்தின் நீதிபதி சம்பத்குமாரின் வழங்கிய தீர்ப்புக்குத் தனியிடம் உண்டு. சிசிடிவி, தொலைக்காட்சி பேட்டி என்று தொழில்நுட்ப ஆதாரங்களை முதன்மையாகக் கொண்டு குற்றவாளிகள் தண்டிக்கப்பட்ட தீர்ப்பு இது. இரண்டாவதாக, 'ஒரு வழக்கில் புலன் விசாரணை தவறாகவே இருந்தாலும் சரியான ஆவணங்கள் ஆங்காங்கே இருக்கும்போது அவற்றைத் தொகுத்து நீதிமன்றத்தில் வெற்றி பெற வைக்க முடியும் என்பதற்கு இந்த வழக்கு ஒரு உதாரணம்' என்கிறார் கோகுல்ராஜ் தரப்பில் வாதாடிய பா. மோகன்.

காதலுக்கு ஆதரவாக, குறிப்பாகக் கலப்புத் திருமணங்களுக்கு ஆதரவான வாசகங்கள் இடம்பெற்ற தீர்ப்பு என்பதும் கவனிக்கத்தக்கது. 'கலப்பு சாதி திருமணம் செய்யும் ஆணும் பெண்ணும் துன்புறுத்தலுக்கும் மிரட்டலுக்கும் ஆளாகிறார்கள் என்றால் அந்தக் குற்றங்களைச் செய்யும் நபர்கள் கடுமையாகத் தண்டிக்கப்பட வேண்டும் என்று Latasingh vs State of U.P. and Another வழக்கில் குறிப்பிடப்பட்டுள்ளது' என்று நீதிபதி தனது தீர்ப்பில் மேற்கோள் காட்டியுள்ளார்.

இந்தியக் குற்றவியல் தண்டனைச் சட்டத்தோடு சேர்த்து வன்கொடுமை தடுப்புச் சட்டத்தின் அடிப்படையிலும் இத்தீர்ப்பு வழங்கப்பட்டிருந்ததால் நன்னடத்தை காரணமாகக் கைதிகளுக்கு

வழங்கப்படும் விடுதலையும்கூட இவர்களுக்குச் சாத்தியப்படாது என்பது தீர்ப்பின் மற்றொரு சிறப்பம்சம். மேலவளவு ஊராட்சித் தேர்தலில் பட்டியல் சமூகத்தினர் போட்டியிடக்கூடாது எனும் மிரட்டலை மீறிப் போட்டியிட்டு தலைவரான முருகேசன் உள்ளிட்ட 7 பேர் 1997இல் கொல்லப்பட்ட நிகழ்வை இங்கே நினைவுகூரலாம். தமிழகத்தை அதிரச் செய்த இவ்வழக்கில் கைது செய்யப்பட்டவர்களில் சிலர் நன்னடத்தை விதிகளின் அடிப்படையில் தண்டனைக் காலத்துக்கு முன்பே விடுவிக்கப் பட்டது கடும் விவாதங்களைக் கிளப்பியது. கோகுல்ராஜ் வழக்கில் அப்படியொன்று நடக்க வாய்ப்பில்லாமல் போனதற்குக் காரணம் தீர்ப்பு.

கோகுல்ராஜ் கொல்லப்பட்டது உறுதி என்றால் அவர் உடலுக்கு அருகில் ஏன் தற்கொலைக் கடிதம் கண்டெடுக்கப்பட வேண்டும்? என் காதல் நிறைவேறாததால் என்னை மாய்த்துக்கொள்ள முடிவெடுத்துவிட்டேன் என்று கோகுல்ராஜ் தன் கைப்பட அதில் ஏன் எழுதி வைக்க வேண்டும்? கோகுல்ராஜின் பெயரில் சமூக வலைத்தளங்களில் வலம் வந்த காணொளிப் பதிவின் பின்னணி என்ன? இரண்டுமே போலிகள். தற்கொலைக் கடிதம், வீடியோ இரண்டையும் சங்கர், குமார் இருவரும் உருவாக்கியிருக்கிறார்கள், சமூக வலைத்தளங்களிலும் பரப்பியிருக்கிறார்கள். கோகுல்ராஜின் கொலையை மறைப்பதற்காக மேற்கொள்ளப்பட்ட திசைதிருப்பல் இது. விசாரணையின்போது சங்கர், குமார் ஆகிய இருவரும் இதை ஒப்புக்கொண்டனர். யுவராஜும் தீரன் பேரவையின் நாமக்கல் மாவட்டத் தலைவர் அருணும் இணைந்து கோகுல்ராஜைக் கடத்திச் சென்றதையும் அவர் கழுத்தை நெறித்துக் கொன்றதையும்கூட இவர்கள் ஒப்புக்கொண்டனர். இறந்த பிறகு கோகுல்ராஜின் தலையைத் தனியே துண்டித்து பள்ளிப் பாளையத்திலுள்ள ரயில் பாதையின் அருகில் உடல் தனியாக, தலை தனியாகக் கிடத்தியுள்ளனர். ரயிலில் பாய்ந்து தற்கொலை செய்துகொண்ட தோற்றத்தை ஏற்படுத்தவேண்டும் என்பதுதான் திட்டம். 'தற்கொலைக் கடிதம்' சட்டைப் பையில் வைக்கப் பட்டது.

யுவராஜ் தொடங்கி குற்றவாளிகள் என்று தீர்ப்பளிக்கப்பட்ட ஒருவருக்கும் கோகுல்ராஜைத் தெரியாது. எந்த முன்விரோதமும் கிடையாது. யுவராஜ் தவிர்த்து வேறு யாரும் அதற்குமுன்பு எந்தக் குற்றச்செயலிலும் ஈடுபட்டதில்லை. இருந்தும் சாதி அவர்கள்

கண்களை மறைத்து, மதியிழக்கச் செய்திருக்கிறது. அவர்கள் கரங்களில் நீங்காத ரத்தக்கறையை ஏற்படுத்தியிருக்கிறது.

•

மதுரை சிறப்பு நீதிமன்றத்தின் தீர்ப்பையடுத்து யுவராஜ் உள்ளிட்ட 10 பேரின் தண்டனையை ரத்து செய்யக் கோரி சென்னை உயர் நீதிமன்றக் கிளையில் மேல் முறையீடு மனு தாக்கல் செய்யப் பட்டது. சித்ரா தரப்பிலும் ஒரு மனு உயர் நீதிமன்றக் கிளையில் சமர்ப்பிக்கப்பட்டது. மதுரை நீதிமன்றத்தால் 5 பேர் விடுவிக்கப்பட்டதை ரத்து செய்யவேண்டும் என்பதுதான் கோரிக்கை. சித்ரா, சிபிசிஐடி இருவர் சார்பாக தாக்கல் செய்யப் பட்ட மனு இது.

எம்.எஸ். ரமேஷ், என். ஆனந்த் வெங்கடேஷ் ஆகிய இரு நீதிபதிகள் அடங்கிய அமர்வில் இந்த வழக்கு விசாரணைக்கு வந்தது. இந்த மேல்முறையீட்டு வழக்கில் சென்னை உயர் நீதிமன்றம் 2 ஜூன் 2023 அன்று வந்தடைந்த முடிவு இதுதான். யுவராஜ் உள்ளிட்டோர் மீதான குற்றச்சாட்டுகள் மறுக்கமுடியாதவை, நிரூபிக்கப்பட்டவை. மதுரை வன் கொடுமை தடுப்பு நீதிமன்றத்தின் தீர்ப்பில் எந்தப் பிழையும் இல்லை. யுவராஜ் உள்ளிட்ட 8 பேருக்கு விதிக்கப்பட்ட ஆயுள் தண்டனைகளில் எந்த மாற்றமும் இல்லை. இருவருக்கு (பிரபு, கிரிதர்) விதிக்கப்பட்டிருந்த ஆயுள் தண்டனை ஐந்தாண்டு களாகக் குறைக்கப்படும். 5 பேர் விடுவிக்கப்பட்டிருப்பதும் சரியானதுதான்.

மதுரை நீதிமன்றம் குறிப்பிட்டிருந்ததுபோலவே எந்தவித உள்நோக்கமும் இல்லாமல் கொலை நடைபெற்றிருக்கிறது. கொலைக்கான காரணம் என்று சாதியைத்தான் குறிப்பிடமுடியும். அனைத்து ஆதாரங்களும் விரிவாக ஆராயப்பட்டுள்ளன. சாட்சியங்கள் சரியாகவே விசாரிக்கப்பட்டுள்ளனர். குற்றவாளி களுக்கு எதிரான குற்றச்சாட்டுகள் நிரூபணமாகியுள்ளன. முதல் குற்றவாளியான யுவராஜ் ஆயுள் முழுவதும் சிறையில் இருந்தாகவேண்டும். மேல்முறையீட்டு மனுக்கள் அனைத்தும் தள்ளுபடி செய்யப்படுகின்றன என்றும் நீதிபதிகள் தெரிவித்தனர்.

யுவராஜ் ஊடகத்தைத் தனது பிரசாரத்துக்குப் பயன்படுத்திக் கொண்டதை நீதிபதிகள் சுட்டிக்காட்டி விமரிசித்தனர். இதுபோன்ற வழக்குகளைப் பரபரப்புக்கு உள்ளாக்காமல்

நிதானமாகக் கையாளவேண்டும் என்றும் ஊடகத்துறையைக் கேட்டுக்கொண்டனர்.

●

சென்னை உயர் நீதிமன்றத்தின் தீர்ப்பில் காணப்படும் சில முக்கியமான அம்சங்களைச் சுருக்கமாகப் பார்ப்போம்.

கோகுல்ராஜின் மரணம் தற்கொலையல்ல என்பதற்கான ஆதாரங்கள் தெளிவாக இருக்கின்றன. கழுத்தில் வெட்டுண்ட காயம் தெளிவாகப் புலப்படுகிறது. உடலிலோ ஆடையிலோ ரயில் வண்டியின் கிரீஸ் கறை காணப்படவில்லை. நொறுக்கப் பட்ட எலும்புகளையும் காயங்களையும் பார்க்கும்போது அவை கொல்லப்படுவதற்கு முன்பு ஏற்படுத்தப்பட்டவை என்பது தெளிவாகிறது. கூரான ஆயுதத்தைக் கொண்டு உதட்டில் ஏற்படுத்தப்பட்ட வெட்டுக்காயம் அதிர வைக்கிறது. தற்கொலை செய்துகொள்பவரின் உடலில் இத்தகைய காயங்கள் உண்டாவதற்கு வாய்ப்பில்லை. கொல்லப்படுவதற்குமுன்பு கடுமையாக வதைக்கப்பட்டிருப்பதற்கான சான்றுகளை அவருடல் பதிவு செய்து வைத்திருக்கிறது.

மாவீரன் தீரன் சின்னமலை பேரவை வகுப்புவாத உணர்வு கொண்ட ஓர் அமைப்பு என்பதற்கான சான்றுகளும் தெளிவாகவே உள்ளன. கவுண்டர் சாதியை ஒன்று திரட்டவும் கவுண்டர் பெண்கள் பிற சாதிகளோடு கலக்காமல் இருப்பதைக் கண்காணிக்கவும் ஏற்படுத்தப்பட்ட அமைப்புதான் அது என்பதற்கும் ஆதாரம் உள்ளது. சுயசாதிப் பெருமிதமும் பட்டியல் சாதிகள்மீதான வெறுப்பும்தான் கொலைக்கான காரணம்.

கொலையுண்டவர் கடைசியாக எப்போது, எங்கே மற்றவர்களால் காணப்பட்டார் என்னும் சான்று முக்கியமானது. குற்றம் சாட்டப்பட்டவருக்கும் இது பொருந்தும். இந்த வழக்கைப் பொருத்தவரை இருவரும் ஒரே இடத்தில் ஒன்றாக இருந்துள்ளனர். அதற்கான ஆதாரமும் கிடைத்துள்ளது. யுவராஜைச் சந்தித்துவிட்டு வேறு எங்கும் கோகுல்ராஜ் சென்றிருக்க வாய்ப்பில்லை. வேறு எதுவும் அவருக்கு நிகழ்ந்திருக்கவும் வாய்ப்பில்லை. நாங்கள் கோகுல்ராஜைக் கொல்லவில்லை என்பதற்கு எந்தவிதச் சான்றையும் யுவராஜ் தரப்பினரால் அளிக்கமுடியவில்லை. கொல்வதற்கான முகாந்திரம் இல்லை என்பதையும் உறுதிப்படுத்தமுடியவில்லை.

கவனிக்கத்தக்க இன்னொரு நிகழ்வும் நடந்தது. கோகுல்ராஜ் கொல்லப்பட்டு ஏழாண்டுகளுக்குப் பிறகு உயர் நீதிமன்ற நீதிபதிகள் எம்.எஸ். ரமேஷ், என். ஆனந்த் வெங்கடேஷ் இருவரும் 22 ஜனவரி 2023 அன்று திருச்செங்கோடு, அர்த்தநாரீஸ்வரர் கோயிலுக்குச் சென்று கோகுல்ராஜ் கடைசியாக வருகை தந்த இடத்தைப் பார்வையிட்டனர். நுழைவாயில் எங்கே அமைந்திருக்கிறது, எந்தப் பக்கமாக வெளியேறவேண்டும் போன்றவற்றை உன்னிப்பாகக் கவனித்தனர். சரியாக 95 நிமிடங்களைக் கோயிலில் அவர்கள் செலவிட்டனர். எட்டு சிசிடிவி காமிராக்களில் பதிவான காட்சிகளைப் பரிசோதித்து உறுதி படுத்திக்கொண்டனர். அடுத்ததாக, பள்ளிப்பாளையம் ரயில் நிலையத்துக்குச் சென்று உடல் கிடந்த இடத்தைப் பரிசோதித்தனர். கொலையுண்டவர், கொலையாளி இருவரும் ஒன்றாக இருந்த இந்த இரு இடங்களையும் நேரில் சென்று பரிசோதிக்கவேண்டியது அவசியம் என்று இரு நீதிபதிகளும் கருதியது குறிப்பிடத்தக்கது.

மதுரை நீதிமன்றத் தீர்ப்பு போலவே உயர் நீதிமன்றத் தீர்ப்பும் சாதியின் பங்கைக் குறிப்பிடத் தவறவில்லை. ‘இந்த வழக்கின் குற்றவாளிகள் அனைவரும் சாதி எனும் சாத்தானின் பிடியில் சிக்குண்டிருந்தனர்’ என்று தெள்ளத்தெளிவாகச் சுட்டிக் காட்டுகிறது தீர்ப்பு. நடந்திருப்பது ‘ஆணவப் படுகொலை’ என்பதையும் சுற்றி வளைக்காமல் நேரடியாகவே தீர்ப்பு குறிப்பிடுகிறது.

சுவாதி ஒரு சிக்கலைச் சந்திக்க நேர்ந்தது. ஏற்கெனவே மதுரை நீதிமன்றம் நவம்பர் 2022இல் சுவாதிமீது நீதிமன்ற அவமதிப்பு வழக்கொன்றைப் பதிவு செய்திருந்தது. சென்னை நீதிமன்றம் 6 ஜனவரி 2023 அன்று இந்த வழக்கையும் விசாரணைக்கு எடுத்துக்கொண்டது. கோகுல்ராஜும் சுவாதியும் கோயிலுக்கு வந்த காட்சி சிசிடிவியில் பதிவாகியிருந்தபோதிலும் அதில் தோன்றுவது தானல்ல; சம்பவ தினத்தன்று (23 ஜூன் 2015) கோகுல்ராஜைச் சந்திக்கவே இல்லை; அன்று நான் வீட்டில்தான் இருந்தேன் என்று பிறழ்சாட்சியம் அளித்திருந்தார் சுவாதி. 2005இல் விசாரணை நடந்தபோது உண்மையை உள்ளதை உள்ளவாறு பகிர்ந்துகொண்ட சுவாதி 2018இல் தலைகீழாக மாறினார்.

முதலில் ஒன்றைச் சொல்லிவிட்டு பிறகு அதை மறுக்கும் வழக்கம் புதிதல்ல; பிறழ் சாட்சியம் என்பது எப்போதும்

நடைபெறுவதுதான் என்பதைச் சுட்டிக்காட்டிய உயர் நீதிமன்ற நீதிபதிகள், பிறழ் சாட்சி என்பதற்காக சுவாதியின் வாக்குமூலத்தை முழுமையாக விலக்கி வைக்கத் தேவையில்லை என்றும் வழக்குக்கு வலுவூட்டும் பகுதிகளைச் சேர்த்துக்கொள்ளலாம் என்றும் உத்தரவிட்டனர்.

'சுவாதி என்னும் சாட்சி சரிவர ஒத்துழைக்கவில்லை. உண்மையை ஒப்புக்கொள்ள மறுத்துவிட்டார். சிசிடிவி காட்சிகள் காண்பிக்கப் பட்டபோது கோகுல்ராஜை அடையாளம் காட்டமுடிந்த அவரால் உடனிருந்த பெண்ணை மட்டும் அடையாளம் காட்ட முடியவில்லை' என்று குறிப்பிடுகிறது தீர்ப்பு. 'சுவாதியைச் சந்தித்ததுதான் கொலைக்கு இட்டுச் சென்றிருக்கிறது. இந்நிலையில் ஏன் அவர் தன் சாட்சியத்தை மாற்றிச் சொல்ல வேண்டும்? முக்கிய சாட்சி என்னும் அடிப்படையில் அவருக்கு அவகாசமும் கொடுக்கப்பட்டது. இருந்தும் தவறான தகவலையே அவர் சொன்னார்.'

●

கோகுல்ராஜுக்கு ஒரு நினைவு மண்டபம் அமைக்கவேண்டும் எனும் யோசனைப் பரபரவென்று பலரைத் தொற்றிக்கொள்ள ஓமலூர் நகரிலுள்ள இடுகாட்டில் இடம் பிடித்து கட்டுமானப் பணிகளைத் தொடங்கினார்கள். 16 நவம்பர் 2015 அன்று ஓமலூர் நகர பஞ்சாயத்து அதிகாரிகள் விரைந்து வந்து பணியை நிறுத்தினார்கள். ஏற்கெனவே உருவாகி நின்றுகொண்டிருந்த தூண்களை அகற்றுமாறு உறவினர்களுக்குச் சொல்லப்பட்டது. அவ்வாறே நிகழ்ந்தது. உள்ளூர் மக்கள் அளித்த புகாரின் அடிப்படையில் செயல்பட்டதாகவும் நினைவு மண்டபத்துக்கு முறைப்படி அனுமதி பெறப்படாததால்தான் இது நிகழ்ந்தது என்றும் காரணம் சொல்லப்பட்டது. இறுதியில் கோகுல்ராஜின் உடலுடன் அவன் உயர் படிப்புக் கனவும் சேர்த்தே புதைக்கப்பட்டது.

'ஒரு பாவமும் அறியாத என் மகன் ஏன் இப்படிக் கொல்லப் படவேண்டும்?' எனும் சித்ராவின் கேள்விக்கு மட்டும் இதுவரை யாராலும் பதில் சொல்ல இயலவில்லை.

மீனா – ஹரிஹரன்

ரத்த வெள்ளம்

நாம் படித்துக்கொண்டிருப்பது வெவ்வேறு மனிதர்களின் கதைகளையா அல்லது ஒரே மனிதனின் கதையை மீண்டும், மீண்டுமா எனும் மயக்கம் ஏற்படுவதைத் தடுக்கமுடியவில்லை. கொல்லப்படும் ஆள்கள் மாறுகிறார்கள். அவர்கள் வாழும் இடங்கள் மாறுபடுகின்றன. ஆனால் அடிப்படை மாறுவதாக இல்லை. உனக்கான வட்டத்தைவிட்டு வெளியில் வந்து உனக்கு மேலுள்ள அடுக்கைச் சேர்ந்த பெண்ணைக் காதலித்தால் நீ எங்கள் பகைவன். எனவே அழிக்கப்படவேண்டியவன்.

கரூரின் இதயப் பகுதியில், பட்டப் பகலில், மக்கள் இயல்பாக நடமாடிக்கொண்டிருந்த நேரத்தில், ஒரு கோயிலின் முன்பு 23 வயது இளைஞர் ஒருவர் வெட்டிச் சாய்க்கப்பட்டார். இது நடந்தது 6 ஜனவரி 2021 அன்று. அவர் பெயர் ஹரிஹரன். வஞ்சியம்மன் கோயில் தெருவில் வீடு. காமராஜபுரத்திலுள்ள மேட்டுத் தெருவில் முடி திருத்தும் கடையொன்றை வைத்து நடத்தி வந்தார். ஹரிஹரன் ஒரு பொருளியல் பட்டதாரி. மிகவும் பிற்படுத்தப்பட்ட வகுப்பின்கீழ் வரும் மருத்துவர் சாதியைச் சேர்ந்த அவர் பிற்படுத்தப்பட்ட செட்டியார் சாதியைச் சேர்ந்த மீனாவை மூன்றாண்டுகளாகக் காதலித்து வந்தார். மீனாவும் அதே தெருவைச் சேர்ந்தவர்தான்.

விஷயம் தெரிய வந்ததும் அதிர்ந்துபோன மீனாவின் குடும்பத்தினர் எல்லோரையும்போல் முதலில் மிரட்டலில் இறங்கினர். இனி அவனைப் பார்க்கக்கூடாது. பேசக்கூடாது. எல்லாவற்றையும்

மறந்துவிடு. இது தொடர்ந்தால் நம் மானமும் மரியாதையும் குலைந்துவிடும். மீனாவும் அஞ்சி ஹரிஹரனைச் சந்திப்பதை நிறுத்திக்கொண்டிருக்கிறார். ஆனால் ஹரிஹரனால் மீனாவை மறக்கமுடியவில்லை. தொலைபேசிமூலம் அவரைத் தொடர்புகொள்ள பலமுறை முயன்றிருக்கிறார். இயலவில்லை. ஒரு வழியாக ஜனவரி 6ஆம் தேதி மீனாவிடம் பேச முடிந்திருக்கிறது. கல்யாண பசுபதீஸ்வரர் கோயிலுக்கு வா, எதுவாக இருந்தாலும் 'பேசித் தீர்த்துக்கொள்ளலாம்' என்று அழைத்திருக்கிறார் மீனா.

தனது தந்தை சிவலிங்கம் ஜெயராமனையும் இரு நண்பர்களையும் அழைத்துக்கொண்டு மீனா வரச் சொன்ன இடத்துக்குச் சென்றிருக்கிறார் ஹரிஹரன். மீனாவைக் காணவில்லை. சரி, வரட்டும் என்று அனைவரும் அமைதியாகக் காத்திருந்திருக் கிறார்கள். இறுதிவரை மீனா வரவேயில்லை. அவருக்குப் பதிலாக ஒரு கும்பல் திரண்டு வந்திருக்கிறது. மீனாவின் தந்தை வேலன், உறவினர்கள், தெரிந்தவர்கள் ஆகியோரைக் கொண்ட கும்பல். திட்டமிட்டு, போதுமான ஆயுதங்களையும் கொண்டு வந்திருந்தார்கள். என்ன, ஏது என்பதை உணர்வதற்குள் ஹரிஹரனும் உடனிருந்தவர்களும் சுற்றி வளைக்கப்பட்டனர்.

உடனே விலகிச் செல்லுமாறு ஹரிஹரனின் நண்பர்கள் எச்சரிக்கப்பட்டனர். ஹரிஹரனையும் அவர் அப்பாவையும் விரட்டுவதோ மிரட்டுவதோ நோக்கமல்ல என்பதால் மூர்க்கமாகத் தாக்க ஆரம்பித்தார்கள். ஒரு பக்கத்திலிருந்து கற்கள் பறந்து வந்திருக்கின்றன. இன்னொரு பக்கத்திலிருந்து சரமாரியாக அரிவாள் வெட்டுகள். மதியம் 1.30 வாக்கில், அனைவர் முன்னிலையில் நடைபெற்ற கூட்டுத் தாக்குதல் இது என்பதை நினைவில் கொள்ளவேண்டியிருக்கிறது. ரத்த வெள்ளத்தில் கீழே சாய்ந்திருக்கிறார் ஹரிஹரன். வந்த வேலையை முடித்துக் கொண்டு கும்பல் மறைந்ததும், கீழே விழுந்து கிடந்த ஹரிஹரனை அள்ளிப்போட்டுக்கொண்டு கரூர் மருத்துவ மனையில் அனுமதித்திருக்கிறார்கள். சிகிச்சை தொடங்கப் பட்டிருக்கிறது என்றாலும் காயங்கள் கடுமையாக இருந்ததால் அவரை மீட்கமுடியவில்லை. அன்று மாலை மருத்துவமனையில் அவர் உயிர் பிரிந்திருக்கிறது.

தந்தை ஜெயராமன் கரூர் நகரக் காவல்துறையில் புகாரளித்தார். எங்கே நடவடிக்கை எடுக்காமல் விட்டுவிடுவார்களோ எனும்

அச்சத்தில் தெரிந்தவர்களைத் திரட்டிக்கொண்டு வந்து, என் மகனை அடித்துக்கொன்றவர்கள் அனைவரையும் கைது செய்யும்வரை உடலை வாங்க மாட்டோம் என்று போராடியிருக்கிறார். உயிரற்ற உடல் தவிர்த்து வேறு எதுவும் இல்லை என்னும் நிலையில் அதையே ஒரு கருவியாக மாற்றிக்கொண்டு போராடும் இந்த உத்தியைப் பிற வழக்குகளிலும் நாம் பார்த்திருக்கிறோம். இரண்டு பிரதான நோக்கங்கள் இந்தப் போராட்ட முறைக்கு உண்டு. முதலாவது, காவல் துறைக்கும் பிற அதிகாரிகளுக்கும் ஓர் அழுத்தத்தை ஏற்படுத்துவது. இரண்டாவது, உடலை வாங்க மறுக்கும்போது அது செய்தியாகிறது. உறங்கிக்கொண்டிருக்கும் சமூகத்தின் கண்களையும் காதுகளையும் திறக்க இது உதவும்.

இங்கு நடந்ததும் அதுதான். காவல் துறையைச் சேர்ந்தவர்கள் இறங்கி வந்து பேசினார்கள். நிச்சயம் நடவடிக்கை எடுக்கிறோம், உடலைப் பெற்றுக்கொள்ளுங்கள் என்று கோரினார்கள். பலத்த காவலோடு உடல் தகனம் செய்யப்பட்டது. அடுத்தடுத்து மீனாவின் தந்தை வேலனும் நான்கு உறவினர்களும் (சங்கர், கார்த்திகேயன், வேலுச்சாமி, முத்து) கைது செய்யப்பட்டனர். அவர்கள்மீது இந்திய தண்டனைச் சட்டத்தின்படி 147, 141, 142, 341, 342, 294(ஞ), 323, 307, 302, 506(2) ஆகிய பிரிவுகளின்கீழ் வழக்குப் பதிவு செய்யப்பட்டது.

ரத்த வெள்ளத்தில் கிடந்த ஹரிஹரனின் படம் ஊடகத்தில் வெளிவந்து அதிர்ச்சியலைகளை ஏற்படுத்தியது. கொலை விவரங்களும் அதிர்ச்சியளித்தன. உணர்ச்சி வேகத்தில் நடைபெற்ற சம்பவம் அல்ல இது. கொல்லவேண்டும் எனும் முடிவோடு ஆயுதங்களைத் தூக்கிக்கொண்டு சென்றிருக்கிறார்கள். ஹரிஹரனின் தந்தையைக் காயப்படுத்தியதோடு நிறுத்தியிருக் கிறார்கள். ஹரிஹரன்தான் பிரதான எதிரி என்பதால் தாக்குவதற்கு முன்பு முதலில் அவர் தலையை சிமெண்ட் சுவர்மீது மோதி உடைத்திருக்கிறார்கள். அதன்பின் வெட்டுகள் விழுந்திருக்கின்றன.

எவிடென்ஸ் அமைப்பின் உண்மை அறியும் குழுவின் அறிக்கையின்படி, 12 பேர் கொண்ட கும்பல் தாக்குதலைத் தொடுத்திருக்கிறது. கொலை நடந்த இடத்திலிருந்து காவல் துறை 200 மீட்டர் அருகில் இருந்திருக்கிறது. ஆனால் முதல் தகவல்

அறிக்கையின்படி 4 மணிக்குப் புகார் அளிக்கப்படும்வரை அவர்களுக்கு அது குறித்து எதுவும் தெரிந்திருக்கவில்லை.

என் மகனின் காதல் குறித்து நான் தெரிந்துகொண்டதே மீனாவிடமிருந்துதான் என்கிறார் தந்தை ஜெயராமன். 'சம்பவம் நடைபெறுவதற்குச் சில நாள்களுக்குமுன்பு மீனா என் மனைவியை போனில் அழைத்து, உங்கள் மகனை நான் காதலிக்கிறேன். அவரைத்தான் திருமணம் செய்துகொள்ளப் போகிறேன் என்று சொல்லியிருக்கிறார். அப்போதுதான் எங்களுக்கே விஷயம் தெரிந்தது. அப்போதே ஹரிஹரனைக் கூப்பிட்டுப் பேசினோம். இது நமக்கு ஒத்துவராது என்று சொன்னோம். என் மகனை மறந்துவிடு என்றுதான் மீனாவிடமும் சொன்னோம்.'

அதன்பின் மீனாவின் வீட்டிலிருந்து கிளம்பி வந்து, நீங்கள் கீழ்ச்சாதியைச் சேர்ந்தவர்கள் என்பதை மறந்துவிட்டீர்களா? நாங்கள் யார் தெரியுமா? எங்கள் எதிர்ப்பை மீறி இந்தத் திருமணம் நடந்துவிடுமா? என்றெல்லாம் ஜெயராமனைத் துளைத் தெடுத்திருக்கிறார்கள். மிரட்டலுக்கெல்லாம் காதல் மசியாது என்பது தெரிந்ததும் கொல்லும் மனநிலைக்குச் சென்றிருக்கிறார்கள்.

இந்த வழக்கு முடிவடையும்வரை சம்பந்தப்பட்டவர்கள் யாரையும் பிணையில் விடுவிக்கக்கூடாது என்கிறார் எவிடென்ஸ் கதிர். மேலும் பாதிக்கப்பட்ட குடும்பத்துக்கு 25 லட்சம் இழப்பீடு அரசு வழங்கவேண்டும் என்றும் கோருகிறார். ஆனால் அது சாத்தியப்படவில்லை. காரணம், குற்றவாளிகள் அனைவரும் இந்திய தண்டனைச் சட்டத்தின்கீழ் கைது செய்யப்பட்டிருக் கிறார்களே தவிர, வன்கொடுமைத் தடுப்புச் சட்டத்தின்கீழ் அல்ல. குற்றம் என்னவோ ஒன்றுதான் என்றாலும் வழக்குப் பதிவு செய்யப்பட்ட முறையினால் ஒரு தலித்துக்குக் கிடைத்திருக்கவேண்டிய நியாயமான இழப்பீடும் ஹரிஹரன் குடும்பத்தினருக்குக் கிடைக்காமல் போய்விட்டது.

கரோனா தொற்று நிலவிய காலத்தில் மட்டும், 11 மாதங்களில் தமிழகமெங்கும் இதேபோல் 9 கொலைகள் நடைபெற்றிருக் கின்றன என்கிறார் எவிடென்ஸ் கதிர். திண்டுக்கல் மாவட்டத்தில் வடமதுரைக்கு அருகிலுள்ள தென்னம்பட்டி எனும் கிராமத்தில் வசிக்கும் கதிர்வேலின் மகள் ஜெயஸ்ரீ (21 வயது) வடிவேலின்

மகன் தங்கதுரை (26 வயது) என்பவரைக் காதலித்திருக்கிறார். பெண், தலித் பறையர் சாதியைச் சேர்ந்தவர்; இளைஞர் வெள்ளாள கவுண்டர். ஜெயஸ்ரீயை உடல் ரீதியாகவும் உள்ளம் ரீதியாகவும் சுரண்டியிருக்கிறார் தங்கதுரை. திருமணம் செய்துகொள் என்று ஜெயஸ்ரீ கேட்டுக்கொண்டபோது ஒரு தலித்தான உன்னை நான் எப்படித் திருமணம் செய்துகொள்ளமுடியும் என்று மறுத்திருக்கிறார். தான் ஏமாற்றப்பட்டதை உணர்ந்த ஜெயஸ்ரீ திருமணத்தில் உறுதியாக நின்றதைக் கண்டதும் தங்கதுரை தன் நண்பர்களோடு சேர்ந்துகொண்டு வசைகளைப் பொழிந் திருக்கிறார். தொடர்ந்து ஜெயஸ்ரீ கொல்லப்பட்டிருக்கிறார்.

உடல்கள் பெருகிக்கொண்டே போகின்றன. இவ்வளவு ரத்தம் குடித்த பிறகும் சாதிப் பெருமிதத்தின் பெருந்தாகம் அடங்குவதாக இல்லை.

ஸ்வாதி - நந்தீஷ்

அடையாளமற்ற உடல்கள்

காவிரி ஆற்றிலிருந்து முதலில் ஓர் இளைஞனின் உடலைத்தான் இழுத்து வெளியில் கொண்டுவந்தார்கள். இரு தினங்கள் கழித்து அதே இடத்தில் ஒரு பெண்ணின் உடலும் கண்டெடுக்கப் பட்டது. மரணம் எப்படி நிகழ்ந்திருக்கும் எனும் ஐயமே ஒருவருக்கும் ஏற்படாத வகையில் இரு உடல்களிலும் கடுமையான, கோரமான வெட்டுக்காயங்கள் பரவிக்கிடந்தன. தவிரவும், நீரில் மூழ்கிக்கிடந்ததால் இருவருடைய உடல்களும் அழுகிப்போயிருந்தன.

கர்நாடகாவில் மாண்டியா மாவட்டத்திலுள்ள சிவசமுத்திரத்துக்கு அருகிலுள்ள காவிரி ஆற்றிலிருந்து கிடைக்கப்பெற்ற உடல்கள் இவை. ஆணின் உடல் 13 நவம்பர் 2019 அன்றும் பெண்ணின் உடல் 15 நவம்பர் அன்றும் மீட்கப்பட்டிருக்கின்றன. இருவருடைய கைகளும் கால்களும் கயிறு போட்டு இறுக்கக் கட்டப் பட்டிருந்தன. பெண்ணின் தலைமுடி அகற்றப்பட்டிருந்தது. ஆணின் முகம் சிதைக்கப்பட்டிருந்தது. உடல் கிடைத்தாலும் இருவருடைய அடையாளமும் தெரியக்கூடாது என்பதில் கொன்றவர்கள் உறுதியோடு இருந்திருக்கின்றனர்.

வீசப்பட்ட உடல் வந்ததுபோல் மறைக்கப்பட்ட அடையாளம் வெளிப்பட அதிக காலம் பிடிக்கவில்லை. கொலையுண்டவர்கள் என். நந்தீஷ் (26), அவர் மனைவி ஸ்வாதி (21) ஆகிய இருவரும்தான் என்பது விரைவில் தெரியவந்தது. அவர்கள்

கொல்லப்பட்டதற்கான காரணமும் கொல்லப்பட்ட விதமும் தெரிய வந்தபோது தமிழகமெங்கும் அதிர்ச்சி அலைகள் உண்டாயின. இருவரும் ஓசூருக்கு அருகிலுள்ள சூடகொண்டப் பள்ளி எனும் கிராமத்தைச் சேர்ந்தவர்கள். தலித் பிரிவைச் சேர்ந்த நந்தீஷும் அதே பகுதியில் வசிக்கும் வன்னியர் சாதியைச் சேர்ந்த (எம்பிசி) ஸ்வாதியும் கிட்டத்தட்ட நான்காண்டுகளாகக் காதலித்து வந்திருக்கிறார்கள். திருமணம் செய்துகொள்ளவும் முடிவு செய்தனர். ஆனால் நந்தீஷின் சாதி ஸ்வாதி வீட்டினரை வெகுண்டெழுச் செய்திருக்கிறது. காதல், திருமணம் எதற்கும் அனுமதியில்லை என்று திட்டவட்டமாக மறுத்துவிட்டனர். மறுப்பதோடு நிறுத்திக்கொள்பவர்களல்லர், தாக்கவும் துணிந்தவர்கள் என்பதை உணர்ந்ததும் இருவரும் ஓசூருக்குச் சென்றனர். அச்சம் அவர்களை விரட்டியடித்திருக்கிறது.

ஓசூரில் ஒரு மரக்கடையில் இருவருக்கும் வேலை கிடைத்திருக்கிறது. அருகில் ஒரு சிறு வீடு பிடித்துக்கொண்டார்கள். அதன்பின் திருமணமும் நடந்திருக்கிறது. சூளகிரி துணைப் பதிவாளர் அலுவலகத்தில் 6 செப்டெம்பர் அன்று திருமணத்தைப் பதிவு செய்துகொண்டார்கள். நான்கு நாள்கள் கழித்து புதுமணத் தம்பதியினர் உற்சாகத்தோடு வெளியில் கிளம்பியிருக்கிறார்கள். அவர்களுடைய நிகழ்ச்சி நிரலில் பிரதானமாக இரு பணிகள் இடம்பெற்றிருந்தன. முதல் வேலை, துணி மணி வாங்கவேண்டும். இரண்டாவது, கமலஹாசனைப் பார்க்க வேண்டும். முதல் வேலை முடிந்ததும் கமலைப் பார்க்க ஆசையோடு சென்றிருக்கிறார்கள். புதிய அரசியல்வாதியாக உருமாறியிருந்த கமல் அப்போது பல இடங்களுக்குப் பயணம் செய்து மக்களைச் சந்தித்துக்கொண்டிருந்தார். கூட்டத்தோடு கூட்டமாக இருவரும் நின்றிருக்கிறார்கள். அதன்பின் அவர்களைக் காணவில்லை. வீட்டுக்கு வரவில்லை. இருவருடைய செல்பேசியும் அணைக்கப்பட்டுவிட்டன. அவர்களைக் குறித்து எந்தத் தகவலும் யாரிடமும் இல்லை.

முதலில் கலவரமடைந்தது நந்தீஷின் தம்பி சங்கர்தான். பதறியடித்து, ஓசூர் நகரக் காவல்துறைக்குச் சென்று அண்ணன், அண்ணி இருவரையும் காணவில்லை என்று நவம்பர் 11ஆம் தேதி புகார் அளித்திருக்கிறார். காணாமல் போனதற்கு மறுநாள். இதற்குப் பின்னால் யார் இருக்கக்கூடும் என்பதையும் சங்கர் சரியாகவே யூகித்திருக்கிறார். நந்தீஷின் பின்னணி, காதல்,

திருமணம், ஸ்வாதி வீட்டிலிருந்து கிளம்பி எதிர்ப்பு அனைத்தையும் காவல் துறையிடம் பகிர்ந்துகொண்டிருக்கிறார். ஸ்வாதியின் அப்பா சீனிவாசனுக்கு இந்தத் திருமணத்தில் விருப்பமில்லை என்பதையும் கோடிட்டுக்காட்டியிருக்கிறார். நந்தீஷ், ஸ்வாதி புகைப்படங்களைப் பெற்றுக்கொண்டு இந்த இருவரையும் காணவில்லை என்று வழக்குப் பதிவு செய்து, தமிழ்நாடு, கர்நாடகா காவல் நிலையங்களுக்கு ஃபேக்ஸ் அனுப்பி வைத்துள்ளது ஓசூர் காவல் துறை.

இது நடந்து மூன்று தினங்கள் கழித்து கர்நாடகாவிலிருந்து ஓசூர் காவல்துறைக்குத் தொலைபேசி அழைப்பு வந்திருக்கிறது. சிவனசமுத்திர ஆற்றிலிருந்து ஓர் உடல் கிடைத்திருக்கிறது. இன்னும் இரண்டு நாள் கழித்து மீண்டும் அவர்களே அழைத்திருக்கிறார்கள். ஒரு பெண்ணின் உடலும் கிடைத்திருக்கிறது. ஓசூரில் கடத்தப்பட்டு மாண்டியாவில் இவர்கள் கொல்லப்பட்டிருக்கக்கூடும். மற்றபடி, உடல்களை அடையாளம் காண எந்தத் தடயமும் இல்லை. உங்களால் சரி பார்க்கமுடியுமா?

காணாமல் போனவர்களின் உடல்கள்தான் அவை என்பது உறுதியானதும் ஓசூர் காவல் துறை இந்தியக் குற்றவியல் சட்டம், பிரிவு 329 மற்றும் 201 ஆகியவற்றின்கீழ் வழக்குப் பதிவு செய்தது. ஸ்வாதியின் தந்தை சீனிவாசன், உள்பட மூன்று பேர் உடனடியாகக் கைது செய்யப்பட்டனர். முழு விவரங்களும் அடுத்தடுத்து வெளிவந்தன.

கமலஹாசனைப் பார்ப்பதற்காகத் திரண்டிருந்த கூட்டத்தின் மத்தியில் நந்தீஷ், ஸ்வாதி இருவரையும் பெண் வீட்டார் கண்டுபிடித்துவிட்டார்கள். நெருங்கிச் சென்று நட்போடு பேசவும் செய்திருக்கிறார்கள். பயப்படவேண்டாம், எங்கள் கோபம் தணிந்துவிட்டது. உடனடியாக இருவரும் கிளம்பி வாருங்கள். முறைப்படி வீட்டில் திருமணச் சடங்குகள் செய்துவிடலாம். இருவரும் நம்பி கிளம்பியிருக்கிறார்கள். ஆனால் கிராமத்துக்குச் செல்வதற்குப் பதில் வண்டி மாண்டியா மாவட்டத்திலுள்ள சிம்ஷா எனும் இடத்துக்குத் திரும்பியிருக்கிறது.

அங்கே இருவரும் கடுமையாகத் தாக்கப்பட்டனர். ஸ்வாதியின் உடலில் பரவலாகக் காணப்பட்ட காயங்கள் அதிர்ச்சியை ஏற்படுத்தக்கூடியவை. அவசர, அவசரமாக மொட்டையடிக்க

முயற்சி செய்து முடியாமல் போனதன் அடையாளம் ஸ்வாதியின் முகத்தில் அப்பட்டமாகத் தெரிகிறது. அவர் கழுத்து நெறிக்கப்பட்டிருக்கிறது. உயிரோடு இருக்கும்போது இழிவு செய்யமுடியாததால், இறந்த உடலையேனும் இழிவு செய்யலாம் என்று கருதியிருக்கிறார்கள் போலிருக்கிறது. ஸ்வாதி மூன்று மாதங்களாகக் கருத்தரித்திருக்கும் விஷயம் அவர்களுக்குத் தெரிந்திருக்கிறது. அந்தக் குழந்தை பிறந்து வருவது மேலதிக அவமானத்தையே அளிக்கும் என்னும் அச்சமும் இருந்திருக்கிறது. ஆனால் ஸ்வாதியைக் கொல்வது மட்டும் போதுமானதாக இல்லை. அவர் வயிற்றைக் குத்திக் கிழித்திருக்கிறார்கள். வெறுப்பும் வன்மமும் குரூரமும் எந்த அளவு ஆக்கிரமித்திருந்தால் தன் மகளை மற்றவர்களோடு கூட்டுச் சேர்ந்து ஒரு தந்தை இப்படி செய்திருப்பார்! எல்லாம் முடிந்த பிறகு இறுதியில் கையையும் காலையும் கட்டி இரு உடல்களையும் ஆற்றில் வீசிவிட்டுக் கிளம்பிவிட்டார்கள். எதுவுமே நடக்காததுபோல் இயல்பு வாழ்வையும் அதன்பின் அவர்களால் தொடர முடிந்திருக்கிறது.

கொன்றவர்களையும் கொலையுண்டவர்களையும் அடையாளம் காண்பதற்கு கர்நாடக காவல்துறை அளித்த காணொளிக் காட்சிகள் பெரிதும் உதவிக்கு வந்தன. அம்பேத்கர் படமும் கீழே கிராமத்தின் பெயரும் அச்சிடப்பட்ட டி ஷர்ட் அணிந்த இளைஞன் நந்தீஷ்தான் என்பது சந்தேகத்துக்கு இடமின்றி உறுதி செய்யப்பட்டது. உடனிருந்த ஸ்வாதியைக் கண்டறிவதும் எளிதாகவே இருந்தது. இருவரும் ஈவிரக்கமின்றிக் கொல்லப்பட்ட காட்சியும்கூடப் பதிவாகியிருந்ததால் கொலையாளிகளால் தப்பமுடியவில்லை. ஏற்கெனவே கைது செய்யப்பட்டவர்கள் போக, ஸ்வாதியின் சித்தப்பா வெங்கட்ராஜ், உறவினர்களான அஷ்வத்தப்பா, லஷ்மண் ஆகியோரும் கைது செய்யப்பட்டனர். வாடகை வண்டியை ஓட்டிச்சென்ற ஓட்டுநர் சாமிநாதன் தலைமறைவாக முயன்றபோது பிடிபட்டார்.

தந்தை தொடங்கி அனைத்து உறவினர்களும் மொத்தமாகப் பிடிபட்டதற்கு ஸ்வாதியும் ஒரு வகையில் காரணமாக இருந்துள்ளார். தனக்கும் தன் கணவருக்கும் என்ன வேண்டு மானாலும் நடக்கக்கூடும் என்பதை எப்படியோ முன்கூட்டியே கணித்து, காவல் துறையை அணுகி, எங்கள் இருவர் உயிருக்கு ஏதேனும் ஆபத்து நேர்ந்தால் இன்னின்ன உறவினர்கள்தான்

காரணம் என்று கொல்லப்படுவதற்கு முன்னதாகப் புகார் அளித்திருந்தார்.

மறுக்கமுடியாத சான்றுகள் இருந்ததால் தந்தை சீனிவாசன் குற்றத்தை ஒப்புக்கொள்ளவேண்டியிருந்தது. இரட்டைக் கொலைகளை ஏன் செய்தோம் என்பதற்கான காரணத்தையும் சீனிவாசன் விசாரணையின்போது சொல்லியிருக்கிறார். உன் மகள் ஒரு தலித்தைத் திருமணம் செய்துகொண்டுவிட்டாளே என்று என் கிராமத்தைச் சேர்ந்தவர்கள் என்னைக் கேலி செய்துகொண்டே இருந்தனர். என் மகளின் செய்கையால் என் மதிப்பும் குடும்ப கௌரவமும் பறிபோய்விட்டதை உணர்ந்தேன். அதனால்தான் கொல்லத் துணிந்தோம்.

நந்தீஷின் தம்பி சங்கர் பகிர்ந்துகொண்ட விஷயங்கள் இவை. உண்மையில் நந்தீஷைக் காட்டிலும் இந்தத் திருமணத்தில் உறுதியாக நின்றது ஸ்வாதிதான். என்ன நடந்தாலும் நந்தீஷைத்தான் மணந்துகொள்வேன் என்று நான்காண்டுகளாக ஸ்வாதி தன் குடும்பத்திடம் திரும்பத் திரும்ப மன்றாடியிருக்கிறார். வந்து என் வீட்டில் பேசுங்கள் என்று நந்தீஷின் அப்பா நாராயணப்பாவிடமும் ஸ்வாதி கேட்டுக்கொண்டிருக்கிறார். அவரும் வீட்டுக்கு வந்து சீனிவாசனிடமும் மற்றவர்களிடம் பேசியிருக்கிறார். திருமணத்துக்கு ஒப்புதலும் பெற முயன்றிருக்கிறார். இயலவில்லை. ஏமாற்றத்தோடு வீடு திரும்பியிருக்கிறார். இந்த நிகழ்வுக்குப் பிறகு ஸ்வாதி தன் வீட்டைவிட்டு வெளியேறி நந்தீஷின் வீட்டுக்கு வந்திருக்கிறார். திருமணமும் செய்துகொண்டிருக்கிறார்.

மதிப்பு, மரியாதை, குடும்ப மானம் ஆகியவற்றின் பெயரால் இந்த இரட்டைக் கொலைகளைத் தன் உறவினர்களோடு இணைந்து கொடூரமாக நடத்தி முடித்திருக்கிறார் சீனிவாசன். இந்தப் பளபளப்பான பெயர்களுக்குப் பின்னால் ஒளிந்துகொண்டிருக்கும் உண்மையான காரணம், சாதிப் பெருமிதம். அதுதான் இந்த இரட்டை ஆணவக்கொலைகளை அரங்கேற்றியிருக்கிறது.

இந்த வழக்கு இன்னமும் கர்நாடக நீதிமன்றத்தில் நடந்து கொண்டிருக்கிறது. தீண்டாமை ஒழிப்பு முன்னணியின் உதவியோடு வழக்கை நடத்திக்கொண்டிருக்கிறோம் என்கிறார் சங்கர். பல தலித் அமைப்புகள் நந்தீஷின் குடும்பத்தை நேரில்

கண்டு ஆறுதல் தெரிவித்திருக்கின்றன. மற்றொரு பக்கம், சிலர் பெயிலில் ஏற்கெனவே வெளியில் வந்துவிட்டனர். வழக்கைத் திரும்பப்பெற்றுக்கொண்டுவிடு என்று சங்கருக்கும் மற்றவர்களுக்கும் வெவ்வேறு நபர்களால் தொடர்ந்து அழுத்தம் கொடுக்கப்பட்டு வருகிறது. ஆனால் நந்தீஷின் குடும்பம் அடிபணிவதாக இல்லை. நீதிக்கான பயணம் நீண்டது, நெடியது, கடினமானது என்பதை அவர்கள் அறிவார்கள். அப்படியொரு பயணத்தை மேற்கொள்வதைத் தவிர்த்து வேறு வழியில்லை என்பதிலும் அவர்கள் உறுதியோடு இருக்கிறார்கள்.

ஜோதி – சோலைராஜ்

மன்னிக்கமுடியாத குற்றம்

நாம் இதுவரை பார்த்த ஆணவக்கொலைகளில் சில பொதுவான அம்சங்களைக் கண்டிருப்போம். எல்லாமே கலப்பு மணங்கள். கொன்றவர் பிற்படுத்தப்பட்ட, பிற பிற்படுத்தப்பட்ட வகுப்பைச் சேர்ந்தவர்களாகவும் கொலையுண்டவர் தலித்துகளாகவும் இருப்பார்கள். ஒபிசி பிரிவுகளுக்கு இடையிலும் பிரிவுகளுக் குள்ளும் நடைபெறும் திருமணங்களிலும் எதிர்ப்புகள் தோன்றியிருக்கின்றன, கொலைகள் நடைபெற்றிருக்கின்றன.

தலித் சாதிகளுக்கு இடையிலும் பகைமை தோன்றும், ஆணவக்கொலை நடக்கும் என்பதை தூத்துக்குடி சம்பவம் நிரூபித்திருக்கிறது. தலித்துகள் பாதிக்கப்பட்டவர்கள் என்னும் பொது பிம்பத்தை அசைத்துப் பார்ப்பதாக இச்சம்பவம் அமைந்துவிட்டதால் முற்போக்குச் சிந்தனையாளர்கள், அரசியல் செயற்பாட்டாளர்கள் என்று அனைவரையும் அதிர்ச்சியில் தள்ளியுள்ளது. ஆணாதிக்கம், சாதித் தூய்மை, சாதிக் கலப்பு, அசுத்தம் ஆகிய கருத்தாக்கங்கள் தலித்துகளுக்கு மத்தியிலும் பரவியிருப்பதையும் அவர்கள் ஆழ்மனதிலும் இடம் பிடித்துவிட்டதையும் இந்நிகழ்வு புலப்படுத்துகிறது. குறிப்பாக, 2014 அரசியல், சமூக மாற்றங்களுக்குப் பிறகே இரு முக்கிய சாதிப் பிரிவினரான பள்ளர்களும் பறையர்களும் இந்தத் தாக்கங்களுக்கு உள்ளாகியிருக்கின்றனர். இந்த அடிப்படைப் புரிதலின் அடிப்படையில்தான் தூத்துக்குடி கொலைகளை அணுக வேண்டும்.

தூத்துக்குடியிலுள்ள குளத்தூர் பகுதியிலுள்ள தந்தை பெரியார் நகரைச் சேர்ந்தவர் டி. சோலைராஜ். அதே குளத்தூரிலுள்ள பல்லாகுளத்தில் வசித்து வந்தவர் பேச்சியம்மாள் (இன்னொரு பெயர், ஜோதி). சோலைராஜுக்கு 24 வயது, ஜோதிக்கு 21. இருவருமே உப்பளத்தில் வேலை செய்து தினக்கூலி பெற்று வந்தனர். இருவருமே தலித்துகள். சோலைராஜ் பறையர் சாதியைச் சேர்ந்தவர் என்றால் ஜோதி பள்ளர் பிரிவில் வருபவர். இருவரும் ஒருவரையொருவர் காதலித்து வந்தனர்.

இருவருமே தலித்துகள் என்பதால் இவர்களுடைய காதலுக்கு எதிர்ப்புகள் வந்திருக்காது என்றுதான் நினைப்போம். ஆனால் அவர்களுக்கு இடையிலும் ஒரு தடுப்புச்சுவர் எழுப்பப்பட்டுதான் இருந்தது. மேல், கீழ் எனும் பாகுபாடு அவர்களுக்குள்ளும் இருக்கத்தான் செய்தது. இந்து சாதியமைப்புக்கு வெளியில்தான் இருவருமே தள்ளப்பட்டிருந்தனர் என்றாலும் பறையர்களைக் காட்டிலும் பள்ளர்கள் உயர்ந்தவர்களாகக் கருதப்பட்டனர். எனவே சோலைராஜை மணந்துகொள்ளக்கூடாது என்று ஜோதி அறிவுறுத்தப்பட்டார். அதை மீறி 15 ஏப்ரல் 2019 அன்று ஒரு கோயிலில் இருவரும் திருமணம் செய்துகொண்டனர். சோலைராஜின் பெற்றோர் வசிக்கும் இடத்துக்கு அருகில் ஓர் அறை கொண்ட வீட்டில் தங்கள் புதுமண வாழ்வைத் தொடங்கினார்கள்.

3 ஜுலை 2019 அன்று மின்வெட்டு இருந்ததால் சோலைராஜும் ஜோதியும் வீட்டுக்கு வெளியில் வந்து படுத்து உறங்கினார்கள். மறுநாள் காலை அவர்கள் இருந்த இடத்தில் ரத்த வெள்ளம் பாய்ந்துகொண்டிருந்தது. நினைக்கும்போதே உறைய வைக்கும் வகையில் கொடூரமாக இருவரும் கொல்லப்பட்டிருந்தனர். இருவருடைய தலைகளும் வெட்டப்பட்டு கழுத்தில் தொங்கிக் கொண்டிருந்தன. ஜோதியின் மணிக்கட்டு அறுக்கப்பட்டிருந்தது.

காவல்துறை கண்காணிப்பாளராக இருந்த அருண் பாலகோபால் நேரில் வந்து பார்த்ததைத் தொடர்ந்து இரு உடல்களும் தூத்துக்குடி அரசு மருத்துவக் கல்லூரிக்குப் பிரேதப் பரிசோதனைக்காக அனுப்பி வைக்கப்பட்டது.

குற்றவாளிகள் யார் என்பதை யூகிக்க அதிக காலம் பிடிக்கவில்லை. திருமணம் முடிந்த கையோடு இருவரையும் பெண் வீட்டார் மிரட்டத் தொடங்கிவிட்டனர் என்பது தெரிய

வந்தது. ஜோதியின் அப்பா தன் உறவினர்களோடு கூடி வந்து சோலைராஜையும் அவர் பெற்றோரையும் தொடர்ச்சியாக மிரட்டி வந்திருக்கிறார். மிரட்டுவதோடு விட்டால் பரவாயில்லை, நம்மைத் தாக்கினால் என்ன செய்வது என்னும் அச்சம் இருவருக்கும் எழுந்திருக்கிறது. கொளத்தூர் காவல் நிலையம் சென்று, எங்கள் இருவர் உயிருக்கு ஆபத்து ஏற்பட்டால் இன்னார்தான் பொறுப்பு என்று ஒரு புகார் எழுதிக் கொடுத்திருக்கின்றனர். இருவருமே தலித் பிரிவினர் என்பதால் அப்படி ஏதும் நடக்காது என்றே காவல் துறை நம்பியிருக்கிறது. பெண் வீட்டாரை வரவழைத்து எச்சரித்துவிட்டு, உங்களுக்குள் பேசி சுமுகமாக முடித்துக்கொள்ளுங்கள் என்று சொல்லி அனுப்பிவைத்திருக்கிறார்கள். ஆனால் ஜோதியின் வீட்டாருக்குப் பேசித் தீர்ப்பதில் விருப்பம் இல்லை. பிரச்சினை தீர்வதற்கு அவர்களுக்குத் தெரிந்த வழி ஒன்றுதான்.

ஜோதியின் அப்பா சிறிதும் தயங்காமல் தனது குற்றத்தை ஒப்புக்கொண்டார். ஒரு துளி குற்ற உணர்வும் இல்லை அவரிடம். என் மகள் பறையர் சாதியைச் சேர்ந்த ஒருவனைக் காதலித்ததையும் திருமணம் செய்துகொள்வதையும் தாங்கிக்கொள்ள முடியவில்லை. போதாக்குறைக்கு ஒரு குழந்தையை வேறு அவள் சுமந்துகொண்டிருந்ததை அறிந்தோம். என் மகளின் குற்றம் மன்னிக்கமுடியாதது. எங்கள் குடும்பத்துக்குத் தீரா அவப்பெயரை ஏற்படுத்திவிட்டாள். எனவே இருவரையும் கொன்றோம். அவ்வளவுதான்.

மிக எளிதாக அவர் தன் நிலைப்பாட்டை வெளிப்படுத்திவிட்டார். ஆனால் இச்சொற்களைப் புரிந்துகொள்வது அவ்வளவு எளிதல்ல. சாதித் தூய்மை, ஆணாதிக்க உணர்வு, பொருளாதார நிலை என்று பல அம்சங்கள் இக்கொலைகளை இயக்கியிருக்கின்றன. தமிழகத்தில் ஆணவக்கொலைகளின் உளவியலை ஆராயும்போது தூத்துக்குடி கொலைகளுக்குத் தனிக்கவனம் செலுத்தவேண்டியது முக்கியம்.

முடிவுரை

ஆணவக்கொலைகள் : ஏன், எதற்கு, எப்படி?

இதயம் நிறைந்த கனவுகளோடு ஒரு புதிய வாழ்க்கையைத் தொடங்கும்போது அந்தக் கனவுகளோடு சேர்த்துக் கொல்லப்படுவதென்பது சொற்களில் விவரிக்கமுடியாத பெருந்துயர். சாதியின் எல்லைக்கோட்டை, மதத்தின் எல்லைக் கோட்டைக் கடந்து ஒரு காதல் மலருமென்றால் அந்தக் காதல் கருகித்தான் தீரவேண்டியிருக்கும். ஒவ்வோர் ஆணவக் கொலையின் அடிநாதமும் இதுதான்.

கொலையுண்ட பெரும்பாலானோர் 20 முதல் 25 வயதைச் சேர்ந்தவர்கள். பெரும்பாலும் பெண்களே அதிகம் மாண்டு போயிருக்கின்றனர். பெற்றோரின் எல்லைமீறிக் கலப்பு சாதி மணம் செய்துகொள்ளும் ஆணைக் காட்டிலும் பெண் அதிக சீற்றத்தையும் அவமானத்தையும் குடும்பத்துக்குள் ஏற்படுத்துகிறார். சாதியின் புனிதத்தைப் பாதுகாக்கவேண்டியது பெண் எனும் கருத்து நம் சமூகத்தில் அழுத்தமாக நிலைகொண்டுவிட்டதால் ஒரு பெண்ணின் நடத்தையைக் கண்காணிக்கவேண்டியது நம் பொறுப்பு என்று பெற்றோர் நம்புகின்றனர். கலப்பு மணம் என்பது நடத்தை விதிகள் யாவற்றையும் நொறுக்குவதாலும் குடும்பத்தின் மாண்பைக் குலைப்பதாலும் கோபம் கொண்டு கொல்லும் நிலைக்குச் சென்றுவிடுகின்றனர். இதுவும் ஒரு வகையான மூட நம்பிக்கைதான். மத்தியகால, நிலப்பிரபுத்துவக் காலத்திலிருந்து தொடர்ந்து வரும் மூடநம்பிக்கை.

ஓர் ஆணோ பெண்ணோ தக்க வயதில் தனக்கான துணையைத் தேடிக்கொள்வதென்பது எந்தவொரு நாகரிகச் சமூகத்திலும் இயல்பானதொரு நிகழ்வாகவே பார்க்கப்படும். தமிழ்ச்சமூகமும் ஒரு காலத்தில் காதலைக் கொண்டாடும் சமூகமாகவே இருந்திருக்கிறது என்பதை இலக்கியங்கள் உணர்த்துகின்றன. இந்நிலை மாறியதற்கு சாதியமைப்பு ஒரு முக்கியக் காரணம். காதல் சாதி பார்த்து தோன்றுவதில்லை என்பதோடு சாதியின் இருப்பையே தகர்க்கும் வலிமை கொண்டதாக இருக்கிறது. அதனால்தான் அது ஒரு புதையல் காக்கும் பூதம்போல் காதலர்களைக் கண்காணிக்கிறது. சாதி எல்லைகளை மீறுவோரை அடித்துக்கொன்றுப் புசிக்கிறது. அந்த அரக்கரிடமிருந்து மீண்டெழுந்து வந்தவர்கள் வெகு சிலர்தான்.

ஆணாதிக்கம் புரையோடியுள்ள சமூகத்தில் சாதிகளுக்குள்ளும் சாதிகளுக்கு இடையிலும் காதலித்துத் திருமணம் செய்துகொள்பவர்கள் சிறுபான்மையினராக இருக்கிறார்கள். வலிமைமிக்க சாதியமைப்பை எதிர்க்க இயலாமல் மடிகின்றனர்.

தமிழகத்தைப் பொருத்தவரை சாதி என்பது மறுக்கமுடியாத, கடக்கமுடியாத யதார்த்தம். பெருமிதத்தோடு, நெஞ்சை உயர்த்தி பெரியார் மண் என்று அவ்வப்போது பலரும் இங்கே சொல்லிக்கொள்வதுண்டு என்றாலும் சாதி ஒழிந்துவிடவில்லை என்பதோடு மேலும் பலம் பெற்றிருக்கிறது. சாதிகளுக்கு இடையிலான வெறுப்பு வளர்ந்து நிற்கும் நிலையில் சமூகநீதி ஒரு வெற்று முழக்கமாக மட்டும் சுருங்கி நிற்பதைக் காண்கிறோம். ஆணவக்கொலை நம் புனிதக் கற்பிதங்களையெல்லாம் உடைத்து நொறுக்குகிறது. நம்மைக் காட்டுமிராண்டிச் சமூகத்துக்கே மீண்டும் இழுத்துச் செல்கிறது.

ஆணவக்கொலை குறிப்பாக அதிக அதிர்ச்சியூட்டுவதற்குக் காரணம் பெற்றவர்களும் உறவினர்களுமே நேரடியாகத் தங்கள் குழந்தைகளைக் கொல்வதுதான். ‘தமிழ்ச் சமூகத்தின் இன்றைய வளர்ச்சி நிலையைக் காணும்போது விசித்திரமாக இருக்கிறது. நம் நிலத்தில் காதல் இயல்பானதொன்றாக ஒரு காலத்தில் இருந்திருக்கிறது. இன்று காதல் பற்றிய நம் பார்வை சுருங்கிவிட்டது. சாதி நம்மை மாற்றிவிட்டது’ என்கிறார் வீ. அரசு. ‘நியோ லிபலிரசம் நம் வாழ்வை முற்றிலுமாக மாற்றிவிடும் என்னும் கணிப்பு முழுக்கப் பலிக்கவில்லை. சாதிப் பெருமிதத்தை எதுவும் அசைக்கவில்லை.’

இந்தியாவில் ஒவ்வோர் ஆண்டும் 900 ஆணவக்கொலைகள் நிகழ்கின்றன. நம் நாட்டில் அதிக எண்ணிக்கையில் ஆணவக் காலைகள் நடைபெறுவது உத்தரப் பிரதேசத்தில். 2015ஆம் ஆண்டு 131 பேர் கொல்லப்பட்டிருக்கிறார்கள். 2015 தொடங்கி கொல்லப்படுபவர்களின் எண்ணிக்கை 800 மடங்கு அதிகரித்திருப்பதாக 2016ஆம் ஆண்டு நாடாளுமன்றத்துக்குச் சமர்ப்பிக்கப்பட்ட ஓர் அறிக்கை குறிப்பிடுகிறது.

இத்தகைய கொலைகள் எப்போதுமே நடந்துகொண்டுதான் இருக்கின்றன என்றாலும் சமீப காலங்களில்தான் இவை அதிகம் வெளிச்சத்துக்கு வருகின்றன. அதற்கு இரண்டு காரணங்களைச் சொல்லமுடியும். இருளில் கிடந்த பெண்கள் வீட்டைவிட்டு வெளியில் வந்து கல்வி, வேலைவாய்ப்பு என்று விரிந்து செல்லத் தொடங்கிவிட்டார்கள். இரண்டாவது, ஊடகத்தின் வளர்ச்சி. வெறுமனே கொலைகளாக இதுவரை நாம் கடந்து சென்று கொண்டிருந்ததை ஆணவக்கொலைகள் என்று தனிக்கவனம் கொடுத்து நாம் ஆராய்வதற்குக் காரணம் ஊடகத்தின் வெளிச்சம்.

இந்தியா இன்னமும் முழுமையான நவீனத்தை எட்டிப்பிடிக்க வில்லை. நிலப்பிரபுத்துவம் பல இடங்களில் இன்னமும் செல்வாக்கு செலுத்திக்கொண்டுதான் இருக்கிறது. ஹரியானா, உத்தரப் பிரதேசம், ராஜஸ்தான் ஆகிய இடங்களில் கப் பஞ்சாயத்து என்று அழைக்கப்படும் கிராமிய அமைப்புகள் மக்களிடையே செல்வாக்கு பெற்றிருக்கின்றன. உள்ளூர் வழக்குகள் இவர்களிடம் எடுத்துச் செல்லப்படுகின்றன. ஊர் பெரியவர்களான பஞ்சாயத்துத் தலைவர்கள் வழக்கை விசாரித்துத் தங்களுக்குத் தெரிந்த நீதி பரிபாலனத்தைச் செய்துகொண்டிருக்கிறார்கள். சாதி, கோத்திரம், குலப்பெருமை, குடும்ப மானம் போன்றவற்றைப் போற்றிப் பாதுகாப்பும் பகுதிகளாக இவை இருப்பதால் அங்குள்ள பஞ்சாயத்துத் தலைவர்கள் அதே விழுமியங்களை ஏற்றவர்களாக இருக்கிறார்கள். காதல், கலப்புமணம் ஆகிய ‘குற்றங்களுக்கு’ இவர்கள் வழங்கும் நீதித்தீர்ப்புகள் அதிர்ச்சியூட்டுபவை.

பிற்போக்கான சமூகத்தில் ஆணாதிக்கம் செழித்து வளர்கிறது. அங்கே பெண்கள் இளக்காரமாகப் பார்க்கப்படுகிறார்கள். உடைமைபோல் பாவிக்கப்படுகிறார்கள். அவர்கள்மீது இழைக்கப் படும் வன்முறை சாதாரணமாக எடுத்துக்கொள்ளப்படுகிறது. சமூகம் ஒரு பெண்ணைக் கேள்வி கேட்கலாம், அவளுடைய தனிப்பட்ட வாழ்வில் தலையிடலாம் என்று அந்தப் பெண்ணின் பெற்றோரை நம்புகின்றனர். இந்நிலையில், என் வாழ்வை நானே

தீர்மானித்துக்கொள்வேன், எனக்கான முடிவை நானே எடுப்பேன் என்று சொல்லும் பெண் ஒரு முரணாக மட்டுமே பார்க்கப் படுகிறார். அந்த முரண் முற்றும்போது தண்டனை அளிக்கப் படுகிறது.

•

ஆணவக்கொலை இந்தியாவுக்கு மட்டுமே உரிய சாபமல்ல. உலகளவில் ஒவ்வோர் ஆண்டும் 5000 ஆணவக்கொலைகள் நிகழ்கின்றன என்கிறது ஐக்கிய நாடுகள் அறிக்கையொன்று. பாகிஸ்தானில் ஒவ்வோர் ஆண்டும் 1000 பேர் கொல்லப்படுவதாக மனித உரிமைக் குழுக்களின் அறிக்கை குறிப்பிடுகிறது. அமெரிக்கா, பிரிட்டன், ஜெர்மனி உள்ளிட்ட நாடுகளிலும் ஆணவக்கொலைகள் நடக்கின்றன. தென் கிழக்கு நாடுகளிலிருந்தும், மத்தியக் கிழக்கிலிருந்தும் குடிபெயர்ந்த பலர் இந்நாடுகளில் வாழ்வது குறிப்பிடத்தக்கது.

2003இல் பிரிட்டனில் ஷஃபீலா அகமது தனது பெற்றோரால் கொடூரமாகக் கொல்லப்பட்ட செய்தி வெளிவந்தபோது, பிரிட்டனிலும் இப்படியெல்லாம் நடக்குமா என்று பலர் அதிர்ச்சியடைந்தனர். ஓர் அறிக்கையின்படி ஒவ்வோர் ஆண்டும் 12 பேர் பிரிட்டனில் மட்டும் கொல்லப்படுகின்றனர். அமெரிக்காவில் 23 முதல் 27 பேர் ஆண்டுதோறும் கொல்லப் படுவதாக அந்நாட்டின் அதிகாரப்பூர்வ நீதித்துறை அறிக்கை குறிப்பிடுகிறது. ஜெர்மனியிலும் ஆணவக்கொலைகள் நடைபெறுகின்றன. இந்நாடுகளிலெல்லாம் பிற கொலை களிலிருந்து ஆணவக்கொலைகள் தனித்து அடையாளப்படுத்தப் படுவதைக் காணலாம்.

மக்கள் எங்கு குடிபெயர்ந்தாலும் சாதியையும் குழு மனப்பான்மையையும் சுமந்தே செல்கின்றனர் என்பதைத் தெரிந்துகொள்ளமுடிகிறது. பிற பகுதிகளிலும் நடைபெறுகிறது என்றாலும் இந்திய ஆணவக்கொலைகள் அளவில் மட்டுமல்ல, நிகழ்த்தப்படும் முறையிலும் அதிர்ச்சியை ஏற்படுத்துகிறது. குறிப்பாக, கடந்த ஐந்தாண்டுகளில் ஆணவக்கொலைகள் அதிகரித்திருப்பது பெருகும் சகிப்பின்மைக்குச் சான்றாக இருக்கிறது. 2013 முதல் 2019 வரை 190 ஆணவக்கொலைகள் நடைபெற்றிருக்கின்றன என்கிறார் கதிர். கொல்லப்பட்டவர்களில் 80% பேர் பெண்கள், பதின் பருவத்தினர்.

தமிழகத்தில் சாதியமைப்பு ஏன் சிக்கலானதாக இருக்கிறது என்பதைப் புரிந்துகொள்ள ஓபிசி உள்ளிட்ட பிரிவுகளைச் சேர்ந்தவர்களின் நிலப்பிரபுத்துவ, ஆணாதிக்க மனநிலையை நாம் உணரவேண்டும். மாற்றுச் சாதியினரிடையே மட்டுமல்ல, சொந்த சாதிக்குள் நடைபெறும் கலப்பு மணங்களும்கூட எதிர்க்கப் படுகின்றன; இங்கும் கொலைகள் நடைபெறுகின்றன. தலித்து களை ஒடுக்கப்பட்டோராக மட்டும் சுருக்கிவிடமுடியவில்லை. அதிர்ச்சியூட்டும் வகையில் அவர்களும் காதலை எதிர்க்கிறார்கள். சமதர்ம சமூக நிலையை நோக்கி நகரும்போது, அதை முன்னெடுத்துச் செல்லும், பாதிக்கப்பட்ட ஒரு சமூகத்திலும் ஆணாதிக்க மனநிலை வெளிப்படுவது மிகவும் வேதனையானது. தூத்துக்குடி கொலைகள் ஒரு பிறழ்வுதான் என்று புரிந்து கொண்டாலும் இது சாதிக் கட்டமைப்பின் பலத்தையும் மனித மனத்தின் பலவீனத்தையும் வெளிப்படுத்தத்தான் செய்கிறது.

இந்தியாவில் நடைபெறும் அனைத்துவிதமான குற்றச்செயல்கள் குறித்தும் புள்ளிவிவரங்களைத் திரட்டி அறிக்கை வெளியிடும் தேசியக் குற்ற ஆவணக் காப்பகம், 2017ஆம் ஆண்டு தொடங்கி அமைதியாகிவிட்டது. ஆணவக்கொலை குறித்த எந்தத் தகவலும் அவர்களிடம் இல்லை. இந்நிலையில் மதுரையைச் சேர்ந்த எவிடென்ஸ் போன்ற அரசு சாரா அமைப்புகளின் தரவுகளே நமக்கு உதவுகின்றன. காவல் துறை ஆவணங்கள், தகவல் அறியும் உரிமைச் சட்டத்தைக் கொண்டு பெறப்பட்ட தரவுகள் உள்ளிட்டவற்றைக் கொண்டு இத்தகைய அமைப்புகள் தங்கள் ஆய்வுகளை மேற்கொண்டு புள்ளிவிவரங்களை வெளியிடு கின்றன. நீதிமன்றங்களில் பல சமயம் அரசுத் தரப்பிலிருந்து அளிக்கப்படும் புள்ளிவிவரங்களை எவிடென்ஸ் போன்ற அமைப்புகள் வெளியிடும் புள்ளிவிவரங்களோடு ஒப்பிடும்போது பெரிய மாறுபாட்டைக் காணமுடியும். குற்றச்செயல்களை அரசு தரப்பு எப்போதும் குறைத்தே காட்டும். அரசு சாரா அமைப்புகள் அளிக்கும் எண்ணிக்கை கூடுதலாக இருக்கும்.

•

ஆணவக்கொலைகளை ஆராயும் பலரும் கவனிக்கத் தவறும் ஒரு முக்கியமான கோணம், பொருளாதாரம். குடும்ப மானம், சாதித் தூய்மை, தீட்டு போன்றவற்றுக்குக் கொடுக்கும் அதே முக்கியத்துவத்தை பொருளாதார நிலைக்கும் கொடுக்க

வேண்டியது அவசியம். இக்காரணங்கள் ஒருபக்கம் இருந்தாலும் கலப்பு மணம் புரிந்துகொள்பவர்கள் ஆணவக்கொலைக்கு ஆளாவதற்கு அடிப்படையான, முதன்மையான காரணமாக சாதிதான். இந்த நுட்பமான, சிக்கலான சமூக நிகழ்வில் அதிக பாதிப்புகளைச் சந்திப்பவர்கள் தலித்துகள்.

ஓர் எடுத்துக்காட்டு. சமீபத்தில், திருநெல்வேலியில் நாங்குநேரிக்கு அருகிலுள்ள மறுகால்குறிச்சி எனும் கிராமத்தில் 21 வயது நம்பிராஜனின் தலை துண்டிக்கப்பட்டது. அதே கிராமத்தைச் சேர்ந்த ஒரு பெண்ணை 25 நவம்பர் 2019 திருமணம் செய்துகொண்டதற்காக அளிக்கப்பட்ட தண்டனை அது. இத்தனைக்கும் இருவரும் இடைநிலை மறவர் சாதியைச் சேர்ந்தவர்கள். சாதியில் வேறுபாடு இல்லை என்றாலும் பெண் வீட்டார் வசதி படைத்தவர்களாக இருந்தனர். நம்பிராஜனின் பொருளாதார நிலை திருப்திகரமானதாக இல்லை என்பதால் பெண்ணின் சகோதரர்களுக்குத் திருமணத்தில் விருப்ப மில்லையாம். கொன்றுவிட்டனர்.

நந்தீஷின் சகோதரர் சங்கரும் பொருளாதாரக் கோணத்தைக் குறிப்பிட்டிருக்கிறார். ஸ்வாதியின் குடும்பச் சொத்தான நிலம், வீடு போன்றவை இன்னமும் பிரிக்கப்படாத நிலையில் நந்தீஷை அவர் மணந்துகொண்டிருக்கிறார். திருமணத்துக்குப் பிறகு நியாயப்படி ஸ்வாதிக்கு ஒரு பங்கு கொடுக்கப்படவேண்டும். அவ்வாறு கொடுத்தால் அந்தப் பங்கு ஒரு தலித்தான நந்தீஷுக்கும் போய்ச் சேரும். அதை ஸ்வாதியின் மாமாக்கள் விரும்பவில்லை என்கிறார் சங்கர்.

அகமணமுறை சாதியமைப்பைப் பலப்படுத்துகிறது, தொடர்ந்து தழைத்திருக்குமாறு செய்கிறது. தேசியக் குடும்ப நலத் திட்டம் 5 (2019-21) ஆய்வின்படி இந்தியாவிலேயே அகமணமுறை அதிகம் நிலவுவது தமிழ்நாட்டில்தான். தேசிய அளவில் இந்த நடைமுறை 11% ஆக நீடிக்கிறது என்றால் தமிழ்நாட்டில் 28% ஆக இருக்கிறது. பிற்படுத்தப்பட்டோர், மிகவும் பிற்படுத்தப்பட்டோர் ஆகியோருக்கு மத்தியில் அவ்வப்போது ஆணவக்கொலைகள் நடைபெறுவது வழக்கமாகிவிட்டது என்கிறார் கதிர். குடும்பச் சொத்து நம் சாதியைக் கடந்து வெளியில் சென்றுவிடக்கூடாது என்பதில் குடும்பங்கள் உறுதியாக இருக்கின்றன என்கிறார் அவர்.

●

தென்னிந்தியாவை எடுத்துக்கொண்டால் தமிழகத்துக்கு வெளியில் ஆந்திரப் பிரதேசத்திலும் தெலுங்கானாவிலும் ஆணவக் கொலைகள் நடைபெற்று வருகின்றன. செப்டெம்பர் 2018இல் பெருமள்ள பிரனாய் குமார் எனும் 24 வயது தலித் இளைஞர் நலகொண்டா மாவட்டத்திலுள்ள மிர்யாளகுடா எனும் இடத்தில் பட்டப்பகலில் எல்லோர் முன்பும் அடித்துக்கொல்லப்பட்டார். எட்டு மாதங்களுக்கு முன்பு மாருதி ராவ் என்பவரின் 19 வயது மகள் அம்ருதவர்ஷினியை அவர் மணந்துகொண்டிருந்தார். மாருதி ராவுக்கு இத்திருமணத்தில் விருப்பமில்லை. கருவுற்றிருந்த தன் மனைவியை பிரனாய் மருத்துவனைக்கு அழைத்துச் செல்லும் வழியில் இடைமறித்துக் கொல்லப்பட்டிருக்கிறார். மாருதி ராவ் அதன்பின் தற்கொலை செய்துகொண்டார்.

இக்கொலையைத் திட்டமிட்டு நிறைவேற்றிய மாருதி ராவ், 'என் மகளை நான் மிகவும் விரும்பினேன்' என்று காவல் துறையில் வாக்குமூலம் அளித்திருக்கிறார். ஒரு தலித்தை அவள் மணந்து கொண்டால் என் நிலை என்னாகும்? சமூகம் என்னைப் பற்றி என்ன பேசும்? அதனால் 10 லட்சம் கொடுத்து கூலியாள்களை நியமித்துக் கொன்றேன் என்று விளக்கமும் அளித்திருக்கிறார். அம்ருத வர்ஷினியும் குழந்தையும் இப்போது கணவரின் சகோதரி வீட்டில் வாழ்ந்து வருகின்றனர்.

ஹரியாணா, பஞ்சாப், ராஜஸ்தான், உத்தரப் பிரதேசம், பிகார் ஆகிய பகுதிகளில் ஆணவக்கொலைகள் நடைபெற்றிருப்பதைக் கவனப்படுத்தியுள்ள உச்ச நீதிமன்றம், டெல்லியிலும் தமிழ்நாட்டிலும்கூடச் 'சில சம்பவங்கள்' நிகழ்ந்துள்ளதாகக் குறிப்பிட்டுள்ளது. தமிழ்நாடு அரசு சென்னை உயர் நீதிமன்றத்தில் 29 ஜூலை 2019 அன்று அளித்த தனது வாக்குமூலத்தில் 2003 தொடங்கி 23 கொலைகள் இங்கே நடைபெற்றிருப்பதாகக் குறிப்பிட்டுள்ளது. நிச்சயம் இது குறைவான எண்ணிக்கை என்கிறார்கள் இத்துறையில் இயங்கி வருபவர்கள்.

2012இல் பாட்டாளி மக்கள் கட்சித் தலைவர் டாக்டர் ராமதாஸ், தலித் இளைஞர்கள் 'கூலிங் கிளாஸும் டிஷர்ட்டும் ஜீன்ஸும்' அணிந்துகொண்டு பிற சாதிப் பெண்களை மயக்கிக் காதலில் விழ வைப்பதாகக் குற்றம்சாட்டினார். ஆணவக்கொலைகள் அதன்பின் வேகவேகமாக அதிகரித்தன.

பவானி எனும் 25 வயது பெண்ணின் கொலை அதிர்ச்சியூட்டக் கூடியது. இரு குழந்தைகளின் தாய். ராமநாதபுரம்

மாவட்டத்திலுள்ள குயவன்குடி எனும் கிராமத்தில் வசித்து வந்தார். எம்பிசி பிரிவைச் சேர்ந்த இவர் கடலூரைச் சேர்ந்த சதீஷ் குமார் எனும் தலித் இளைஞரைத் திருமணம் செய்துகொண்டார். திருப்பூரில் ஒரு துணி ஆலையில் இருவரும் சந்தித்து காதல் வயப்பட்டிருக்கின்றனர். ராமநாதபுரத்தில் ஒரு கோயிலில் திருமணம் நடந்திருக்கிறது. முதலில் திருப்பூரிலும் பின்னர் கடலூரிலும் வாழ்ந்திருக்கிறார்கள். சதீஷுக்கு மலேசியாவில் வேலை கிடைத்ததைத் தொடர்ந்து பவானி ராமநாதபுரத்துக்குத் தன் குழந்தைகளோடு வந்து தாத்தா, பாட்டி வீட்டில் வசிக்கத் தொடங்கினார். திருமணம் முடிந்த நான்காண்டுகள் முடிவடைந்த நிலையில் பவானியின் சகோதரன் ராமநாதபுரத்துக்குக் கோபத்தோடு தேடிவந்து அவரைக் கொன்றான்.

தன் மனைவி கொலையான விஷயம்கூட முதலில் தன்னிடம் தெரிவிக்கப்படவில்லை என்கிறார் சதீஷ் குமார். முறையான விசாரணைகூட நடத்தப்படவில்லை. உடற்கூராய்வு அவசர, அவசரமாக நடந்திருக்கிறது. வீடியோவிலும் பதிவு செய்யப் படவில்லை என்கிறார் சதீஷ். ஒட்டுமொத்த குடும்பமும் இக்கொலையில் ஈடுபட்டதென்றாலும் காவல் துறை சகோதரன்மீது இந்தியத் தண்டனைச் சட்டம் 302 பிரிவின்கீழ் வழக்குப் பதிவு செய்தது என்கிறார் சதீஷ். தன் மனைவியின் உடல் வேகவேகமாக எரியூட்டப்பட்டதையும் வேதனையோடு பகிர்ந்துகொள்கிறார். 'என் குழந்தைகள் முன்பு என் மனைவி கொல்லப்பட்டிருக்கிறார்.'

நானும் என் இரு குழந்தைகளும் துயரக்கடலில் நீந்திக் கொண்டிருக்கிறோம் என்கிறார் சதீஷ் குமார் எனும் தலித் இளைஞர். திருமணமான ஐந்தாண்டுகளில் மனைவி கொல்லப் படுகிறார். 'என் மனைவி தன் பெற்றோரை மிகவும் நம்பியிருந்தாள். குழந்தைகளைக் கண்டு அவர்கள் மாறி விடுவார்கள், நம்மை ஏற்றுக்கொள்வார்கள் என்று நம்பினாள். ஆனால் குடும்ப மரியாதை, பெருமிதம்தான் அவர்களுக்கு முக்கியமாக இருந்தது. தன் மகளைப் பறிகொடுத்தாவது பெருமிதத்தை நிலைநாட்டவேண்டும் என்றே அவர்கள் நினைத்திருக்கிறார்கள். ஒரு தலித்தை எப்படி நீ மணந்து கொள்ளலாம் என்று அவள் சமூகத்தைச் சேர்ந்தவர்களும் எதிர்த்திருக்கிறார்கள். பவானியின் சகோதரன் ஆத்திரத்தில் அவளைக் கொன்றுவிட்டதாகச் சொன்னார்கள். இக்கொலைக்குப் பிறகு அவன் குடும்பத்தைச் சேர்ந்த பல பெண்கள் அவனை

மணந்துகொள்ள முன்வந்ததாகவும் கேள்விப்பட்டேன். அவன் பெயிலில் வெளியில் வந்துவிட்டான். மகிழ்ச்சியோடு திருமணமும் செய்துகொண்டுவிட்டான்.'

நீதிமன்ற வரலாற்றிலேயே முதல் முறையாக ஆணவக்கொலை தமிழ்நாட்டில்தான் வன்கொடுமைத் தடுப்புச் சட்டத்தின்கீழ் வழக்கறிஞர் குழு நியமிக்கப்பட்டு வழக்கு விசாரணை மேற்கொள்ளப்பட்டது. நீதி விரைவாகக் கிட்டவேண்டும் என்பதால் மேற்கொள்ளப்பட்ட ஏற்பாடு இது.

கல்பனா எனும் தலித் பெண் கொல்லப்பட்ட வழக்கில் மறவர் சாதியைச் சேர்ந்த (எம்பிசி) ஒரு தம்பதிக்கு மரண தண்டனை அளித்தது திருநெல்வேலி நீதிமன்றம். கல்பனாவின் சகோதரர் விஸ்வநாதன் காவேரியைக் காதலித்து மணந்துகொண்டதால் பெண் வீட்டார் இந்த ஆணவக்கொலையை நடத்தியிருக் கின்றனர். திருமணமான தம்பதியைக் கண்டுபிடிக்க முடியாததால் ஆத்திரத்தில் கல்பனாவைக் கொன்றிருக்கிறார்கள்.

2012இல் முதுகுளத்தூரில் அல்லிராஜன் என்பவர் தன்னுடைய 16 வயது பெண் திவ்யாவைக் கொலை செய்தார். திவ்யா ஒரு தலித்தைக் காதலித்து வீட்டைவிட்டு வெளியேறியதால் கோபமடைந்து அப்பா ஆத்திரமடைந்த கொன்றதோடு நடந்தது தற்கொலை என்றும் மூடி மறைக்க முயன்றுள்ளார். பின்னர் கைது செய்யப்பட்டபோது, ஆம் உறங்கிக்கொண்டிருந்தபோது என் பெண்ணைத் தலையணை வைத்து அழுத்திக் கொன்றேன் என்று ஒப்புக்கொண்டிருக்கிறார்.

13 மார்ச் 2016 அன்று பட்டப்பகலில் கும்பலால் தாக்கிக் கொல்லப்பட்ட உடுமலை சங்கரையும் இங்கே நினைவுபடுத்திக் கொள்ளலாம். கௌசல்யாவின் தந்தை கூலியாட்களை வைத்து நடத்திய தாக்குதல் இது. கோகுல்ராஜின் தலை துண்டிக்கப்பட்ட உடல் 24 ஜூன் 2015 அன்று ரயில் பாதையில் கண்டெடுக்கப் பட்டது.

கீழமருதூரைச் சேர்ந்த மாற்றுத் திறனாளியான அமிர்தவல்லி, அவர் கணவர் பழனியப்பன், அவர்களுடைய 40 நாள் குழந்தை அனைவரும் 2014இல் கொல்லப்பட்டனர். அமிர்தவல்லி ஒரு தலித். அவர் கணவர் பிசி வகுப்பைச் சேர்ந்தவர். பழனியப்பனின் குடும்பத்தைச் சேர்ந்தவர்கள் இந்தக் கொலைகளில் ஈடுபட்டதாக கீழை நீதிமன்றம் தீர்ப்பளித்து அவர்களுக்கு 37 ஆண்டுகள் சிறைத் தண்டனை அளித்தது.

இசக்கி சங்கர் பிசி யாதவ வகுப்பைச் சேர்ந்த ஒரு வங்கி ஊழியர். இவர் 20 நவம்பர் 2018 அன்று திருநெல்வேலியில் கொல்லப்பட்டார். அவர் காதலித்து வந்த எம்பிசி பிரிவைச் சேந்த சத்யபாமாவின் உடல் மறுநாள் மர்மமான முறையில் காணக்கிடைத்தது. பிசி பிரிவைச் சேர்ந்த சிவா, சௌம்யா இருவரும் நாகர்கோவிலிலுள்ள வடசேரியில் மே 2013இல் கொல்லப்பட்டனர்.

'காதல் வயப்படும் இத்தகைய பெண்களுக்கு வேறு மார்க்கமே இல்லை. முயல்கள்போல் அவர்கள் வேட்டையாடப் படுகிறார்கள், கண்டந்துண்டமாக வெட்டி வீசப்படுகிறார்கள். எங்கு சென்றாலும் பல பெண்களை எப்படியோ கண்டுபிடித்து ஏதேதோ பேசி வீட்டுக்கு அழைத்து வந்துவிடுகின்றனர். அதன்பின் அவர்களை மூளைச்சலவை செய்கிறார்கள். அப்படியும் சொல் பேச்சு கேட்காவிட்டால் கொன்றுவிடுகிறார்கள்' என்கிறார் சென்னை உயர் நீதிமன்றத்தின் மூத்த பெண் வழக்கறிஞர் ஒருவர்.

மேல்சாதி இளைஞர்களைத் திருமணம் செய்துகொண்ட தலித் பெண்கள் கணவனின் வீட்டாரால் அடித்து விரட்டப்பட்ட நிகழ்வுகள் ஏராளம் உள்ளன. பல சமயம் பெண் வீட்டுக்காரர்கள் அவமானத்தைத் தாங்கிக்கொள்ளமுடியாமல் தற்கொலை செய்துகொள்வதும் உண்டு.

18 நவம்பர் 2019 அன்று ஓர் அம்மா தனது மகளுக்குத் தீயூட்டியிருக்கிறார். நாகப்பட்டணத்தைச் சேர்ந்த ஒரு தலித் இளைஞரைத் திருமணம் செய்துகொள்ள முடிவெடுத்த காரணத்தால் இந்தத் தண்டனை. பெண்ணுக்கு 18 வயது ஆகும்வரை காத்திருந்து பிறகு மணந்துகொள்ளலாம் என்று இருவரும் திட்டமிட்டிருந்தனர். அம்மாவுக்கு விஷயம் தெரியவந்ததும் மகளை எரித்துக்கொல்ல முடிவெடுத்துவிட்டார். மகள் மருத்துவமனையில் இறந்துவிட்டார்.

ஜூலை 2019இல் கோயம்புத்தூரில் நடந்த இரட்டைக் கொலைகளை எடுத்துக்கொள்வோம். காதல் வயப்பட்டிருந்த வர்ஷினி ப்ரியா, கனகராஜ் இருவரும் விரைவில் திருமணம் செய்துகொள்ளத் திட்டமிட்டிருந்தனர். மேட்டுப்பாளையத்தைச் சேர்ந்த கனகராஜ் ஒரு வன்னியர். வர்ஷினி ப்ரியா அருந்ததியர் வகுப்பைச் சேர்ந்தவர். கனகராஜின் பெற்றோர் ஒரு வழியாகத் திருமணத்துக்குச் சம்மதம் தெரிவித்துவிட்ட நிலையில் அண்ணன் விநோத் கோபமுற்றிருக்கிறார். தன் தம்பி ஒரு தலித்தைத்

திருமணம் செய்துகொள்ளக்கூடாது என்று கருதிய வினோத் இருவரையும் தாக்கிக் கொன்றிருக்கிறார்.

•

தலித் பிரிவினருக்கு இடையே அரசியல் வேறுபாடுகள் இருப்பதையும் அந்த வேறுபாடுகள் சில சமயம் மோதலாக வெடிப்பதையும் பார்த்திருக்கிறோம். ஆனால் சமூகரீதியிலோ பொருளாதாரரீதியிலோ தலித்துகளுக்கு இடையில் பெரிய அளவில் விரோதம் நிலவி நாம் பார்த்ததில்லை. இந்நிலையில், தலித்துகளும் ஆணவக்கொலையில் ஈடுபடுவார்கள் என்பதைப் பலரால் நம்பவோ ஏற்கவோ முடியவில்லை.

தூத்துக்குடி மாவட்டத்தில் நடைபெற்ற சோலைராஜ், ஜோதி இரட்டைக் கொலைகள் பொது மக்களை மட்டுமல்ல, சமூகவியலாளர்களையும் அதிர்ச்சியில் தள்ளியிருப்பதைக் காணமுடிகிறது. ஜூலை 2020இல் திருச்சியில் ஒரு பிராமண இளைஞர் தலித் இளைஞரால் கொல்லப்பட்ட சம்பவத்தை கதிர் நினைவுகூர்கிறார். தனது தங்கையைக் காதலித்து மணந்த காரணத்தால் சகோதரர் கொலை செய்திருக்கிறார்.

கல்விப்புலம் சார்ந்தோர், அரசியல் செயற்பாட்டாளர்கள் உள்ளிட்டோரின் பங்களிப்புகள்தான் ஒடுக்கப்பட்ட பல சாதியினரை தலித் எனும் ஒற்றை அடையாளத்துக்குள் கொண்டுவந்தது. தனித்தனியே பிரிந்திருக்கும்போது கிடைக்காத கவனம் ஒற்றைப் பிரிவுக்குள் திரளும்போது கிடைக்கும் என்பதால் மேற்கொள்ளப்பட்ட ஏற்பாடு இது. தலித் எனும் அடையாளம் அரசியல் உரிமைகளைக் கேட்டுப் பெறுவதற்கும் கல்வி, சமூகம், பொருளாதாரம் சார்ந்து முன்னேறுவதற்கும் உதவிகரமாக இருக்கும் என்று இவர்கள் நம்பினர். குறிக்கோளில் குறையில்லை என்றாலும் சாதிய உணர்வைத் தலித்துகளாலும் சில சமயங்களில் கைவிடமுடியவில்லை என்பதுதான் துயரமான கள யதார்த்தம்.

•

பெற்றோர் ஏற்பாடு செய்த திருமணத்தை மறுப்பது, திருமணத்துக்கு முன்பு பாலியல் உறவு கொள்வது, எதிர்ப்பை மீறி காதலிப்பது, விவாகரத்து, விவாகரத்துக்குப் பிறகு குழந்தை யாரிடம் இருக்கவேண்டும் என்பதில் தகராறு உள்ளிட்ட காரணங்களால் ஆணவக்கொலைகள் நடைபெறுவதாக உச்ச

நீதிமன்றம் தனது தீர்ப்பொன்றில் குறிப்பிட்டுள்ளது. கிட்டத்தட்ட இக்காரணங்கள் அனைத்தும் பெண்களுக்குப் பொருந்துபவை.

ஆணவக்கொலைகளின் அடிப்படை நோக்கம் மனிதர்களை, குறிப்பாகப் பெண்களைக் கட்டுப்படுத்துவது என்கிறது ஒரு சர்வதேசக் கூட்டமைப்பு (Honour-Based Violence Awareness Network – HBVAN). பெருமிதத்தின் பெயரால் குடும்பங்களுக்குள் நிகழும் வன்முறைச் சம்பவங்கள் குறித்த தகவல்களையும் புள்ளி விவரங்களையும் ஆவணப்படுத்திவருகிறது இந்த அமைப்பு.

ஒரு பெண்ணை உடைமையாகக் கருதும் ஆணாதிக்கப் போக்கும் அந்தப் போக்கை வலுப்படுத்தும் நிலப்பிரபுத்துவச் சமூக அமைப்பும் ஆணவக்கொலைகள் தழைப்பதற்கு உதவிகரமாக இருக்கின்றன. குடும்பத்தின், சாதியின், மரபின் தொடர்ச்சியை உருவாக்கிக்கொண்டிருப்பவர்கள் பெண்கள் என்பதால் அவர்களுடைய தூய்மையே குடும்பத்தின் தூய்மையாகக் கருதப் படுகிறது.

கலப்பில்லாத ரத்தம் எங்கள் குடும்பத்தில் பாய்ந்து கொண்டிருப்பதை மாபெரும் பெருமிதமாகக் கருதும் போக்கு மிகப் பெரும்பாலோரிடம் காணப்படுகிறது. காதலும் கலப்பு மணமும் இப்பெருமிதத்தை நொறுக்கிவிடும் என்று இவர்கள் அஞ்சுகின்றனர். அக்கம் பக்கத்தினர் நம்மை மதிக்கமாட்டார்கள், இனி சமூகத்தில் தலை நிமிர்ந்து வாழமுடியாது என்று தவிக்கிறார்கள். தங்கள் மகளோ மகனோ மாபெரும் குற்றம் இழைத்துவிட்டதாகவும் அக்குற்றத்துக்குத் தாங்கள்தாம் தண்டனை விதிக்கமுடியும் என்றும் இவர்கள் நம்புகின்றனர்.

கொலை என்பது குடும்ப உறுப்பினரின் தனிப்பட்ட முடிவாகவோ கூட்டு முடிவாகவோ இருப்பதைப் பார்க்கிறோம். பல சமயம் பெற்றோரும் உறவினரும் சேர்ந்து வீட்டுப் பெண்களைக் கொல்கின்றனர். சமூக உறுப்பினர்களும் இக்கொலையில் பங்குபெறுவதுண்டு.

•

2014இல் எம்பிசி வகுப்பைச் சேர்ந்த சத்யபாமா என்பவர் கோயம்புத்தூருக்கு அருகில் கொங்கு வேளாளர் சமூகத்தைச் சேர்ந்த (இதுவும் இடைநிலைச் சாதிதான்) ஒருவரைத் திருமணம் செய்துகொண்டதற்காகக் கொல்லப்பட்டார். உடையார் சாதியைச் சேர்ந்த பூபதி எனும் பெண் தேனி மாவட்டத்தைச் சேர்ந்த

மற்றொரு பிசி வகுப்பைச் சேர்ந்த இளைஞரை மணந்து கொண்டதற்காகக் கொல்லப்பட்டார். 2015இல் ஒரு நாடார் இளைஞர் திருநெல்வேலியிலுள்ள ஒரு கள்ளரை மணந்து கொண்டதற்காகக் கொல்லப்பட்டார். பதிவு செய்யப்படாமல், நம் கவனத்துக்கும் வராமல் போன கொலைகள் ஏராளம் இருக்கும்.

இதுபோன்ற கொடூரமான கொலைகள் சமூகத்தில் நடக்கக்கூடாது என்கிறார் நந்தீஷின் சகோதரர் சங்கர். 'நாங்கள் ஏழைகள், நிலமற்றவர்கள். நந்தீஷ்தான் எங்கள் குடும்பத்தைக் கவனித்துக் கொண்டார். தன் மகனின் இழப்பை அப்பா, அம்மாவால் இதுவரை ஏற்கமுடியவில்லை. மாண்டியாவிலுள்ள நீதிமன்றத்தில் இப்போதும் வழக்கு நடந்துகொண்டு இருக்கிறது. சிபிஎம்மின் தமிழ்நாடு தீண்டாமை ஒழிப்பு முன்னணி எங்களுக்கு நிதியுதவியும் ஆதரவும் அளித்துக்கொண்டிருக்கிறது. என்னுடைய ஒரே விருப்பம், நந்தீஷையும் அவர் மனைவியையும் கொன்றவர்கள் சட்டத்தின்படி தூக்கிலிடப்படவேண்டும் என்பதுதான். அப்போது தான் அவர்கள் ஆன்மா சாந்தியடையும்.'

திருநெல்வேலியைச் சேர்ந்த சற்குணத்தின் கதை இதயத்தைக் கரைக்கக்கூடியது. தலித் பிரிவைச் சேர்ந்த அவர் மனைவி கல்பனாவின் கொலைக்குப் பிறகு சற்குணம் தனது நான்கு வயது குழந்தையோடு ஆதரவின்றி அல்லாடிக்கொண்டிருக்கிறார். 'ஒரு பாவமும் செய்யாத கல்பனாவைக் கொன்றுவிட்டார்கள். அவளுடைய சகோதரன் ஒரு பெண்ணுடன் வீட்டைவிட்டு வெளியேறிவிட்டான். பெண் வீட்டார் முரட்டுத்தனமானவர்கள். எனக்கு அது பற்றி எதுவும் தெரியாது என்று என் மனைவி எவ்வளவு வாதாடியும் அவர்கள் அவளைக் கொன்றுவிட்டனர். சென்னை உயர்நீதிமன்றம் கொலையாளிகளை நிரபராதிகள் என்று சொல்லிவிட்டது. எவிடென்ஸின் உதவியோடு உச்ச நீதிமன்றத்தை நாடியிருக்கிறோம்.' அந்தத் தம்பதி தமிழ்நாட்டுக்கு வெளியில் ஒரு நகரில் வாழ்கின்றனர்.

●

'இளம் தம்பதிகள் புதிதாகத் தங்கள் வாழ்வைத் தொடங்கும்போது, சாதியும் குடும்பமும் உள்புகுந்து அவர்கள் காதலை அழித்து விடுகிறது. தூய்மை, பெருமிதம் ஆகியவற்றைத் திணித்து அவர்கள் வாழ்வைக் கலைத்துப்போடுகிறது. என்னைப் போன்ற வெகு சிலர் அதிர்ஷ்டவசமாகத் தப்பிப் பிழைத்திருக்கிறோம்'

என்கிறார் கௌசல்யா. சங்கரின் மரணத்தைத் தொடர்ந்து உடனுக்குடன் தான் சமூக விலக்கம் செய்யப்பட்டதை கௌசல்யா நினைவுகூர்கிறார். அவரது வலியோ இழப்போ அச்சமோ ஒருவருக்கும் பொருட்டாக இல்லை. இவ்வளவுக்கும் பிறகும் அவர் போதுமான அளவுக்குத் தண்டிக்கப்படவில்லை என்றே சமூகம் கருதியிருக்கிறது.

'ஆனால் சங்கரின் மரணம் என் மனவுறுதியைக் குலைக்கவில்லை. வாழவேண்டும், போராடவேண்டும், சங்கரின் கனவைத் தொடர்ந்து முன்னெடுக்கவேண்டும் எனும் உறுதிப்பாட்டையே எனக்குள் ஏற்படுத்தியது' என்கிறார் கௌசல்யா. சாதி அமைப்பு நொறுக்கப்படவேண்டும். பெருமிதம், தூய்மை போன்ற கருத்தாக்கங்கள் தவிடுபொடியாக்கப்படவேண்டும். ஆணவக் கொலை எங்கள் அற்புதமான வாழ்கை, கனவைக் குலைத்து விட்டது. நாம் நேசித்தவர்களே நமக்கு எதிராகத் திரும்புவார்கள், கொல்லவும் துணிவார்கள் என்பது உண்மையிலேயே கொடுங்கனவுதான்.'

கௌசல்யா தன் தந்தைக்கு எதிராக நீதிமன்றத்தில் வாதாடி, அவருக்கு மரண தண்டனையைப் பெற்றுத் தந்தார். 'ஆணவக் கொலைக்கென்று ஒரு வலுவான தனிச்சட்டம் உருவாக்கப்பட வேண்டும்' என்கிறார் கௌசல்யா. 'ஒருவேளை நான் இறந்து சங்கர் தப்பியிருந்தால், நான் தலித் அல்ல என்பதால் அவருக்கு எதுவுமே கிடைத்திருக்காது. என்னை ஆதரிக்கவும் சட்டம் எதுவும் இல்லை.'

கௌசல்யா இவ்வாறு சொல்வதன் பின்னணியை நாம் புரிந்து கொள்ளவேண்டும். ஒரு தலித்துக்கும் தலித் அல்லாதோருக்கும் இடையில் கலப்பு மணம் நடைபெற்று ஆணவக்கொலையும் நடைபெற்றால் இறந்தவர் தலித் என்றால் அரசும் தலித் அமைப்புகளும் எல்லா உதவிகளையும் அளிக்கும். 'ஒருவேளை கொல்லப்பட்டவர் தலித் அல்ல என்றால் வெறும் கொலை வழக்கு மட்டுமே பதிவு செய்யப்படும். தலித் அல்லாதவர் இறந்து, பிழைத்திருப்பவர் தலித் என்றால் அவருக்கு எந்த உதவிகளும் கிடைக்காது. அதனால்தான் ஆணவக்கொலை குறித்து விரிவான தனிச்சட்டம் வேண்டும் என்று கோருகிறோம்' என்கிறார் கதிர்.

ஆணவக்கொலைக்கு எதிரான சட்டமொன்று வேண்டும் என்று சாதி ஒழிப்பு முன்னணியும் வலியுறுத்துகிறது. இந்த அமைப்பைச் சேர்ந்தவரும் இளவரசனின் உறவினருமான வி. ரமணி, 'இளைய

தலைமுறையினர் கொடூரமான ஆணாதிக்கத்துக்குப் பலியாவது அதிர்ச்சியளிக்கிறது' என்கிறார். 'ஆணவக்கொலைக்கு எதிரான தனிச்சட்டம் இப்போது நமக்கு அவசியம் மட்டுமல்ல, அவசரமும்கூட.'

ஆணவக்கொலையால் பலியானவர்களுக்குச் சாதி வேறுபாடின்றி அரசு உதவிகள் கிடைப்பதற்கு இச்சட்டத்தின்மூலம் வழி செய்யப்படவேண்டும். பிற கொலைகள்போல் அல்லாமல், ஆணவக்கொலைக்குப் பலியானவர்களையும் அவர்களுடைய இணையரையும் நீதிமன்றமும் அரசும் பரிவோடு அணுக வேண்டும். ஆணவக்கொலைக்குத் தன் இணையரை இழந்து நிற்கும் ஒருவர் (அவர் ஆணாகவும் இருக்கலாம், பெண்ணாகவும் இருக்கலாம்) தன் வாழ்வை மீட்டெடுக்கும் வகையில் அவருக்குப் போதுமான அளவுக்கு இழப்பீடு அளிக்கப்படவேண்டும். சங்கருக்குப் பிறகு நான் ஆதரவற்றவளாக மாறினேன். என் வாழ்வை நானே மீட்டெடுத்துக்கொள்ளவேண்டிய நிலைக்குத் தள்ளப்பட்டேன். அது இன்னொருவருக்கு நேரக்கூடாது என்கிறார் கௌசல்யா.

கௌசல்யா என்றதும் பாதிக்கப்பட்டவர் என்னும் பிம்பம் நமக்குத் தோன்றுவதில்லை. ஆணவக்கொலையால் பாதிக்கப்பட்டோர் சார்பாக நின்று குரல் கொடுக்கும் ஒரு செயற்பாட்டாளராகவே அவர் வளர்ந்து நிற்கிறார். தன் வாழ்வின் சோகமான, இருள் நிறைந்த பக்கங்களை கௌசல்யா இன்று கடந்து வந்துவிட்டார். மறுமணம் புரிந்திருக்கிறார். முடிந்துபோன ஒரு வாழ்க்கை தொடர்பான நினைவுகள் மட்டுமே அவரிடம் தங்கியிருக்கின்றன. எதிர்காலத்தின்மீது கண்களைப் பதித்து முன்னோக்கி நடப்பதற்கான மன உறுதியை அவர் திரட்டிக்கொண்டுவிட்டார். எது அவரை வீழ்த்தியதோ அதை வீழ்த்துவதற்கான உத்வேகம் அவரை உயிர்ப்போடு வைத்திருக்கிறது. இது எல்லோருக்கும் நடக்கவில்லை என்பதையும் இழப்பு ஒவ்வொருவரையும் ஒவ்வொரு விதமாக உருமாற்றியிருக்கிறது என்பதையும் கௌசல்யா உணர்ந்திருக்கிறார்.

இன்னொரு பக்கம், தங்கள் குழந்தைகளைப் பறிக்கொடுத்த பிறகும் அது குறித்த எந்த உணர்வுமின்றிச் சாதிப் பெருமிதத்தை உயர்த்திப் பிடித்துக்கொண்டு நிற்கும் பெற்றோரும் இருக்கத்தான் செய்கின்றனர். என் மகனோ மகளோ இல்லாவிட்டால் பரவாயில்லை, பெருமிதமும் மானமும் இருக்கிறது என்று

நினைக்கிறார்கள். 'இவர்களைப் போன்றவர்கள் எங்கள்மீதான வன்முறையை நியாயப்படுத்துகிறார்கள்' என்கிறார் கௌசல்யா.

•

சாதிக்கும் அரசியலுக்கும் இடையிலான உறவு விரிவாக ஆராயப்பட்டுள்ளது. சாதி குறித்த சமூகக் கண்ணோட்டங்களை அரசியலே தீர்மானிக்கிறது என்று ஆய்வாளர்கள் கருதுகின்றனர். சாதியமைப்பைத் தொடர்ந்து தக்க வைத்துக்கொண்டிருக்கும் ஓர் அமைப்பாகவும் அரசியல் திகழ்வதைப் பார்க்கிறோம். பல அரசியல் கட்சிகள் சாதி ஓட்டுகளை நம்பியே இயங்கிக் கொண்டிருககின்றன. சாதிக்கும் வகுப்புவாத அரசியலுக்கும்தான் கட்சிகள் முக்கியத்துவம் அளிக்கின்றன என்று ஆவணக்கொலை குறித்த விசாரணையொன்றின்போது சென்னை உயர்நீதிமன்றம் குறிப்பிட்டது. கலப்பு மணம் புரிந்துகொண்டவர்கள் இணக்கமாக வாழவேண்டுமானால் அரசியல் களத்திலிருப்போர் தலையிட வேண்டும் என்றும் நீதிமன்றம் குறிப்பிட்டது.

இந்து திருமணச் சட்டத்தின்கீழ் சுயமரியாதைத் திருமணத்தை 1960களின் இறுதியிலேயே கொண்டுவந்து அனைவரையும் வியப்பிலாழ்த்திய மாநிலம் இது. ஏராளமான கலப்பு மணங்கள் இங்கே நடைபெற்றிருக்கின்றன என்பது வரலாறு. இருந்தும் இப்போது கலப்பு மணங்கள் கடும் எதிர்ப்புகளையும் சாதிய மோதல்களையும் கொண்டுவருவது வருத்தமளிக்கக்கூடியது. ஒரு காலத்தில் மார்க்சிய லெனினிய இயக்கங்களின் தாக்கத்துக்கு உட்பட்டிருந்த தர்மபுரி இன்று ஆணவக்கொலையின் ரத்தச் சுவடுகளை ஏந்தி நிற்கிறது. சாதிய உணர்வும் கூர்மை பெற்றிருக்கிறது.

யுவராஜ் போன்ற சாதிச் சங்கத் தலைவர்களுக்கு நாமக்கல் அளித்த ஆதரவையும் நாம் மறந்துவிடமுடியாது. தனது சாதியைச் சேர்ந்த ஒரு பெண்ணோடு இணைந்து காணப்பட்ட ஒரே காரணத்துக்காக கோகுல்ராஜ் கொல்லப்பட்டது பெரும் துயரம்.

2007 தொடங்கி கிட்டத்தட்ட 30 ஆணவக்கொலைகள் மேற்கு தமிழகத்தில் நடைபெற்றிருக்கின்றன. தலித், பழங்குடி மக்கள் தொடர்பான பிரச்னைகளைக் கவனிப்பதற்கு உயர் மட்டக் குழுவொன்றை மாநில அரசு உருவாக்கியது என்றாலும் சாதிச் சங்கங்களின் செல்வாக்கால் இந்தக் குழு கிட்டத்தட்ட செயலிழந்துவிட்டது. தமிழ்நாடு காவல் துறையிலேயே சமூக

நீதிப் பிரிவொன்று தனியே இருக்கிறது. கூடுதல் டிஜிபி அதற்குத் தலைமை தாங்குகிறார். இப்பிரிவு தலித், பழங்குடி மக்களுக்கு எதிரான குற்றங்களை விசாரிக்கிறது.

கலப்பு மணம் புரிபவர்கள் தொடர்பான வழக்குகளை விசாரிக்க எல்லா மாவட்டங்களிலும் சிறப்புப் பிரிவொன்றைத் தொடங்க வேண்டும் என்று சென்னை உயர் நீதிமன்றத் தீர்ப்பொன்று சுட்டிக்காட்டுகிறது. இத்தீர்ப்பை மன்மீத் சிங் எதிர் ஹரியாணா அரசு (2016) வழக்கில் உச்ச நீதிமன்றம் கவனப்படுத்தியுள்ளது. கலப்பு மணம் புரிந்துகொண்டவர்களுக்குப் பாதுகாப்பு அளிக்கப் படவண்டும் என்றும் அவர்களுடைய பெற்றோர்களுக்கு ஆலோசனை அளிக்கப்பட வேண்டும் என்றும் தீர்ப்பு குறிப்பிடுகிறது. தமிழ்நாட்டிலும் சரி, பிற மாநிலங்களிலும் இவை பின்பற்றப்படவில்லை.

மத்திய அரசின் சமூகநீதி மற்றும் அதிகாரமளித்தல் அமைச்சகம் அம்பேத்கர் பெயரில் சமூக இணக்கத் திட்டமொன்றை அறிவித்துள்ளது. அதன்படி கலப்பு மணம் புரிந்துகொண்டவர்கள் உதவி வேண்டி விண்ணப்பித்தால் 2.5 லட்சம் வரை கிடைப்பதற்கு வழி இருக்கிறது. இப்படியொரு திட்டம் இருந்தாலும் பலரால் அவ்வளவு எளிதில் அணுகவோ பலன் பெறவோ முடிவதில்லை; ஏராளமான முட்டுக்கட்டைகள் போடப்பட்டிருக்கின்றன என்கிறார்கள் தலித் செயற்பாட்டாளர்கள்.

எடுத்துக்காட்டுக்கு, கலப்பு மணத் தம்பதியினரில் ஒருவர் பட்டியல் சாதியைச் சேர்ந்தவராக இருக்கவேண்டும். திருமணமான ஓராண்டில் தகுந்த ஆவணங்களோடு உதவி கேட்டு விண்ணப்பிக்க வேண்டும். இதுவரை தமிழ்நாட்டிலிருந்து ஒருவர்கூட இத்திட்டத்தால் பலனடைந்ததில்லை என்கிறார் ஒரு சமூக சேவகர். அரசியல் கட்சிகளும் முழுமனதோடு இதில் அக்கறை செலுத்துவதில்லை.

திமுக, அதிமுக இரண்டுமே எண்ணிக்கையளவில் முக்கியத்துவம் வாய்ந்த பிற்படுத்தப்பட்ட வகுப்பினரின் வாக்குகளை நம்பியிருக்கின்றன. அதனால்தான் ஆணவக்கொலை குறித்து தமிழ்நாடு சட்டமன்றத்தில் பொருட்படுத்தத்தக்க விவாதங்கள் நடைபெறுவதில்லை. இடைநிலை மறவர் சாதியைச் சேர்ந்த துணை முதல்வர் ஓ. பன்னீர்செல்வம் பிப்ரவரி 2015இல் ஆணவக்கொலை தமிழகத்தில் நடைபெற்றதில்லை என்று அடித்துச் சொன்னார். ஆணவக்கொலையே நடைபெறாதபோது அதற்கென்று தனிச்

சட்டம் அவசியமற்றது என்பது அவர் வாதம். இத்தகைய அணுகு முறை நிலைமையை மேலும் சிக்கலானதாகவே மாற்றுகிறது.

ஆணவக்கொலைகளுக்குப் பலியானவர்களில் 80% பேர் பெண்கள் என்றால் அவர்களில் பெரும்பகுதியினர் தலித்துகள். 'திராவிட அரசியலின் பிரச்னை இது. பிற்படுத்தப்பட்ட வாக்குகள் முக்கியம் என்பதால் காந்திய, பெரியாரியக் கோட்பாடுகளை அவர்கள் பின்பற்றத் தயங்குகிறார்கள்' என்கிறார் அ. மார்க்ஸ். 'குடும்பங்களும் சாதிகளும்தாம் இளம் தம்பதிகளின் வாழ்வைத் தீர்மானிக்கின்றன. காவல் துறை போன்ற அரசு அமைப்புகள் பெரும்பாலும் கொலையாளிகளோடுதான் இணக்கமாக இருக்கின்றன.

தமிழ்நாடு தீண்டாமை ஒழிப்பு முன்னணியைச் சேர்ந்த சாமுவேல் ராஜின் கருத்தும் இதுதான். 'அரசு, குறிப்பாகக் காவல்துறை பக்கச்சார்போடுதான் இயங்கிக்கொண்டிக்கிறது. மதுரை மாவட்டத்தைச் சேர்ந்த விமலா தேவியின் (மிகவும் பிற்படுத்தப்பட்ட வகுப்பைச் சேர்ந்தவர்) கொலையை இதற்கு உதாரணமாகச் சொல்லலாம். அவர் உயிருக்கு ஆபத்து என்று தெரிந்தும், காவல்துறை அவர் கணவர் திலீப் குமாரிடமிருந்து (தலித்) பிரித்து பெற்றோர் வீட்டுக்கு விமலாவை அனுப்பி வைத்தது. ஆனால் விமலா விரைவில் இறந்துபோனார். கலவரமடைந்த காவல்துறை தற்கொலை என்று சொல்லி வழக்கை மூடப் பார்த்தது. திலீப்குமாரின் மனுவை ஏற்று சென்னை உயர் நீதிமன்றம் வழக்கை விசாரணைக்கு எடுத்துக்கொண்டது.' தீண்டாமை ஒழிப்பு முன்னணியின் உதவியோடு வழக்கு நடைபெற்றது.

இந்தச் சாதிய வெறியை சென்னை உயர் நீதிமன்றம் ஒரு வழக்கில் (B. Dilipkumar Vs. The Secretary to Government (Tamil Nadu)) பட்டவர்த்தனமாகச் சுட்டிக்காட்டியுள்ளது. நீதிபதி வி. ராமசுப்ரமணியன் தனது தீர்ப்பில் (11.11.2014), திலீப்குமார் எனும் தலித் ஆண் உசிலம்பட்டியைச் சேர்ந்த கள்ளர் சாதியைச் சேர்ந்த தனது மனைவி விமலாவின் மரணம் குறித்து சிபிஐ விசாரணை நடத்தக் கோரி ரிட் மனு தாக்கல் செய்துள்ளார். நீதிபதி அதில் காவல்துறையைக் கடுமையாகச் சாடி சிபிஐயிடம் ஒப்படைத்தார். காவல்துறைமீது நடவடிக்கையும் எடுக்க உத்தரவிட்டார்.

அரசியல் கட்சிகள் சமூகத்தை ஜனநாயகமயப்படுத்தத் தவறி விட்டது என்கிறார் பழனி துரை. 'மக்களைச் சாதியத்திடமிருந்து

பிரிப்பதற்குப் பதில் அதிலேயே அவர்கள் தங்க வைப்பதில்தான் அரசியல் கட்சிகள் ஆர்வம் காட்டுகின்றன. சாதியும் இன்று கார்பரேட் மயமாகிவிட்டது. தமிழ்நாட்டு மக்கள்தொகையில் சரி பாதி பேர் கிராமங்களில் விவசாயத்தை நம்பியிருக்கிறார்கள். நிலப்பிரபுத்துவ முறையிலிருந்து அவர்கள் இன்னமும் வெளிவர வில்லை.'

தமிழக அரசு ஆணவக்கொலையை அலட்சியமாகக் கையாள்கிறது என்கிறார் விசிக தலைவர் ரவிக்குமார். இப்போக்கு தொடரும் வரை ஆணவக்கொலையும் தொடரும் என்பது அவர் கருத்து. ஆணவக்கொலைக்குத் தனிச் சட்டம் வேண்டும் என்னும் கோரிக்கையை விடுதலைச் சிறுத்தைகள் கட்சி நீண்டாகாலமாக முன்வைத்து வருகிறது. புதிய தமிழகத்தைச் சேர்ந்த டாக்டர் கே. கிருஷ்ணசாமியும் திராவிடக் கட்சிகளை ஆணவக்கொலை களுக்குப் பொறுப்பேற்கவேண்டும் என்று கருதுகிறார். தீண்டாமையும் சமூக, பண்பாட்டு ஒதுக்கலும் தொடரும்வரை தலித்துகள் அதிகாரமற்றவர்களாகவே இருப்பார்கள் என்கிறார் இவர்.

கலப்பு மணம் தேசத்துக்கு நன்மையைத்தான் கொண்டுவரும்; அது சாதி அமைப்பைத் தகர்க்கும் என்கிறது உச்ச நீதிமன்றம். ஜவாஹர்லால் நேரு பல்கலைக்கழகத்தைச் சேர்ந்த பேரா. வொய்.எஸ். அலோனின் இக்கருத்தை அப்படியே ஏற்றுக்கொள்ள வில்லை. 'சாதிய பாகுபாட்டைக் களைய உதவும் வழிகளில் கலப்பு மணமும் ஒன்று, அது சமூகத்தில் ஒருங்கிணைப்பைக் கொண்டுவரும் என்பதும் உண்மைதான். ஆனால் சாதியை அது அழிக்கும் என்று சொல்லமுடியாது. கலப்பு மணத்தைப் பட்டியல் சாதி மக்கள் பெருமளவு ஏற்றுக்கொண்டுவிட்டனர். ஆனால் அம்பேத்கரின் கருத்துகள் நுழையாத இடங்களில் கலப்பு மணம் இன்னமும் தடை செய்யப்பட்டுதான் இருக்கிறது.'

மகாத்மா ஜோதிபா புலே கலப்பு மணங்களை ஆதரித்தார் என்கிறார் பேரா. அலோன். 'இந்தியாவைப் பொருத்தவரை பெரும்பாலான மக்கள் அரசியலமைப்புச் சட்டத்தின் விழுமியங்களையல்ல, அவரவர் சாதிய விழுமியங்களைத்தான் உயர்வாகக் கருது கிறார்கள். பகுத்தறிவை ஒரு சமூகம் ஏற்காதபோது வெறுப்பும் கோபமும் வன்முறையும் பெருகுவதுதான் இயல்பு' என்கிறார் அலோன். சமத்துவமும் சாதியும் ஒருபோதும் இணைந்திருக்க முடியாது என்று இவர் வலியுறுத்துகிறார். சீனாவிலுள்ள

ஹாங்ஷூவில் அமைந்திருக்கும் பௌத்த ஆய்வுக் கழகத்தோடு இணைந்து இவர் பணியாற்றிவருகிறார்.

கலப்பு மணம் குறித்த அம்பேத்கரின் பார்வை ஆழமானது, வித்தியாசமானது. 'கலந்துண்ணும் வழக்கமும் கலப்பு மணமும் பெருகினால் சாதியமைப்பு தனது பலத்தை இழக்கத் தொடங்கும்' என்று சாதியை அழித்தொழித்தல் எனும் நூலில் அம்பேத்கர் குறுப்பிடுகிறார். எது நோய், அது எப்படிப் பரவுகிறது என்பதைக் கண்டறிந்துவிட்டோம். ஆனால் நோய்க்கு ஏற்ற மருந்து அளிக்கிறோமா என்பதுதான் முக்கியம் என்கிறார் அம்பேத்கர்.

செங்கல் சுவர்போல், இரும்பு முள்வேலிபோல் சாதி என்பது வெளிப்படையாக மனிதர்களுக்கு இடையில் உருவாகி நின்று அவர்களைப் பிரிக்கும் ஒரு பொருளல்ல என்கிறார் அம்பேத்கர். அதை நாம் காணமுடியாது என்பதால் அகற்றவும் முடியாது. சாதி என்பது ஒரு கருத்தாக்கம். அது ஒருவிதமான மனநிலை. சாதியை அழிப்பது என்பது கண்ணுக்குப் புலப்படும் ஒரு தடையை அகற்றுவது அல்ல. கருத்தளவில் ஏற்படும் மாற்றம்மூலமே சாதியை அழிக்கமுடியும் என்று விளக்குகிறார் அம்பேத்கர். சாதி என்பது குறிப்பிட்ட மத நம்பிக்கைகளின் இயல்பான விளைவு. சாத்திரங்களின் ஆதரவோடு அது இயங்குகிறது என்கிறார் அம்பேத்கர். கலந்துண்ணும் வழக்கத்தையும் கலப்பு மணத்தையும் அதிகளவில் நடத்திக்காட்டவேண்டும். கட்டாயப்படுத்தி உணவு உண்ணச் செய்வதுபோன்ற ஒரு வழிமுறைதான் இது. சாதி இயல்பானதாக மாறிவிட்டதால் செயற்கையான இத்தகைய வழிமுறையை நாம் நாடவேண்டியிருக்கிறது என்பது அம்பேத்கரின் பார்வை.

சாத்திரங்களின் பிடியிலிருந்து ஒவ்வோர் ஆணையும், ஒவ்வொரு பெண்ணையும் விடுவிக்கவேண்டும் என்று அம்பேத்கர் விரும்பினார். கலந்துண்ண மறுப்பவர்களை விமரிசிப்பதன் மூலமோ கலப்பு மணத்தைக் கொண்டாடுவதன்மூலமோ நாம் விரும்பிய மாற்றத்தை ஏற்படுத்தமுடியாது. சாத்திரங்கள்மீதான நம்பிக்கையை அகற்றுவதுதான் உண்மையான மாற்றம் என்பது அம்பேத்கரின் நிலைப்பாடு. அதுவே சாதியழிப்புக்கும் இட்டுச் செல்லும்.

பிடிவாதமான, பிற்போக்கான, காட்டுமிராண்டித்தனமான சமூகம் நம்முடையது என்கிறார் அம்பேத்கர். தங்கள் மனைவியை,

சகோதரியை, குழந்தையை ஆணாதிக்க மன்னர்கள்போல் நடத்தும் கூட்டம்தான் நம்மிடையே உள்ளது. பெண்கள் நமக்குக் கட்டுப்பட்டவர்கள், நம்மைவிடத் தாழ்ந்த இடத்தில் இருப்பவர்கள் எனும் எண்ணமே ஆண்களிடம் நிறைந்திருக்கிறது. பெண்களுக்கு விருப்பமோ அடையாளமோ சுதந்திரமோ இல்லை என்று நினைக்கிறார்கள்.

•

ஆணவக்கொலையைத் தனித்துவமான குற்றமாகக் கருதி சட்டம் இயற்றவேண்டும் என்று பெண் உரிமைப் போராளிகள் குரல் கொடுக்கின்றனர். ‘இந்த விஷயத்தில் சிறுபான்மையினர்போல் உணர்கிறேன். ஆணவக்கொலைக்குத் தனிச்சட்டம் இயற்றும் நேரம் வந்துவிட்டது. வலுவான சட்டம் இருந்தால்தான் இதுபோன்ற கொடூரமான குற்றம் குறையும்’ என்கிறார் ஒரு சமூகச் செயற்பாட்டாளர்.

பெருமிதத்தின் பெயரால் பெண்களுக்கு எதிராக இழைக்கப்படும் குற்றங்களைத் தடுக்க 2002இல் ஐநா ஒரு தீர்மானத்தை நிறைவேற்றியது. ஆணவக்கொலை புரிபவர்கள் சட்டத்தின்படி கடுமையாகத் தண்டிக்கப்படுவார்கள் என்று ஜூலை 2009இல் அப்போதைய உள்துறை அமைச்சர் ப. சிதம்பரம் நாடாளுமன்றத்தில் குறிப்பிட்டார்.

பல ஆணவக்கொலைகள் இந்திய தண்டனைச் சட்டம் 174இன் கீழ் சந்தேகத்துக்குரிய மரணம் என்றே முதலில் பதிவு செய்யப்பட்டு, பின்னர் 302ஆம் பிரிவுக்கு மாற்றப்படுகின்றன. ஆணவக் கொலைக்குத் தனிச்சட்டம் இருந்தால் 18 முதல் 30 வயதுக்குரிய மரணங்களை, குறிப்பாகக் கலப்பு மணம் செய்துகொண்ட பெண்களின் மரணங்களைப் பிரத்தியேகமாக விசாரிக்கமுடியும்.

2011இல் ஒரு சட்ட முன்வரைவை (Prohibition of Unlawful Assembly - interference with freedom of matrimonial alliance) அரசு நாடாளுமன்றத்தில் சமர்ப்பித்தது. ஆணவக்கொலைக்குக் கடும் தண்டனை அளிக்கும் வகையில் இது அமைந்திருந்தது. சாட்சிய சட்டம், இந்திய தண்டனைச் சட்டம் உள்ளிட்டவற்றில் இது சில திருத்தங்களையும் முன்மொழிந்திருந்தது. இந்தச் சட்டமுன்வரைவின்படி, நான் குற்றமிழைக்கவில்லை என்பதை நிரூபிப்பது குற்றவாளியின் பணி. இந்து திருமணச் சட்டத்திலும்

திருத்தங்கள் கொண்டு வரலாமா என்பது குறித்த விவாதங்களையும் அது கிளப்பியது. இன்றுவரை இது சட்டமாகவில்லை.

ஆச்சரியமூட்டும் வகையில் பாகிஸ்தானில் தனிச்சட்டம் இயற்றப்பட்டுள்ளது. அது காகித அளவில்தான் இருக்கிறது, நடைமுறைக்கு வரவில்லை என்பது தனிக்கதை. அமெரிக்காவில் பெண்களுக்கு எதிரான வன்முறையை எதிர்கொள்ளும் ஒரு சட்ட முன்வரைவு 2013 முதல் காத்திருப்பில் இருக்கிறது. சில ஐரோப்பிய நாடுகளில் ஆணவக்கொலையைப் பிற குற்றங்களிலிருந்து பிரித்துக் காட்டும் வகையிலான நடைமுறை அமலில் இருக்கிறது.

நீதிமன்றச் சீர்திருத்தங்களுக்கான குரல் நம்பிக்கையளிக்கிறது. 2007இல் ஹரியாணாவில் ஆணவக்கொலைக்கு எதிரான உறுதியான தீர்ப்பு வெளிவந்தது. கிராமத்துப் பெரியோர்களைமீறி திருமணம் செய்துகொண்ட தம்பதியைக் கொன்ற ஐவருக்கு மரண தண்டனை அளிக்கப்பட்டது. ஒரே கோத்திரத்தைச் (ஒரே சாதிய உட்பிரிவு) சேர்ந்த மனோஜ், பாப்லி இருவரும் பெண்ணின் உறவினர்களால் கடத்தப்பட்டுக் கொல்லப்பட்டனர். கப் பஞ்சாயத்தின் தீர்ப்பின்படி இந்தக் கொலைகள் நடைபெற்றிருக்கின்றன. சம்பந்தப்பட்டவர்கள் போலவே கப் பஞ்சாயத்துத் தலைவரும் தண்டிக்கப்பட்டிருக்கிறார். அவருக்கு ஆயுள் தண்டனை அளிக்கப்பட்டது.

பெருமிதக் கொலையில் எந்தப் பெருமிதமும் இல்லை என்று மே 2011இல் உச்ச நீதிமன்றம் குறிப்பிட்டது ஆணவக்கொலைக்கு எதிராகப் போராடிக்கொண்டிருப்பவர்களுக்கு உத்வேகமூட்டுவதாக இருக்கிறது. மார்கண்டேய கட்ஜு, கியான் சுதா ஆகிய இரு நீதிபதிகள் கொண்ட ஓர் அமர்வு, ஆணவக் கொலைகளை அரிதினும் அரிதான குற்றங்களாகக் கருதி மரண தண்டனை அளிக்கவேண்டும் என்று கேட்டுக்கொண்டது. இனியும் இந்த வழக்கத்தைத் தொடர்ந்தால் தூக்குமேடைதான் என்னும் அச்சம் சமூகத்தில் தோன்றவேண்டும் என்று இவர்கள் குறிப்பிட்டனர்.

உச்ச நீதிமன்ற தலைமை நீதிபதி தீபக் மிஷ்ராவின் தலைமையில் மூன்று நீதிபதிகளைக் கொண்ட ஓர் அமர்வு சக்திவானி எனும் அரசு சாரா நிறுவனம் தொடுத்த பொதுநல வழக்கொன்று தொடர்பாக 2016இல் முன்வைத்த கருத்து முக்கியமானது. ஆணவக்கொலை தனிமனித சுதந்தரத்தை, தனிப்பட்ட தேர்வு உரிமையைக்

கொல்கிறது. குடும்பங்களை அல்லது கப் பஞ்சாயத்தை மீறி திருமணம் செய்துகொள்ளும் தம்பதிகள் பெரும் ஆபத்தை எதிர்நோக்குகிறார்கள். ஆணவக்கொலை விசாரணைகளை விசாரிப்பவர்கள் செய்ய வேண்டியவை, செய்யக்கூடாதவை ஆகியவற்றை விவரிக்கும் வழிமுறைகளையும் இந்த அமர்வு தயாரித்து அளித்தது. ஆணாதிக்க மன்னர்கள்போல் தங்கள் குழந்தைகளைக் கொல்லும் போக்கைக் கண்டித்தது. மகளின், மகனின், தங்கையின், தம்பியின் மனித உரிமைகளைக் காட்டிலும் குடும்பத்தின் பெருமிதமோ சமூகத்தின் பெருமிதமோ முக்கிய மல்ல என்றும் தெளிவுபடுத்தியதோடு சாதிப் பெருமிதத்தோடு கலந்திருக்கும் ஆணாதிக்க உணர்வையும் வெளிச்சம்போட்டுக் காட்டியது. ‘22 மாநிலங்கள் இந்த நீதிமன்றம் கேட்டுக்கொண்ட தகவல்களை அனுப்பி வைத்தது. தமிழ்நாடு அனுப்பவில்லை’ என்கிறார் கதிர்.

கலப்பு மணம் புரிந்துகொண்டவர்களைச் சமூகம் அரவணைத்துக் கொள்ள வேண்டும். அதற்குச் சமத்துவச் சிந்தனை பரவுவது முக்கியம். சாதியின் பிடியிலிருந்து, ஆணாதிக்கத்தின் பிடியிலிருந்து விடுபட்டு ஒரு புதிய வாழ்வை இணைந்து ஆரம்பிக்கும் புதிய தலைமுறையினரை நாம் அனைவரும் இணைந்து காக்கவேண்டும். ஒரு மனிதரின் வாழ்வில் தலையிடும் உரிமையை அவர் குடும்பத்தார் உள்பட எவருக்கும் அளிக்க முடியாது. ரத்தத்தில் சாதியில்லை. கண்ணீரில் சாதியில்லை என்றார் ஆசிய ஜோதி எழுதிய எட்வின் அர்னால்ட். அவ்வாறே பெருமிதக் கொலையில் எந்தப் பெருமிதமும் இல்லை. கொலையுண்டவர்களைக் கடவுளாக்கி வழிபடுவதோ அவர்கள் புகழ் பாடுவதோ தேவையற்றது. அவர்கள் கொல்லப் படுவதிலிருந்து தடுப்பதே நம் முன் நிற்கும் பணி.

•

தலித்துகளின் கலப்பு மணம் : ஒரு பார்வை

சௌஜன்யா தமலபகுலா

'அந்தரங்கமும் அரசியல்தான்' என்பதே இரண்டாம் அலை பெண்ணியத்தின் முழக்கம். எனக்கே எனக்கான அரசியலற்ற வெளி என்றொன்று கிடையாது. திருமணம் ஒருவருடைய தனிப்பட்ட தேர்வு, விருப்பம் சார்ந்தது என்பதுதான் நவீனக் கருத்தாக்கம். ஆனால் பாலினம், இனம், வர்க்கம், சாதி, சமூகம் அனைத்தும் ஒருவருடைய அந்தரங்க உறவுக்குள் ஊடுருவுகின்றன என்பதே யதார்த்தம்.

பலதரப்பட்ட தலித் பெண்ணியவாதிகளிடம் இயல்பான முறையில் கலந்துரையாடி இந்த ஆய்வுக் கட்டுரை உருவாக்கப் பட்டுள்ளது. இதில் தெரியவந்த சுவையான விஷயம் என்ன வென்றால், பெரும்பாலான மத்திய வர்க்க தலித் ஆண்கள், பிராமண/உயர் சாதிப் பெண்களைத் திருமணம் செய்து கொண்டிருக்கிறார்கள். ஆனால், கல்வி அறிவு பெற்ற பெரும்பாலான தலித் பெண்களோ அகமண முறையையே பின்பற்றுகிறார்கள்.

இந்த ஆய்வுக் கட்டுரையில் கலப்புத் திருமணம் செய்துகொள்வதால் ஆணவக்கொலை செய்யப்படும் உயர் சாதிப் பெண்கள், தாழ்த்தப்பட்ட சாதி ஆண்கள் அதாவது தலித் ஆண்கள் பற்றி அதிகம் பேசவில்லை. கலப்புத் திருமணம் சார்ந்து தமது குடும்பம், சமூகம் ஆகியவற்றுடன் சமரசப் பேச்சுவார்த்தைகளை

மேற்கொண்டு புறமண பந்தத்தைச் சாத்தியப்படுத்தியவர்களைப் பற்றி மட்டுமே மிகுதியாக ஆராய்கிறது. மேலும் தலித்துகளுக்கும் உயர் சாதி/பிராமணர்களுக்கும் இடையிலான திருமணங்களைப் பற்றி மட்டுமே அலசுகிறது. தலித் உட்சாதிகளுக்கிடையிலான திருமணங்கள், தலித்துகளுக்கும் பிற பின்தங்கிய வகுப்பினருக்கும் இடையிலான திருமணங்கள் பற்றி இதில் ஆராயவில்லை. பேட்டி கொடுத்தவர்களின் அடையாளம் மறைக்கப்பட்டிருக்கிறது.

அகமண முறை மற்றும் சாதி-பாலின கலப்புகள்

சாதி அமைப்பின் மிக முக்கியமான அம்சம் அகமண முறை. எனினும் மேல் சாதி ஆண்களுக்குப் பலதார மண சுதந்தரம் மற்றும் தாழ்த்தப்பட்ட சாதிப் பெண்களைத் திருமணம் செய்துகொள்ளும் சுதந்தரம் ஆகியவை தரப்பட்டுள்ளதை வரலாறு நெடுகப் பார்க்க முடிகிறது. உயர் சாதி ஆண் தாழ்த்தப்பட்ட சாதிப் பெண்ணுடன் உடலுறவு கொள்ளலாம். ஆனால், மனைவி என்கிற தகுதியை வழங்குவது தவறு என்று சொல்லப்பட்டிருக்கிறது. அதேநேரம் உயர் சாதிப் பெண்கள் சுய சாதிக்குள் அகமண முறை மட்டுமே செய்யவேண்டும்; 'பதிவிரதா தர்மம்' கடைப்பிடிக்க வேண்டும் என்றும் வரையறுத்திருக்கிறது.

தாழ்த்தப்பட்ட சாதி ஆண் உயர் சாதிப் பெண்ணோடு கலக்கக் கூடாது. சாதிக் கட்டுமானம் இப்படித்தான் நிலைநிறுத்தப் பட்டிருக்கிறது. கலப்பற்ற உயர் சாதிப் பெண்களே சாதி எனும் கோட்டையின் காவல் அரண்கள். தலித் பெண்கள் அசுத்த மானவர்கள். முதலாவதாக, அவர்களுடைய சாதி தாழ்வானது. உயர் சாதிப் பெண்களுடைய உடலுறவுத் தேர்வு மிக இறுக்கமாகக் கட்டுப்படுத்தப்பட்டிருப்பதால் உயர்வு-தாழ்வு-தூய்மை-அசுத்தம் என்கிற கட்டமைப்பில் அவர்களே ஆதிக்க நிலையில் இருக்கிறார்கள். தலித் பெண்கள் பாலியல் வன்கொடுமைக்கு ஆளாக்கப்பட்டால் அது பாலியல் கொடுமையாகக் கருதப்படுவதே இல்லை.

'இந்திய மொழிகள் அனைத்திலுமே பாலியல் வன்கொடுமை என்பது 'பெருமிதத்தை (கற்பு) அழித்தல்' என்னும் பொருளையே கொண்டிருக்கிறது. தலித் பெண்கள் இரட்டை ஒடுக்குமுறையை அனுபவிப்பதால் அவர்களுக்குப் பெருமிதம் என்றொன்று இருப்பதாகவே எவரும் ஏற்றுக்கொள்வதில்லை' என்கிறார் ஷர்மிலா ரெகே.

அகமண முறையும் கலப்புத் திருமணங்களும்

'புருஷ சூக்தம்', 'மகாபாரதம்' போன்றவற்றில் சாதி குறிப்பிடப்பட்டிருக்கிறது. ஆனால், எங்குமே சாதி என்பது பிறப்பால் தீர்மானிக்கப்படுவது என்று சொல்லப்படவில்லை' என்கிறார் எம்.வி. நட்கர்னி. எனினும் பிறப்பு அடிப்படையிலான சாதி என்பது இந்து சமூகத்தின் முக்கிய அம்சமாகவே இருக்கிறது. கிறிஸ்தவம் போன்ற மதங்களுக்கு மாறினாலும் சாதி அடையாளம் தொடர்ந்து நீடிக்கிறது. பிராமண கத்தோலிக்கர்கள், பிராமண கத்தோலிக்கர்களையே திருமணம் செய்துகொள்கிறார்கள். ஓர் இந்து பிராமணருக்கு தலித் இந்துவைவிட கத்தோலிக்க பிராமணர் ஏற்புடையவர். மனுஸ்மிருதி, சதபத பிராமணம், ஆபஸ்தம்ப தர்ம சாஸ்திரம் எல்லாமே சாதிக் கலப்பைக் கடுமையாகத் தடுக்கின்றன.

கிருஷ்ணஸ்வாமி, காமத் இருவரும் கர்நாடகாவில் முதுநிலை மாணவர்களிடையே கலப்புத் திருமணம் குறித்து ஓர் ஆய்வு மேற்கொண்டிருக்கிறார்கள். அந்த மாணவர்கள் சாதிப் பிரச்னைக்குக் கலப்புத் திருமணம் நல்ல தீர்வு என்று சொல்லியிருக்கிறார்கள். தனி நபர் சுதந்தரம், சுயதேர்வுகளுக்கு நிறுவனரீதியாகக் கூடுதல் பாதுகாப்பு கிடைக்கவேண்டும் என்றும் சொல்லியிருக்கிறார்கள்.

ராஜேஸ்வரி ஷிவாலி போன்றோர் கர்நாடகாவின் தார்வாத் பகுதியில் மேற்கொண்ட ஆய்வில், 'திருமணங்களைச் சமூக, மத முக்கியத்துவம் வாய்ந்ததாகக் கருதுகிறார்கள். சாதி அமைப்பின் மரபான மதிப்பீடுகளை அந்த இளைஞர்கள் தீவிரமாக ஏற்றுக்கொள்கிறார்கள்' என்பது தெரியவந்திருக்கிறது. கல்வி அறிவு பெற்ற பெண்கள் குடும்பத் தலைவியாக இருந்துவிட விரும்பவில்லை. எனினும் சுய சாதி, அகமண முறையையே விரும்புகிறார்கள். இந்த ஆய்வுக்கு உட்படுத்தப்பட்டவர்களின் சாதி/வர்க்க நிலை பற்றி எதுவும் சொல்லவில்லை. எனவே தலித் மற்றும் முஸ்லிம் இளைஞர்களின் பார்வை என்ன என்பது பற்றி இதில் நுட்பமாக ஆராய முடியவில்லை.

பிரணாப் குமார் ராணா, பிரசாத் மிஷ்ரா ஆகிய இருவரும் மேற்கொண்ட ஆணவக் கொலை தொடர்பான ஆய்வில், 'களங்கப்பட்ட' பெண்ணுக்குத் தண்டனை தருவதன் மூலமே அந்தக் குடும்பம் 'தூய்மை' அடைய முடியும் என்று நம்புவதாகப் பலர் தெரிவித்திருக்கிறார்கள். பெற்றோர் நிச்சயிக்கும் வரனைத்

திருமணம் செய்ய மறுப்பது, திருமணத்துக்கு முந்தைய உடலுறவு, ஒரே கோத்திரத்தில் திருமணம் செய்வது, துன்புறுத்தும் கணவனிடமிருந்து விவாகரத்து கேட்பது போன்றவை குடும்ப கௌரவத்தைக் களங்கப்படுத்தும் செயல்களாக அவர்களால் சொல்லப்பட்டிருக்கின்றன.

சாதி விலக்கம் அல்லது சாதி பறிபோவது என்பதுதான் ஆணவக் கொலைகளுக்கான ஆதாரமான பயம். கிராமப்புற இந்தியாவில் சாதிப் பஞ்சாயத்துகளே பஞ்சாயத்து ராஜ் அமைப்பைவிட வலிமையானவை.

இந்தியாவில் உயர் சாதி, தாழ்த்தப்பட்ட சாதியினர் இடையிலான திருமணங்களை அமெரிக்காவில் வெள்ளை-கறுப்பு இனங்களுக்கு இடையிலான திருமணங்களோடு ஒப்பிட்டு மன் சிங் தாஸ் ஆய்வு செய்திருக்கிறார். கலப்புத் திருமணம் செய்துகொள்ளும் உயர் சாதிப் பெண்கள் தமது குழந்தைகளின் சமூக அந்தஸ்து குறைவாக இருப்பது பற்றி அதிகம் கவலை கொள்கிறார்கள். எனவே குறைவான குழந்தைகள் பெற்றுக் கொள்வதை அல்லது குழந்தைகளே பெற்றுக்கொள்ளாமல் இருப்பதை விரும்பு கிறர்கள். மாறாக உயர் சாதி ஆணைத் திருமணம் செய்துகொள்ளும் தாழ்த்தப்பட்ட சாதிப் பெண்கள் நிறைய குழந்தைகளைப் பெற்றுக்கொள்கிறார்கள் என்று அவர் சொல்கிறார்.

இரு வகை திருமணங்களிலும் பெண்களே குழந்தைப் பிறப்பைத் தீர்மானிப்பவர்களாக இருக்கிறார்கள். ஆணாதிக்க சமூகங்களில் தந்தையின் சாதிதான் குழந்தைகளுக்குத் தரப்படுகிறது. எனவே தாழ்த்தப்பட்ட சாதி ஆணின் சாதியைத் தன் குழந்தைகளுக்குத் தர ஓர் உயர் சாதிப் பெண் விரும்புவதில்லை.

மும்பையில் கலப்புத் திருமணம் பற்றி சி.டி. கண்ணன் மேற்கொண்ட ஓர் ஆய்வில் '55% பிராமணர்கள் தமது உட் சாதிகளுக்கிடையே திருமணம் செய்துகொள்ள முன்வந்திருக் கிறார்கள். அதன்மூலம் மிகப் பெரிய பிராமண அகமணக் குழுவாகப் பரிணமித்திருக்கிறார்கள்' என்கிறார்.

ஹரியாணாவில் பிரேம் சௌத்ரி மேற்கொண்ட ஆய்வில் அகமண முறை, உயர் சாதிகளிடம் மட்டுமல்ல; தலித்துகளிடையேயும் வலுவாக இருப்பதாகத் தெரியவந்திருக்கிறது. தலித்-தலித் அல்லாதவர் கலப்புத் திருமணங்கள் எல்லாம் தலித் வெற்றியாகப் பார்க்கப்படுகிறது. கல்வி வாய்ப்பு மற்றும் வேலை இட ஒதுக்கீடு

ஆகியவையே கலப்புத் திருமணத்துக்கான காரணமாகப் பார்க்கப் படுகிறது. திருமணச் சந்தையில் பெற்றோரை மீறி சுய விருப்பத்துடன் வாழப்போய் மீட்கப்பட்டுவந்த பெண்களுக்கு அதிக வரதட்சணை கொடுத்தே திருமணம் முடிக்க முடிகிறது. பல குடும்பங்கள் மீட்டு வந்த பெண்ணைக் கொன்றுவிடுகிறார்கள். அல்லது தற்கொலை செய்யத் தூண்டுகிறார்கள். நீதிமன்றங்களை விட இங்கும் கிராமப் பஞ்சாயத்துகளே மிகுந்த செல்வாக்குடன் இருக்கின்றன.

இந்து பெண்கள் பிற சாதி ஆண்கள் அல்லது முஸ்லிம் ஆணுடன் வாழ முடிவெடுத்ததற்கான தண்டனையாக காலனிய காலத்தில் வழங்கப்பட்ட தீர்ப்புகளை அபர்ணா பந்தோபாத்யாய ஆராய்ந்திருக்கிறார். அந்தப் பெண்கள் பெரிதும் தமது வாழ்க்கைத் துணைவருக்கு எதிராக, தன்னைக் கடத்திச் சென்றுவிட்டதாகச் சாட்சி சொல்லும்படி நிர்பந்திக்கப்பட்டிருக்கிறார்கள். தாழ்த்தப் பட்ட சாதியைச் சேர்ந்த ஆணுடன் வாழப்போன உயர் சாதிப் பெண் முழுவதுமாகச் சாதி விலக்கம் செய்யப்பட்ருக்கிறார். ஒருவேளை அந்தப் பெண்ணின் குடும்பத்தினர் அவளைத் திரும்ப ஏற்றுக்கொண்டால், அந்தக் குடும்பமும் விலக்கி வைக்கப்படும். ஓர் உயர் சாதி ஆண், தாழ்த்தப்பட்ட சாதிப் பெண்ணைத் திருமணம் செய்துகொண்டால் தன் குடும்பத்துடன் இணைய வழி இருந்தது. அவருடைய சாதி அடையாளம் பறிபோகவும் இல்லை.

இந்தியாவிலும் பாகிஸ்தானிலும் நடைபெற்ற கலப்புத் திருமணங்கள் தொடர்பான நீதிமன்றத் தீர்ப்புகள் பற்றி பிரதிக்ஷா பக்ஸி உள்ளிட்டோர் ஆராய்ந்திருக்கிறார்கள். இந்தியச் சட்டமானது திருமணத்துக்கு முந்தைய உறவையோ முறை தவறிய உறவையோ குற்றச் செயலாகக் கருதவில்லை. எனவே தன் பெண்ணை ஒருவன் கடத்திச் சென்றதாக அல்லது திருமண வயது வராத பெண்ணைப் பாலியல் பலாத்காரம் செய்ததாகக் குற்றம்சாட்டிச் சம்பந்தப்பட்டவரைத் தண்டித்திருக்கிறார்கள். மீட்கப்பட்ட பெண்கள் காவலர்களின் வன்முறைக்கு ஆளாகியிருக் கிறார்கள். சுயவிருப்பத்துடன் வாழப் போனதாக ஒரு பெண் சொன்னால், பாகிஸ்தானில் அவளுக்கு மனநலம் கெட்டு விட்டதாகச் சொல்லி அரசு மன நலக் காப்பகத்தில் சேர்த்துவிட்டிருக்கிறார்கள். ஆணவக்கொலைகள் பெரும்பாலும் சாதி பஞ்சாயத்துகள், ஜிர்ஹாக்கள் (இஸ்லாமியத் தலைவர்கள் குழு) ஆகியவற்றால் நடந்திருப்பதாக இந்த ஆய்வில் தெரிய வந்திருக்கிறது.

ஜோதி புன்வானி மேற்கொண்ட மதக் கலப்புத் திருமணங்கள் தொடர்பான ஆய்வில், முஸ்லிம் சமூகம் ஆணாதிக்க உணர்வு கொண்டது என்கிற பொது பிம்பம் சரியல்ல என்று குறிப்பிட்டிருக்கிறார். 'யாரை வேண்டுமானாலும் திருமணம் செய்துகொள்; ஒரு முஸ்லிமையோ தலித்தையோ மட்டும் திருமணம் செய்துகொள்ளாதே' என்று இந்து குடும்பங்களில் பெண்களுக்கு அறிவுரை சொல்லப்படுவதாகச் சொல்கிறார். முன்பு இந்த அறிவுரையில் தலித்துகள் பற்றிய பயம் இருக்காது. இப்போது தலித் இளைஞர்களும் கல்லூரிகளுக்குப் படிக்கவருவதால் அப்படிப் புதிதாகச் சேர்த்துச் சொல்வதாகக் குறிப்பிட்டிருக்கிறார்.

அகமணமுறையும் அம்பேத்கரும்

சமகால தலித் சமூகங்களில் கலப்புத் திருமணம் பற்றி என்ன விதமான எண்ணங்கள் இருக்கின்றன; ஜோதிபா புலே, அம்பேத்கர் ஆகியோர் கடுமையாக எதிர்த்த சாதிக் கட்டுமானத்தை இந்தக் கலப்புத் திருமணங்கள் எந்த அளவுக்கு எதிர்க்கின்றன என்பதை அலசி ஆராயவேண்டியது மிகவும் அவசியம்.

கிருஷ்ணர் மணந்து கொண்ட எட்டுப் பெண்களில் பெரும்பாலான வர்கள் சத்திரியர்களே. பிற தாழ்த்தப்பட்ட யாதவப் பெண்கள் எல்லாம் ஆசை நாயகிகளாக மட்டுமே இருந்துள்ளனர். கடவுளர் களுக்கும் திருமணத்தில் சுயஉரிமை, சுயவிருப்பம் இருந்திருக்க வில்லை என்கிறார் அம்பேத்கர் (*Riddles of Rama and Krishna*).

கலப்புத் திருமணங்கள் சாதிப் பிரச்னைக்கு நல்ல தீர்வாக அமையும் என்று அம்பேத்கர் சொல்லியிருப்பதை ஏற்றுக்கொள்கிறோம். அதே நேரம் கலப்புத் திருமணம் தொடர்பாக தலித் கோட்பாடுகள் என்ன சொல்கின்றன என்பதையும் பார்ப்போம். இந்து சமூகத்தின் ஆதார அம்சமான சாதிக் கட்டுமானத்தை வலுவிழக்கச் செய்ய கலப்புத் திருமணம் அவசியம் என்றே அவை சொல்கின்றன. ஆனால், சாதி ஒழிப்பு நூலில் அம்பேத்கர் முன்வைக்கும் எல்லா வகையான கலப்புத் திருமணங்களும் நடைமுறையில் நடப்ப தில்லை.

தலித் பெண்கள் உயர் சாதி ஆண்களை மணந்துகொள்வதைத் தலித் கோட்பாடுகள் ஆதரிக்கின்றன. ஆனால், அந்தப் பெண்களுக்கு 'மனைவி' எனும் அங்கீகாரம் கிடைப்பதில்லை. உயர் சாதி ஆண்களால் பாலியல் ரீதியாகப் பயன்படுத்திக் கொள்ளப்பட்டு விட்டு, மணந்துகொள்ளாமல் ஓரங்கட்டப்படும் தலித் பெண்களின் எண்ணிக்கை கணிசமாக இருக்கிறது.

'சமபந்தி விருந்துகள்', 'கலப்புத் திருமணங்கள்' ஆகிய வற்றுக்காகப் போராடுவதென்பது உணவை வலிந்து திணிப்பது போன்றது. சாத்திரங்களின் பிடியில் இருந்து ஒவ்வோர் ஆணும் பெண்ணும் விடுபட்டு, தமது மனங்களில் பதிந்திருக்கும் சாத்திர, சடங்குகளை அகற்றவேண்டும். அப்படி நடந்தால் சமபந்தி, கலப்புத் திருமணம் செய் என்று யாரிடமும் யாரும் சொல்ல வேண்டிய அவசியமே இல்லாமல் அது தானாகவே நடக்கும்' என்கிறார் அம்பேத்கர்.

தலித் ஆண்களிடையே கலப்புத் திருமணம்

இந்தியாவில் நீண்ட காலமாக நடைபெற்று வந்திருக்கும் மார்க்சிய, தேசிய இயக்கங்கள், மறைப்பணிச் செயல்பாடுகள் ஆகியவற்றின் விளைவாக தலித்துகள் கல்வி பெற வழி பிறந்திருக்கிறது. கல்விப் புலமே தலித்துகள் பிற உயர் சாதியினருடன் சுதந்தரமாகப் பழகும் வாய்ப்பை உருவாக்கியிருக்கிறது.

ரத்னா பாபு ஆந்திராவில் ஒரு சிறு நகரில் விரிவுரையாளராகப் பணிபுரிகிறார். தில்லியின் புகழ்பெற்ற பல்கலையில் முனைவர் பட்டம் பெற்றிருக்கிறார். கீழ்-மத்திய தர தலித் குடும்பத்தைச் சேர்ந்தவர். அவருடைய மாணவராக இருந்த ஓர் உயர் சாதிப் பெண்ணைத்தான் பின்னாளில் திருமணம் செய்துகொண்டார். அந்தப் பெண் இப்போது அரசுப் பள்ளி ஆசிரியராக இருக்கிறார்.

'1980களில் வீட்டைவிட்டு வெளியேறி நாங்கள் திருமணம் செய்துகொண்டோம். நம் சமூகத்தில் சாதி மிக முக்கியப் பங்கு வகிக்கிறது. எனினும் எங்கள் திருமணத்தை எங்கள் குடும்பத்தினர் இறுதியில் ஏற்றுக்கொண்டுவிட்டனர். என் படிப்பு, சாதனைகளை விட இந்தக் கலப்புத் திருமணச் சாதனையே என்னைப் பலருக்கும் தெரிய வைத்தது. நாங்கள் தலித் கிறிஸ்தவர்கள். எங்களுக்கு மத நம்பிக்கையும் கிடையாது. என் மனைவிக்கு அவள் விரும்பும் மதத்தைப் பின்பற்றும் சுதந்தரம் தந்திருந்தேன். அவள் அழைத்தால் நான் அவளுடன் கோயிலுக்குச் சென்றுவருவதும் உண்டு. என் தம்பி, மகன் எல்லாருமே உயர் சாதிப் பெண்களையே திருமணம் செய்துகொண்டிருக்கிறார்கள்.'

தெலங்கானாவில் இருக்கும் தலித் ஆய்வாளரொருவர் தமிழகத்தைச் சேர்ந்த பிராமணப் பெண்ணைத் திருமணம் செய்துகொண்டார். அந்தப் பெண்ணின் உறவினர்களுக்குத் தெலுங்கு சாதிக் கட்டமைப்பு தெரியாது என்பதால் தன் திருமணத்தில் எந்தப் பிரச்னையும் இல்லை என்று குறிப்பிட்டார்.

‘வேறு மாநில பிராமணப் பெண்ணைத் திருமணம் செய்து கொண்டதில் பல நன்மைகள் இருந்தன. என் உறவினர்கள் உயர் சாதிப் பெண்ணைத் திருமணம் செய்துகொண்டதால் என்னைப் பெரிதும் மதித்தனர். என் சாதியில் என் கிராமத்தில் இருந்தவர்கள் எல்லாம் பின்தங்கிய மனோபாவம் கொண்டவர்கள். என் தந்தை அவர் வேலை செய்த இடத்தில் பட்டியல் சாதி/பட்டியல் பழங்குடிச் சங்கம் ஒன்றை ஆரம்பித்திருந்தார். நாங்கள் இந்துக்கள். எனினும் எங்கள் குடும்பத்தில் மத நம்பிக்கை அவ்வளவாகக் கிடையாது. அம்மா ஏதேனும் சடங்கு சம்பிரதாயங்கள் செய்வார். மனைவியும் மதச் சடங்குகளில் அக்கறை காட்டுவதில்லை. சொந்த சாதியில் யாரையேனும் திருமணம் செய்திருந்தால் பூசை சடங்குகள் நிறையச் செய்ய வேண்டியிருந்திருக்கும். என் மனைவி ரொம்ப அதிர்ஷ்டசாலி. அதனால்தான் என்னைப் போல் அழகான கணவர் கிடைத்திருக்கிறார் என்று மனைவியின் தங்கை சொல்வதுண்டு.’

35 வயதான பிரமோத் ஒரு தலித் கிறிஸ்தவர். மென்பொருள் நிபுணர். மத்தியதர, உயர் சாதிக்காரப் பெண்ணைத் திருமணம் செய்துகொண்டார். இருவரும் 12ஆம் வகுப்புவரை ஒரே பள்ளியில் படித்தவர்கள். பிரமோத் ஐ.ஐ.டி.யில் படித்தவர். இந்தத் தம்பதி தற்போது அமெரிக்காவில் வசிக்கிறார்கள். தனது சகோதரிகள் எல்லாரும் சொந்த சாதிக்குள்ளாகவே திருமணம் செய்திருப்பதாக பிரமோத் சொன்னார்.

‘எங்கள் குடும்பம் தலித் கிறிஸ்தவக் குடும்பம். வாழ்க்கைத் துணையைத் தேர்ந்தெடுப்பதில் முழு சுதந்தரம் இருந்தது. என் மனைவிக்கு தான் விரும்பிய மதத்தைப் பின்பற்ற சுதந்தரம் இருந்தது. என் உறவினர் என்னை ஒருபோதும் மரியாதைக் குறைவாகப் பார்க்கவில்லை. என் மனைவி தன் குடும்பத்தினரைச் சம்மதிக்க வைத்தார். அப்போது நான் அமெரிக்காவில் பணிபுரிந்து வந்தேன். எனவே அவர்களுக்கும் இந்தத் திருமண பந்தம் ஏற்புடையதாகவே இருந்தது. அமெரிக்காவில் இருந்த அவர்களுடைய சாதி பையனுடனான திருமணம் என்றால் மிக அதிக வரதட்சணை கொடுக்க வேண்டியிருந்திருக்கும்.’

உயர் சாதிப் பெண்களை தலித் ஆண்கள் திருமணம் செய்வதென்பது சாதிப் படியில் உயர்ந்து செல்லும் முயற்சியாக இருக்கலாம். ஆனால், உயர் சாதிப் பெண்ணைத் திருமணம் செய்து கொள்வதன்மூலம் ஒரு தலித் ஒருபோதும் உயர் சாதிக்காரர் ஆகிவிட முடியாது.

மேலே நாம் பார்த்த தலித் ஆண்கள் எல்லாரும் வர்க்க ரீதியாக, கல்வி ரீதியாக, அழகு ரீதியாக 'முன்னேறிய நிலையில்' இருந்திருக் கிறார்கள். இருந்தும் கலப்புத் திருமணத்தின் மூலமே கூடுதல் மரியாதை கிடைத்திருக்கிறது. சுய சாதிக்குள் திருமணம் செய்துகொள்ளும் தலித்துகளைவிட, இவர்களுக்குக் கூடுதல் மரியாதை கிடைத்திருக்கிறது. ஆனால். அவர்கள் திருமணம் செய்துகொண்ட உயர் சாதிப் பெண்களால் இந்த மரியாதை கிடைத்ததா அல்லது தலித்துகளிடையே கலப்புத் திருமணம் தொடர்பான விழிப்புணர்வினால் கிடைத்ததா என்பது தெரியவில்லை.

சாதிப் பிரச்னைக்கு ஒரு தீர்வாக இருப்பதோடு தலித் சாதியினரின் சாதி எதிர்ப்பு உணர்வின் வெளிப்பாடாகவும் கலப்புத் திருமணங்கள் இருக்கின்றன.

விஜய்யின் விஷயத்தில் வெவ்வேறு மாநிலம்/மொழி என்பதால் தன் தலித் அடையாளத்தை அவரால் மறைக்க முடிந்திருக்கிறது. ரத்னா பாபு ஒரு கல்லூரி விரிவுரையாளர். திருமணத்தின் போது அவருடைய மனைவி அவருடைய மாணவியாக இருந்திருக்கிறார். பிரமோத் ஒரு மென்பொருள் நிபுணர். அவருடைய மனைவி ஓர் இல்லத்தரசி. மூன்று உதாரணங்களிலும் உயர் சாதிப் பெண்கள் தம்மைவிட நன்கு படித்த, நல்ல வேலையில் இருந்த, மத்தியதரக் குடும்பத்துத் தலித்தையே திருமணம் செய்து கொண்டிருக்கிறார்கள். அவருடைய குடும்பத்தினர் உயர் சாதிப் பெண்ணைத் திருமணம் செய்து கொள்வதை விரும்பி வரவேற்றிருக்கிறார்கள்.

உயர் சாதிப் பெண்ணைத் திருமணம் செய்துகொள்வது தலித் ஆண்மையின் அடையாளமாகப் பார்க்கப்படுகிறது. தலித் ஆணைத் திருமணம் செய்துகொண்ட இந்த வெவ்வேறு உயர் சாதியினர் உண்மையில் அகமண முறையை ஆதரிப்பவர்கள். தலித் உட்சாதி களுக்கிடையேயான கலப்புத் திருமணத்தைத் தலித்துகள் வரவேற்பதில்லை.

உதாரணத்துக்கு, ஷரன் குமார் லிம்பாலே தனது சுயசரிதையில் இவ்வாறு குறிப்பிடுகிறார். 'மாங் சாதியைச் சேர்ந்த ஒருவர் மகர் சாதிப் பெண்ணை 'மயக்கினால்' மகர்கள் மூர்க்கமடைகிறார்கள். தாழ்த்தப்பட்ட சாதிப் பெண்ணைவிட உயர் சாதிப் பெண் மேல் அவர்களுக்கு மரியாதையும் ஏற்பும் அதிகம். உயர் சாதியினரின் குடும்பங்களிலும் ஓர் ஆண் வேறு சாதிப் பெண்ணைத் திருமணம்

செய்வதனால் கௌரவக் குறைவு எதுவும் ஏற்படுவதாகக் கருதுவதில்லை. கற்பு, கௌரவம் இவையெல்லாம் ஆணின் விருப்பங்களுக்குத் தடையாக இருப்பதில்லை. இதனால் தலித் குடும்பங்களில் ஆண்கள் கலப்புத் திருமணம் செய்வதால் எந்த கௌரவக் குறைவையும் அவர்கள் உணர்வதில்லை. எனவே ஒரு தலித் ஆணுக்கும் உயர் சாதிப் பெண்ணுக்கும் இடையிலான திருமணத்தை ஏற்றுக்கொள்வதில் சாதியும் ஆணாதிக்க மனோபாவங்களுமே முக்கியப் பங்காற்றுகின்றன.'

ஆய்வில் உரையாடிய அனைவருமே தாங்கள் செய்த கலப்புத் திருமணங்களுக்கு அரசியல் முக்கியத்துவம் எதுவும் இல்லை; இது எங்கள் சுய தேர்வு மட்டுமே என்றே சொன்னார்கள்.

சாதி தூய்மை தொடர்பான இந்து எண்ணங்கள் சிதையவேண்டும்; அதன் மூலம் சாதி ஒற்றுமை பலப்படவேண்டும் என்று அம்பேத்கர் கலப்புத் திருமணத்தை முன்வைத்தார்.

ரத்னா பாபு, விஜய் மற்றும் பிரமோத் ஆகியோர் தங்கள் திருமணங்களைத் தனிப்பட்ட விருப்பங்களாகவே கருதுகின்றனர். ஆனால், இந்த மூன்று நிகழ்வுகளிலும் தலித் ஆண்களோ அவர்களது உயர்சாதி பங்காளிகளோ சாதி அமைப்புடன் முற்றிலும் முரண்படவில்லை. உண்மையில், ரத்னா பாபுவின் மனைவி இந்து மதத்தைத் தொடர்ந்து கடைப்பிடிக்கிறார்; மதத்தை நிராகரிப்பது ஆண்களுக்கு ஒரு பொதுவான நடைமுறையாக இருந்தபோதிலும், பொதுவாகப் பெண்களுக்கு அப்படி இல்லை. எனவே, ரத்னா பாபு, விஜய் மற்றும் பிரமோத் ஆகியோரின் மதச் சுதந்திரத்தின் கருத்து உண்மையில் ஆணாதிக்கத்தைத் தகர்ப்பது அல்ல; ஆனால், அது இன்னும் சாதி மற்றும் பாலின விதிமுறைகளால் வடிவமைக்கப்பட்டுள்ளது. மூன்று ஆண்களும் மதத்தை நிராகரித்தாலும், அவர்களது துணைவர்கள் மத சுதந்திரத்தைப் பயன்படுத்துகின்றனர்.

இச்சூழலில் காந்திக்கும் புலேவுக்கும் பெண்கள் பற்றிய கருத்துகளின் அடிப்படையில் உள்ள வேறுபாட்டை நாம் கவனிக்கலாம். புலே தனது மனைவிக்குக் கல்வி அளித்து, இந்தியாவின் முதல் பெண் ஆசிரியையாக உருவாக்கினார்; காந்தி காங்கிரஸ் இயக்க ஆண்களிடம் தங்கள் மனைவிகளைத் தீண்டாமையை நிராகரிக்க ஒருபோதும் கட்டாயப்படுத்த வேண்டாம் என்று அறிவுறுத்தினார். ஒரு காங்கிரஸ்காரர் தனது மனைவி கதர் அணிய மறுத்தாலோ தீண்டாமையை எதிர்த்துப்

போராட மறுத்தாலோ என்ன செய்ய வேண்டும் என்று கேட்டபோது, 'எந்த ஒரு நல்ல காரணத்துக்காகவும் தன் மனைவியைக் கட்டாயப்படுத்த எந்த ஆணுக்கும் உரிமை இல்லை' என்று காந்தி பதிலளித்தார். 'அவள் உங்கள் சொத்து அல்ல; மேலும் உங்கள் மனைவிக்கு உங்கள்மீது இருக்கும் உரிமையைவிட உங்களுக்கு உங்கள் மனைவிமீது அதிக உரிமை கிடையாது. மேலும், உங்கள் மனைவி ஹரிஜனங்களை (தீண்டப்படாதவர்களை) வீட்டுக்குள் அனுமதிக்க மறுத்தால், அவள் 'தனக்கென ஒரு தனி சமையலறை, அவள் விரும்பினால், ஒரு தனி அறையில்' இருந்துகொள்ளலாம் என்றார். இருப்பினும், கஸ்தூரிபாவுக்கு இந்த வகையான சுதந்தரம் வழங்கப்படவில்லை.

புலே தனது மனைவிக்குக் கல்வி கற்பிக்கத் தன் ஆணாதிக்க பலத்தைப் பயன்படுத்தினார் என்று சொல்ல முடியாது. பெண்கள் மீதான எல்லா அழுத்தமும் ஆணாதிக்கம் அல்ல. ஒரு பெண்ணுக்குக் கல்வி கற்பிப்பது, ஆணாதிக்கத்தையும் சாதியத்தையும் சீர்குலைக்கும் செயலே.

கலப்புத் திருமணத்தில் இந்துப் பெண்கள்

மனு ஸ்மிருதி அனைத்துச் சாதியினருக்கும் அகமண முறையைப் பரிந்துரைக்கிறது. அதே நேரம், காமசூத்திரம் உயர்சாதிப் பெண்கள் தாழ்த்தப்பட்ட ஆண்களை மணந்துகொள்ளக் கூடாது, அவர்களோடு இணைந்து வாழக் கூடாது என்கிறது. உயர்சாதிக் குடும்பங்கள் தமது பெண்களின் பாலுறவுமீது கடுமையான கட்டுப்பாடுகளை விதித்துள்ளன. இதையும் மீறியே ஒரு சில உயர்சாதிப் பெண்கள் வெளியே திருமணம் செய்து கொள்கிறார்கள்.

கேரளாவைச் சேர்ந்த 34 வயதான ஜானிஸ் தாமஸ் என்கிற சிரிய கிறிஸ்தவப் பெண், தெலங்கானாவைச் சேர்ந்த ஒரு தலித் இந்துவை மணந்தார். நடுத்தர வர்க்கப் பின்னணியில் இருந்து வந்த இருவரும், டெல்லியில் உள்ள முதன்மையான கல்வி நிறுவனம் ஒன்றில் ஆராய்ச்சி அறிஞர்களாகச் சந்தித்தனர். இருவரும் சாதி, வர்க்கம் மற்றும் பாலினம் பற்றிய அரசியல் விழிப்புணர்வைக் கொண்டிருந்தனர்; மேலும் அவர்கள் ஒரே மாதிரியான ஆராய்ச்சி ஆர்வங்களைக் கொண்டிருந்தனர். அவர்களது அறிவார்ந்த பொருத்தப்பாடுதான் அவர்களது திருமணத்துக்கான காரணம் என்று ஜானிஸ் கூறுகிறார். அவருடைய கணவர், அவரைவிட எட்டு வயது இளையவர். மாமனார், மாமியாரைப் பார்க்கத் தன்

வீட்டுக்கு வரும்போது, தன் மனைவி வீட்டு வேலைகளைச் செய்யக் கூடாது என்று கணவர் சொல்வதுண்டு. ஜானிஸை ஒரு 'வழக்கமான' மருமகளாக அல்ல; ஓர் அறிவுஜீவியாகத் தன் பெற்றோர் கருத வேண்டும்' என்று அவர் விரும்புகிறார். குழந்தை வேண்டாம் என்றும் ஜானிஸ் முடிவு செய்தார்; கணவரும் ஆமோதித்தார்.

'சிரிய கிறிஸ்தவர்களுக்குச் சாதி முக்கியம். என் கணவர் கேரளாவைச் சேர்ந்தவர் அல்லர். எனது கணவரின் சாதியான மாலா என்பது தெலங்கானாவில் ஒரு தீண்டத்தகாத சாதி என்பது எனது குடும்ப உறுப்பினர்களுக்குத் தெரியாது. ஒருவேளை நான் கேரளாவைச் சேர்ந்த புலையரைத் (தீண்டத்தகாத சாதி) திருமணம் செய்திருந்தால், நிச்சயமாக என் குடும்பத்தினர் ஏற்றுக் கொண்டிருக்க மாட்டார்கள். தவிர, என் கணவர் மிகவும் அழகான, நடுத்தர வர்க்கத்தைச் சேர்ந்த, நன்கு படித்த இளைஞர். என் குடும்ப உறுப்பினர்கள் அவரைப் பாராட்டுகிறார்கள். அவர் ஒரு தாழ்த்தப் பட்டவர் என்று அவர்களால் கற்பனை செய்யவே முடியாது. எனது மாமனார் தலித் அரசியல் தலைவராக இருப்பதால், கலப்புத் திருமணங்களை ஊக்குவிக்கிறார். தலித் அரசியல் தலைவர்கள் பிராமண/மேல்சாதி பெண்களைத் திருமணம் செய்துகொள்வது வழக்கம். அதனை மேல்நோக்கிய இயக்கம் என்று கருதுகின்றனர். நாங்கள் இருவரும் அடிக்கடி என் கணவரின் ஊருக்குச் செல்வோம். என் மாமியார் என்னை மிகவும் நேசிக்கிறார். எனது சொந்த சமூகத்தைச் சேர்ந்த ஒருவரைத் திருமணம் செய்வதை என்னால் கற்பனை செய்து பார்க்க முடியாது; ஏனென்றால் அவர்கள் மிகவும் ஆணாதிக்கவாதிகள் என்று எனக்குத் தெரியும்' என்கிறார் ஜானிஸ்.

தமிழகத்தைச் சேர்ந்த 39 வயதான திவ்யா, ஒரு தலித் அரசு ஊழியரான ரவியை மணந்தார். கல்லூரியில் ஒன்றாகப் படித்ததில் இருந்தே ரவி அவருக்கு நல்ல நண்பர். பின்னர், அவர் அரசு ஊழியரானார். அப்போது திவ்யா சென்னையில் வேலை பார்த்து வந்தார். அவர்களது கிராமத்தில் பள்ளி ஆசிரியராக இருந்த முறைப்பையனுக்குத் திருமணம் செய்து வைக்க அவரது பெற்றோர் ஏற்பாடு செய்தனர். ஆனால், திவ்யாவைக் காதலிப்பதாக ரவி சொன்னபோது, அவர் உடனே நிச்சயதார்த்தத்தை ரத்து செய்துவிட்டார்.

'இரு தரப்புப் பெற்றோரின் சம்மதம் பெற்றே திருமணம் செய்யவேண்டும் என்று முடிவு செய்திருந்தோம். எனவே, என்

பெற்றோரிடம் பேசி சம்மதம் பெற வீட்டுக்குச் சென்றேன். சாதி வேறுபாடுகள் பற்றி முதலில் தயங்கினார்கள். ஆனால், ஒரு வாரத்தில் ரவியின் குடும்பத்தினரைச் சந்தித்து எங்கள் திருமணத்துக்கான அனைத்து ஏற்பாடுகளையும் செய்தனர். என் மாமனார், மாமியார்கூட திருமணத்தை ஏற்றுக்கொண்டனர். அவர்கள் அடிக்கடி வந்து எங்களைச் சந்திப்பார்கள். எனது முடிவில் மகிழ்ச்சியடைகிறேன். எனது சாதியினர் மிகவும் பழமைவாதிகள் என்பது எனக்குத் தெரியும். அவர்களிடையே, மருமகளின் ஆடை கட்டுப்பாடு முதல் சடங்குகள் மற்றும் பூஜைகளில் பங்கேற்பது வரை பல கெடுபிடிகள் உள்ளன. ரவிக்குக் கடவுள் நம்பிக்கை இல்லை. எனவே, எனக்கு அவர் வீட்டில் அப்படி எந்த அழுத்தமும் இல்லை.'

ஜானிஸ், திவ்யா இருவரின் வாழ்க்கை விவரணைகள் உயர்சாதிப் பெண்களின் கலப்புத் திருமணம் குறித்து விவாதிக்க உதவுகின்றன. அவர்களைப் பொறுத்தவரை, கலப்புத் திருமணத்தைவிட, வழக்கமான அகமண முறை மிகவும் கொடுமையானது. தங்கள் சாதிக்கு வெளியே திருமணம் செய்து கொள்வதற்கான அவர்களின் முடிவு, உயர்சாதி குடும்பங்களில் உள்ள ஆணாதிக்க ஒடுக்கு முறைக்கு எதிரான அவர்களின் எதிர்ப்பின் வெளிப்பாடு. மேலும், அவர்களின் நகர்ப்புறப் பின்னணி மற்றும் மாநிலங்களுக்கு இடையே சென்று வர முடியக்கூடிய நிலை இவையெல்லாம் அவர்கள் கலப்பு திருமணங்களை முன்னெடுக்க உதவியுள்ளன. கலப்புத் திருமணங்கள் உயர்சாதிப் பெண்களுக்கான இனப்பெருக்க உரிமைகள் சார்ந்த சுதந்தரத்துக்கும் வழிவகுத்தன.

தலித் குடும்பங்களில் ஆணாதிக்கம் இல்லை என்றோ, தலித் ஆண்கள் ஆணாதிக்கம் கொண்டவர்கள் அல்லர் என்றோ அர்த்தமில்லை. பாமா, பேபி காம்ப்ளே, ஊர்மிளா பவார், கோகு ஷியாமளா போன்ற தலித் பெண் எழுத்தாளர்கள் தலித் குடும்பங்களில் ஆணாதிக்கம் குறைவு என்கிற தலித் இயக்கத்தின் கூற்றை மறுத்துள்ளனர். இருப்பினும், மரபான திருமணங்களில் நம்பிக்கை இல்லாத இளம் ஆண், பெண்களுக்குக் கலப்புத் திருமணம் அதிக விடுதலை அளிக்கிறது.

கலப்புத் திருமணத்தின்மூலம் சாதி அடையாளத்திலிருந்து தப்பிக்க வேண்டும் என்கிற தலித் ஆண்களின் ஆசை, தலித் ஆண்களை மணக்கும் உயர்சாதிப் பெண்களுக்கு ஒரு சுதந்தரமான இடத்தை உருவாக்குகிறது. உயர்சாதிப் பெண்கள் ஆணாதிக்கத்திலிருந்து

தப்பிப்பதற்கான ஒரு வழியாகக் கலப்புத் திருமணத்தைப் பார்க்கிறார்கள். சாதியிலிருந்து தப்பிக்க விரும்பும் தலித் ஆணின் போராட்டமும், ஆணாதிக்கத்திலிருந்து தப்பிக்க உயர்சாதிப் பெண்ணின் ஆசையும் கலப்புத் திருமண சித்தாந்தத்தில் ஒத்துப்போகின்றன.

திருமணமும் சாதிய ஒடுக்குமுறையும்

கலப்பு சாதித் தம்பதியரில் சிலர் தாங்கள் எதிர்கொள்ள நேர்ந்த சாதியப் பாகுபாட்டு அனுபவங்களை விவரித்தனர். கர்நாடகத்தைச் சேர்ந்த 50 வயதான ஸ்ரீகாந்த் என்கிற தலித் ஆசிரியரின் கூற்று இது:

‘என் அண்ணன் அரசு ஊழியர், அவர் ஒரு பிராமணப் பெண்ணை மணந்தார். மாநில அரசில் பணியாற்றிய தந்தை இளம் வயதிலேயே இறந்துவிட்டார். அண்ணனின் திருமணம் முடிந்து ஒரு வருடம் கழித்து முதல் மகள் பிறந்தபோது நானும் அம்மாவும் அவர்கள் வீட்டுக்குச் சென்றோம். பரபரப்பு மிகுந்த வேலை காரணமாக என் சகோதரர் வீட்டில் இல்லை. அவரது மனைவி, குழந்தையைத் தொட எங்களை அனுமதிக்கவில்லை. என் அம்மா டீ போட சமையல் அறைக்குள் நுழைய முயற்சி செய்தார். சமையலறையின் மூலையில் கடவுள் சிலைகள் இருந்தன. எனவே அண்ணி அம்மாவை சமையலறைக்குள் நுழைய வேண்டாம் என்று சொன்னார். எங்களுக்கு ஒரே பயமாகிவிட்டது. அந்த நொடியே எங்கள் வீட்டுக்குக் கிளம்பிவிட்டோம். பின்னர், என்ன நடந்தது என்று என் அண்ணனுக்குக் கடிதம் எழுதினேன். அவர் பதிலளிக்க வில்லை. எங்களுடனான அனைத்துத் தொடர்புகளையும் நிறுத்திக்கொண்டுவிட்டார்.’

தெலங்கானா மாநில அரசு அதிகாரி விநாயகலா, ‘என் அண்ணன் தெலங்கானா பகுதியைச் சேர்ந்த அரசு ஊழியர். ஆந்திரப் பிரதேசத்தைச் சேர்ந்த, நிலவுடைமை சாதியான கம்மா சாதிப் பெண்ணை மணந்தார். அவர் ஒரு பட்டதாரி. உயர் சாதியினராக இருந்தாலும், அவர்களுடைய சாதியைச் சேர்ந்த அரசு ஊழியருக்குத் திருமணம் செய்துவைக்கும் அளவுக்குப் பண வசதி இருந்திருக்கவில்லை. எனவே என் சகோதரனின் விருப்பத்தைப் பெண்ணின் பெற்றோர் ஏற்றுக்கொண்டனர். நான் அண்ணியைவிட அதிகம் படித்திருந்தாலும், சாதி வேறுபாட்டைக் காரணம் காட்டி என்னை அவமானப்படுத்துவார்’ என்கிறார்.

ஸ்ரீகாந்த், விநாயகலா இருவரும் தங்கள் சொந்த குடும்பங்களில் சாதிப் பாகுபாடுகளை அனுபவித்ததாகத் தெரிவிக்கின்றனர். அம்பேத்கரின் கூற்றுப்படி, கலப்புத் திருமணத்தின் நோக்கம் சாதி அமைப்பைச் சிதைப்பதே. ஆனால், நடைமுறையில் கலப்புத் திருமணங்கள் சாதி அமைப்பை நிராகரிப்பதில்லை. தலித் ஆண்களைத் திருமணம் செய்யும் உயர்சாதிப் பெண்கள், இந்து சாத்திரங்களை மறுதலிப்பதோ இந்து மதத்தில் உள்ள சாதிப் படிநிலைகளைக் கைவிடுவதோ இல்லை. காதல், திறமை, கல்வித் தகுதி அல்லது தலித் ஆண்களின் வர்க்கநிலை ஆகியவையே கலப்புத் திருமணங்களுக்குப் பின்னால் உள்ள உறுதியான காரணங்களாகத் தெரிகின்றன.

தலித், அம்பேத்கரிய இயக்கம் சாதிகளுக்கு இடையேயான திருமணத்தை ஊக்குவிக்கும் அதே வேளையில், தலித் பெண்கள் பெரும்பாலும் உயர்சாதி ஆண்களால் பாலியல் சுரண்டலை எதிர்கொள்கிறார்கள். மனைவி எனும் அங்கீகாரம் கிடைக்கும் என்கிற ஏக்கத்தில் வாழ்க்கையைக் கழிக்கவேண்டியிருக்கும். சாதி அமைப்பை நிராகரிப்பதே அம்பேத்கர் முன்வைத்த புறமண முறையின் அடிப்படைக் குறிக்கோள். ஆனால், தலித்துகளின் கலப்புத் திருமணங்கள்கூடச் சாதிப் பிரச்னையைத் தீர்க்க உதவுவதில்லை.

கலப்புத் திருமணமும் தலித் பெண்களும்

பாலியல் உறவுகளால் ஆண்கள் ஒருபோதும் மாசுபடுவதில்லை. ஆனாலும் உயர்சாதிப் பெண்கள் தங்கள் சாதிக்கு வெளியில் இருப்பவருடன் இணைந்து வாழ்வதால் கௌரவத்தை இழக்கின்றனர். சக்ரவர்த்தி முன்வைக்கும் 'ஆணாதிக்கப் படிநிலை' என்பது சாதியின் படிநிலை ஏற்றத்தாழ்வைப் போலவே, பெண்களை வெவ்வேறு நிலைகளில் ஆணாதிக்க ஒடுக்குமுறையின்கீழ் வைத்திருக்கிறது. அதேபோல், பாலுறவின் தூய்மை (கற்பு), பெண்ணின் கௌரவம், மானம் ஆகியவையும் சாதியின் அடிப்படையில் தர வரிசைப்படுத்தப்படுகின்றன. பிராமண/மேல்சாதிப் பெண்கள் பாலியல் ரீதியாகத் தூய்மையானவர்களாகவும், தலித் பெண்கள் கௌரவம் அல்லது தூய்மை இல்லாதவர்களாகவும் கட்டமைக்கப்பட்டுள்ளனர்.

சந்தியா, 'தலித் ஆர்வலர்கள் கலப்புத் திருமணம் பற்றிப் பேசும்போதெல்லாம், தலித் ஆண்கள் மற்றும் உயர்சாதிப் பெண்களைப் பற்றி மட்டுமே பேசுகிறார்கள். தலித் பெண்களைப்

பற்றி அல்ல. தலித் பெண்கள், உயர்சாதி ஆண்களுடன் நெருக்கமாகப் பழகலாம்; ஆனால் உயர்சாதி ஆண்கள் தலித் பெண்களைத் திருமணம் செய்து கொள்வதில்லை' என்கிறார்.

மேல்-நடுத்தர வர்க்க நகர்ப்புற தலித் பெண்ணான சுவாதி, 'என் உயர் சாதிக் காதலன் என்னைத் திருமணம் செய்துகொள்ள விரும்புவது தெரிந்ததும் அவனுடைய அம்மா தற்கொலைக்கு முயன்றதாக என் காதலன் சொல்லும்வரை நான் சாதியைப் பெரிதாக எடுத்துக்கொண்டதில்லை. சாதியை அடையாளப்படுத்தி என் காதலனின் பெற்றோர் என்னைத் தொலைபேசியில் திட்டினர்' என்கிறார்.

நளினி, 'என் அம்மா தாழ்த்தப்பட்ட (தலித்) பெண். எனது தந்தைவழி தாத்தா, பாட்டி அவரது திருமணத்தை ஒருபோதும் ஏற்றுக்கொள்ளவில்லை. எனக்கு ஆறு வயதானபோது என் தந்தை என்னையும் அம்மாவையும் அவர் பெற்றோரிடம் அழைத்துச் சென்றார். அவர்கள் என்னையும் அம்மாவையும் வீட்டுக்குள் அனுமதிக்கவில்லை. என் தந்தை அடிக்கடி அவர்களைப் பார்க்கச் செல்வார். என் தந்தை தங்கள் சாதியைச் சேர்ந்த வேறொரு பெண்ணைத் திருமணம் செய்துகொள்ள வேண்டும் என்றும் இரண்டு மனைவிகளுடனும் வாழ்ந்துகொள்ளலாம் என்றும் அவர்கள் எப்போதும் நெருக்கடி கொடுத்து வந்திருக்கிறார்கள். ஆனால், என் தந்தை நல்ல மனிதர். அவர் அவர்களின் அழுத்தத்துக்கு ஒருபோதும் அடிபணியவில்லை' என்கிறார்.

சுவாதி 'சாதியைப் பெரிதாக எடுத்துக் கொள்ளாதது', சாதிப் பாகுபாடுகள் குறைவாக இருக்கும் மேல்-நடுத்தர வர்க்க நிலை மற்றும் நகர்ப்புறப் பின்னணியின் காரணமாக. சாதியின் கடுமையான யதார்த்தங்களை அவர் சந்திக்காமல் இருந்திருக்கலாம். சாதியைப் பற்றி அறியாமல் இருக்கவேண்டும் என்கிற எண்ணம், தலித்துகளின் சாதிய ஒடுக்குமுறையிலிருந்து பொருளாதார மேல்நோக்கிய இயக்கம் மூலம் தப்பிக்க வேண்டும் என்கிற விருப்பத்தையே குறிக்கிறது. சில நேரம் அது, இதுபோன்ற பொய்யான நம்பிக்கைக்கும் வழிவகுக்கிறது.

இந்து சமூகத்தில் தந்தையின் சாதி அடையாளமே பிள்ளைகள் மீது திணிக்கப்படுகிறது. ஆனால், நளினியின் தந்தைவழி தாத்தா பாட்டிக்கு, அவர் தாயின் சாதி நிலை காரணமாக (தலித்) அவரும் தலித்தாகவே பார்க்கப்பட்டார். எனவே குழந்தைகள் எல்லாச்

சந்தர்ப்பங்களிலும் தந்தையின் சாதி அடையாளத்தைத் தாமாகவே பெறுவதில்லை.

உயர்சாதி ஆண் எந்தச் சாதிப் பெண்ணுடனும் சேர்ந்து வாழ்வது அவனுக்கு எந்தக் களங்கத்தையும் ஏற்படுத்தாது. ஒரு தலித் அல்லது தாழ்த்தப்பட்ட பெண்ணுடன் இணைந்து வாழ்வது அவரது சொந்த குடும்பம் அல்லது திருமண பந்தத்துக்கு வெளியே நடக்கலாம்.

கோபால் குரு கூறுகிறார், 'வீட்டில் தீண்டாமையைக் கடைப்பிடிப்பது (குடும்ப) ஆதிக்கத்தின் முக்கிய அம்சம்.' எனவே, ஒரு தீண்டத்தகாத பெண்ணின் இருப்பு உயர் சாதிக் குடும்பத்தை மாசுபடுத்தும். ஓர் உயர்சாதிப் பெண் மட்டுமே ஓர் உயர் சாதி குடும்பத்தையும், உயர் சாதி ஆணின் சந்ததியையும் அசுத்தத்திலிருந்து காக்கமுடியும். இதனால்தான் உயர் வகுப்பு தந்தை இருந்தபோதிலும், நளினியின் சமூகத் தகுதி தீண்டத் தகாததாகவே இருந்தது. எனவே, உயர்சாதிப் பெண்களே சாதியின் 'காப்பு அரண்கள்'; எனவே தலித் பெண்களின் (குழந்தைகள்(மேல்சாதி ஆணுக்குப் பிறந்தாலும் உயர்சாதி தகுதியைப் பெற முடியாது.'

கலப்புத் திருமணம் செய்துகொள்ளும் தலித் பெண்களின் பிள்ளைகளுக்கு உயர்சாதித் தந்தையின் நன்மைகளும் சொத்துகளும் கிடைக்கும் என்கிற பொதுவான நம்பிக்கை உள்ளது. எனவே, அவர்கள் இட ஒதுக்கீடு போன்ற 'பயன்களை'ப் பெறக் கூடாது என்று பொதுவாகச் சொல்கிறார்கள்.

கரேவா (கீழ்-சாதி) பெண்களுக்கு மனைவி எனும் தகுதியைத் தராமல், அவர்களை 'ஆசை நாயகிகள்' என்றே நிலவுடைமைச் சாதியினர் கருதுகிறார்கள். கீழ்சாதிப் பெண்களுடன் திருமண பந்தத்துக்கு வெளியே இணைந்து வாழ்கின்றனர். ஜமீன்தார் இறக்கும்போது, அவர்களது கணவரால் கொடுக்கப்பட்ட அற்ப சொத்து, வலுக்கட்டாயமாகப் பறிக்கப்படுகிறது. அவர்களது குழந்தைகளையும் முறைதவறிப் பிறந்தவர்களாக ஒதுக்கு கிறார்கள். ஓர் உயர்சாதி ஆணும் தாழ்த்தப்பட்ட சாதிப் பெண்ணும் சேர்ந்து வாழ்வது இயல்பானது. ஆனால், ஒரு தாழ்த்தப்பட்ட சாதிப் பெண் மனைவியாக அங்கீகரிக்கப்படுவதில்லை.'

ஹைதராபாத் பல்கலைக்கழகத்தில் இடைநீக்கம் செய்யப்பட்டு சமூகப் புறக்கணிப்புக்கும் ஆளான (ஹாஸ்டல் தங்குமிடம்

பறிக்கப்பட்ட) ஐந்து மாணவர்களில் ஒருவரான தலித் மாணவர் ரோஹித் வெமுலா ஜனவரி 2016இல் தற்கொலை செய்து கொண்டார். இந்தச் சம்பவம் தலித்துகள் மற்றும் ஜனநாயகக் குழுக்களின் நாடு தழுவிய எதிர்ப்பை உருவாக்கியது. தலித் ஆர்வலர்கள் ரோஹித் வெமுலாவுக்கு வன்கொடுமை தடுப்புச் சட்டம் (1989) மூலம் நீதி வழங்கக் கோரினர். ரோஹித் வெமுலாவின் தாயார் ராதிகா, உயர் சாதியைச் சேர்ந்த ஒருவருடன் சாதி மறுப்புத் திருமணம் செய்து கொண்டிருக்கிறார் என்று சொல்லி அவரது தலித் சாதி அடையாளத்தை அரசு அங்கீகரிக்காமல் எதிர்த்து நிற்கிறது.

ராதிகா வெமுலாவைத் தத்தெடுத்த சாதி இந்துக் குடும்பம் வேலைக்காரப் பெண்ணாகவே அவரை நடத்தியது. அவர் ஒரு சாதி இந்து ஆணைத் திருமணம் செய்துகொண்டார். அவரது சாதி அடையாளம் திருமணத்துக்குப் பின்னரே கணவருக்குத் தெரிய வந்தது. அதனால் கணவரும் மாமியாரும் அவளது தாழ்த்தப்பட்ட சாதியின் அடிப்படையில் பாகுபாடு காட்டினார்கள். கணவர் கைவிட்டபோது, அவர் குழந்தைகளுடன் ஒரு தலித் குக்கிராமத்துக்குத் திரும்பி வந்தார். ரோஹித் வெமுலாவும் அவரது சகோதரரும் தங்கள் ஒற்றைத் தாயின் சாதி அடையாளத்தைப் பெற்றனர்.

உயர்சாதி ஆண்களைத் திருமணம் செய்யும் தலித் பெண்களின் குழந்தைகளுக்குத் தந்தையின் சொத்து மற்றும் அடையாளம் கிடைத்துவிடும் என்று சொல்ல முடியாது. ரோஹித் வெமுலா போன்ற விவகாரங்களில் ஒரு நபரின் வளர்ப்பில் அவருடைய தந்தை இல்லாத போதிலும், தந்தையின் அடையாளத்தை அரசு அங்கீகரிக்கிறது. தாய் தலித் பெண் என்பதால் சமூக ரீதியாக சாதி இந்து தகுதியை ரோஹித் வெமுலா இழந்தார், மேலும் அவர் தனது தந்தையால் பராமரிக்கப்படும் உரிமையையும் இழந்தார்.

'கலப்புத் திருமணம் செய்துகொள்ளும் தலித் பெண்களின் குழந்தைகள் தலித்துகள் அல்ல' என்று கூறும் அரசு உத்தரவு பாலுறவு, விருப்பத் தேர்வு மற்றும் தலித்களை இழிவுபடுத்தும் மனோபாவம் ஆகியவற்றினால் உருவாகியுள்ளது' என்கிறார் ரேகா ராஜ்.

இங்கு ஒரு குறிப்பிடத்தக்க பிரச்னை என்னவென்றால், சாதிகளுக்கு இடையேயான திருமணத்தில் குழந்தைகளின் அதிகாரபூர்வ சாதி, தந்தையின் சாதியாக இருக்கவேண்டும் என்று

அரசாணை சொல்கிறது. ஆனால், நடைமுறையில், இத்தகைய உத்தரவு, கலப்புத் திருமணம் செய்துகொள்ளும் தலித் பெண்களின் குழந்தைகளுக்குச் சமூகப் பாதுகாப்பு, இடஒதுக்கீடு மற்றும் பிற வகையான கல்வி உதவிகள் போன்ற சலுகைகளை மறுக்கிறது.

தலித் துணை சாதிக் குழுக்கள் இந்த உத்தரவை அமல்படுத்த வேண்டும் என்று வலுவாக வாதிட்டன. ஏனெனில் அத்தகைய தலித் பெண்களின் செயல் சமூகத்தின் நலன்களுக்கு எதிரானது என்று அவர்கள் கருதினர். தலித் சமூகத்துக்குக் கிடைக்கும் சில சலுகைகள், உரிமைகளை அவர்களுக்கு மறுக்கிறது.

சாதிகளுக்கு இடையேயான திருமணத்தில் தலித் பெண்களின் நிலை தொடர்பாக தலித் இயக்கத்தில் உள்ள கருத்து வலுவான ஆணாதிக்கக் அடிப்படைகளைக் கொண்டுள்ளது. தலித் ஆண்கள் மேற்கொள்ளும் கலப்புத் திருமணங்கள் சாதியை அழிப்பதாகக் கருதப்பட்டாலும், தலித் பெண்களின் பாலினத் தேர்வு ஒரு துரோகமாகவும் 'தலித் சமூகத்தின் நலனுக்கு எதிரானதாகவும்' கருதப்படுகிறது. எனவே, தலித்துகளின் கலப்புத் திருமணம் என்பது சாதிய ஆணாதிக்கத்தின் சித்தாந்தத்துக்குள் கட்டமைக்கப் பட்டுள்ளது. இது தலித் ஆண்களுக்குப் பாலியல் சுதந்திரத்தைப் பரிந்துரைக்கிறது; ஆனால் தலித் பெண்களுக்குப் பாலியல் தேர்வை மறுதலிக்கிறது.

முடிவுரை

தகுதியும் புத்தியும் இயல்பாகவே பிராமணர்களுடன்/மேல் சாதியினருடன் தொடர்புடையதாகப் பார்க்கப்படுகிறது. ஓர் உயர்சாதிப் பெண் ஓர் 'அறிவுசார் பங்காளி' என்று கருதப்படுகிறாள். ஆனால், தலித் பெண் ஒரு 'வழக்கமான' மனைவி மட்டுமே. விஜய் தனது சாதி அல்லது கிராமத்தைச் சேர்ந்த ஒரு பெண்ணைத் திருமணம் செய்துகொள்வதில் தயக்கம் காட்டுவது, கிராமப்புறத்தின் பின்தங்கிய நிலையில் இருந்து அதாவது சாதி அமைப்பு அப்பட்டமாக வெளிப்படும் அமைப்பிலிருந்து தப்பிக்க வேண்டும் என்கிற அவரது விருப்பத்தை வெளிப்படுத்துகிறது.

ஜானிஸின் கணவர், விஜய் ஆகிய இருவரும் தங்கள் சொந்த சாதிப் பெண்களில் ஓர் அறிவார்ந்த துணையைத் தம்மால் கண்டுபிடிக்க முடியாது என்று கூறினர். அதாவது, கல்வியில் அவர்கள் செய்த சாதனைகள்மூலம், அவர்கள் ஒரு பிராமணர் அல்லது உயர்சாதி

துணைவரை அடையத் தகுதியானவர்கள் என்று அவர்கள் நம்புகிறார்கள்.

தலித் இயக்கம் ஏன் கலப்புத் திருமணத்தை, தலித் பெண்களின் நுட்பமான நிலையின் அடிப்படையிலான கோட்பாடாக மாற்றவில்லை என்பது ஒரு முக்கியமான கேள்வி. தலித் இலக்கியம் உயர்சாதி நிலப்பிரபுக்களின் கைகளில் பலாத் காரத்துக்கு ஆளான தலித் பெண் என்கிற நிலையான பிம்பத்தை உருவாக்கியுள்ளது. தலித் பெண்களுக்கான பாலியல் சுதந்தரம் பற்றிய கருத்து, தலித்/கீழ் சாதிப் பெண்கள் பாலியல் தூய்மை இல்லாதவர் என்கிற களங்கத்தை வலுப்படுத்துகிறது.

தலித் பெண்களைப் பாலியல் தூய்மை இல்லாதவர்களாகப் பார்க்கும் சாதிய, ஆணாதிக்கச் சிந்தனைகளின் அடித்தளங்களை தலித் இயக்கம் சிதைக்கவில்லை. மாறாக, தலித் குழுக்கள் பெண்களின் பாலியல்மீதான கட்டுப்பாடு என்கிற உயர்சாதிக் கருத்துகளையே தாமும் பின்பற்றத் தொடங்கியுள்ளன. இதனால்தான் அம்பேத்கரிய/தலித் இயக்கம், தலித் பெண்களைத் தாழ்ந்த நிலையிலும் உயர்சாதிப் பெண்ணைப் பாலியல் தூய்மையின் உருவகமாகவும் கட்டமைக்கும் மரபுவழி இந்துக் கருத்தியலில் இருந்து விடுபடவில்லை.

- சௌஜன்யா தமலபகுலா

துணைப் பேராசிரியர், பாலினவியல்

டாடா இன்ஸ்டிடியூட் ஆஃப் சோஷியல் சயின்சஸ், ஹைதராபாத்

சான்றுகள்

கட்டுரைகள்

- 3 Dalit Colonies Face Mob Fury in Dharmapuri, The Hindu, 08 Nov 2012
- Dalit Houses, Property Systematically Destroyed, The Hindu, 10 Nov 2012
- Caste Fury, Frontline, 14 Dec 2012
- Double Disadvantage, Frontline, 14 Dec 2012
- Tragic End, Frontline, 26 July 2013
- Forced Break-up, Frontline, 12 July 2013
- Shadow of Fear, Frontline, 08 Aug 2014
- The Rest is Silence, Frontline, 04 Feb 2015
- In Cold Blood, Frontline, 07 Aug 2015
- Losing Battle, Frontline, 16 Oct 2015
- Life Giving Sentence, Frontline, 20 Jul 2016
- Suspicious End, Frontline, 14 Oct 2016
- Tirupur Special Court Verdict on Shankar Murder, The Hindu, 12 Dec 2017
- Blow to Casteism, Frontline, 05 Jan 2018
- Standing Tall, Frontline, 11 Apr 2018
- Honour Killing of Couple, Frontline, 17 Nov 2018
- A Closed Chapter?, Frontline, 21 Jun 2019
- In the Name of Honour, Frontline, 13 Mar 2020
- Proactive Verdicts, Frontline, 13 Mar 2020
- Reluctant to Act, Frontline, 13 Mar 2020
- Blood Ties, Frontline, 13 Mar 2020
- For a Comprehensive Central Law, Frontline, 13 Mar 2020
- Power of Patriarchy, Frontline, 13 Mar 2020
- Purity and Honour, Frontline, 13 Mar 2020
- Caste Camps, Frontline, 13 Mar 2020
- Elusive Justice, Frontline, 13 Mar 2020
- High Court acquits Main Accused, Frontline, 27 Jun 2020

- A Caste Variant, Frontline, 18 Dec 2020
- Boy From MBC hacked to Death, Frontline, 08 Jan 2021
- Special Court Verdict in Gokulraj Murder, Frontline, 08 Mar 2022
- Madras High Court Verdict on Gokulraj Murder, The Hindu, 02 Jun 2023
- Honour Killing: Witnesses Turn Hostile, The New Indian Express, 30 Aug 2017
- Madras High Court Lists Steps Taken to Curb Honour Killing, The New Indian Express, 10 Jul 2019
- 23 cases of Caste Killing for "Honour' in TN, The Federal, 29 Jul 2019
- The Politics of Inter-caste Marriage among Dalits in India, Sowjanya Tamalapakula
- *சுவாதி மீது நீதிமன்ற அவமதிப்பு, பிபிசி தமிழ், 30 நவம்பர் 2022*

தீர்ப்புகள், ஆவணங்கள், நூல்கள்

- Supreme Court Verdict in Sakthi Vahini Case, 2010
- Asst IG of Police Status Report on High Court Guidelines on Honour Killing, 04 Aug 2017
- Global Study on Homicide/UN Office on Drugs and Crime, 2019
- Progress of World's Women, UN, 2019-2020
- Annihilation of Caste, Dr. B.R. Ambedkar, Dr. Babasaheb Ambedkar Writing and Speeches, Vol 1, Dr. Ambedkar Foundation
- Post Mortem Report on Gokulraj, 28 Jun 2015
- Police Complaint by Gokulraj Mother, 26 Jun 2015
- Thamizh Nadu Theendamai Olippu Munnani Pada Yatra for Special Law, 09 Jun 2017
- B.Dilipkumar vs The Secretary to Government Madras High Court (11.11.2014) Vimala Devi Case
- *தமிழகத்தில் அதிகரிக்கும் சாதி கௌரவப் படுகொலைகள், எவிடென்ஸ், 06.11.2009; 13.12.2014; 02.07.2015*
- *ஆணவக்கொலைகளுக்கு அரசாங்கமே பொறுப்பு, ரவிக்குமார்*
- *தமிழ்நாடு தீண்டாமை ஒழிப்பு முன்னணி செய்தி அறிக்கை*
- *தனிச்சட்டம் கோரி சாதி ஒழிப்பு முன்னணி செய்தி அறிக்கை*
- *ஆணவக்கொலைகளின் காலம், ஸ்டாலின் ராஜாங்கம், காலச்சுவடு, 2016*
- *மக்கள் உரிமைக் கூட்டமைப்பு செய்தி அறிக்கை, 2017*